ഇന്ത്യയിലെ ബാങ്കുകൾ
വർത്തമാനവും ഭാവിയും

indiayile bankukal varthamanavum bhaviyum

•

c p chandrashekhar
jayathi ghosh

•

translation
siyavudheen

•

first edition
july 2018

•

published
chintha publishers, thiruvananthapuram

•

typesetting
star communications, thiruvananthapuram

•

cover
midas

വിതരണം

ദേശാഭിമാനി ബുക്ക് ഹൗസ്

H O തിരുവനന്തപുരം-695 035
phone: 0471-2303026, 6063026
www.chinthapublishers.com
chinthapublishers@gmail.com

ബ്രാഞ്ചുകൾ

ഹെഡ്ഡാഫീസ് ബ്രാഞ്ച് കുന്നുകുഴി • സ്റ്റാച്യു തിരുവനന്തപുരം • കെ എസ് ആർ ടി സി ബസ് സ്റ്റേഷൻ ആലപ്പുഴ • കെ എസ് ആർ ടി സി ബസ് സ്റ്റേഷൻ എറണാകുളം • മച്ചിങ്ങൽ ലെയ്ൻ തൃശൂർ • ഐ ജി റോഡ് കോഴിക്കോട് • മാവൂർ റോഡ് കോഴിക്കോട് • എൻ ജി ഒ യൂണിയൻ ബിൽഡിങ് കണ്ണൂർ • സെൻട്രൽ ബസ് ടെർമിനൽ കോംപ്ലക്സ് താവക്കര കണ്ണൂർ

CO - 2687 / 4709
ISBN - 978-93-87842-66-3

ഇന്ത്യയിലെ ബാങ്കുകൾ വർത്തമാനവും ഭാവിയും

സി പി ചന്ദ്രശേഖർ

ജയതിഘോഷ്

പരിഭാഷ: സിയാവുദ്ദീൻ

ചിന്ത പബ്ലിഷേഴ്സ്
തിരുവനന്തപുരം-695 035

സി പി ചന്ദ്രശേഖർ

ജെ എൻ യു വിൽ എക്കണോമിക് സ്റ്റഡീസ് ആന്റ് പ്ലാനിങ്
പ്രൊഫസർ. അക്കാദമിക് ആനുകാലികങ്ങളിൽ നിരന്തര
മായി എഴുതുന്നു. നിരവധി ഗ്രന്ഥങ്ങളുടെ സഹ ഗ്രന്ഥകാ
രൻ. ഫ്രണ്ട് ലൈനിലും ബിസിനസ് ലൈനിലും കോളമിസ്റ്റ്.
കാൾ മാർക്സും ഇന്നത്തെ കാലവും എന്ന പുസ്തക
ത്തിന്റെ പരിഭാഷ ചിന്ത പ്രസിദ്ധീകരിച്ചിട്ടുണ്ട്.

ജയതി ഘോഷ്

വികസന സാമ്പത്തിക ശാസ്ത്രജ്ഞയും ജെ എൻ യു
പ്രൊഫസറും. ആഗോളവല്ക്കരണം, അന്താരാഷ്ട്ര സാമ്പ
ത്തികം എന്നിവ ഇഷ്ട വിഷയങ്ങൾ. നിരവധി ഗ്രന്ഥങ്ങൾ
രചിച്ചിട്ടുണ്ട്.

എ സിയാവുദീൻ

ബി ഇ എഫ് ഐ യുടെ സംസ്ഥാന ജനറൽ സെക്ര
ട്ടറിയായി ദീർഘകാലം പ്രവർത്തിച്ചു ഇപ്പോൾ സി ഐ റ്റി
യു സംസ്ഥാന കമ്മിറ്റി അംഗം.
മൊബൈൽ: 9447032239

ഉള്ളടക്കം

പ്രസാധകക്കുറിപ്പ്

ഇന്ത്യൻ ബാങ്കിങ് ഇന്ന് ഒരു ദുർഘട സന്ധിയിലാണ്. കിട്ടാക്കട
ങ്ങളുടെ ബാധ്യത ബാങ്കുകളെ നഷ്ടത്തിലാക്കിയിരിക്കുന്നു. കിട്ടാക്കട
ത്തിനായുള്ള കരുതൽ നീക്കിവയ്ക്കലും, വായ്പാ മുരടിപ്പും തുടരുന്നു.
ഇതു പരിഹരിക്കുന്നതിന് അടിയന്തരമായ ഒരു മാറ്റം ഒഴിവാക്കാനാവാ
ത്തതാണ്. ഇതിന് വിവിധ തന്ത്രങ്ങൾ ആവിഷ്കരിക്കാം. ഒന്നാമത്
ഇവയെ കുറെക്കൂടി ദുർബ്ബലപ്പെടുത്തി ആഭ്യന്തര സ്വകാര്യ സാമ്പത്തിക
ശക്തികൾക്ക് വിലപേശി വിഴുങ്ങാനുള്ള അവസരമൊരുക്കാം. അങ്ങനെ
ചെയ്താൽ 1969 നു മുൻപെന്നപോലെ ബാങ്കുകൾ സാമൂഹ്യ വളർച്ച
യ്ക്കുപകരം സ്വകാര്യ താല്പര്യങ്ങൾക്കു പരുവപ്പെടുത്തിയെടുക്കാൻ
കഴിയും. രണ്ടാമതൊന്ന് സർക്കാർ പിന്തുണയോടെ ബാങ്കുകളെ പുന
സംഘടിപ്പിച്ച് ദേശസാല്ക്കരണത്തിനുശേഷം ചെയ്തതുപോലെ വിക
സന നയങ്ങളിലൂന്നിയ സ്ഥാപനങ്ങളാക്കാം. ഇന്നാകട്ടെ കിട്ടാക്കടം എഴു
തിത്തള്ളുന്നതിന്റെ പേരിൽ പൊതുവെ പൊതു ഖജനാവിൽനിന്നും
അനേക കോടി രൂപ സ്വകാര്യ ബാങ്കുകൾക്ക് കൊടുക്കുകയാണ്.

ഈ അവസരത്തിൽ ബാങ്കിങ് രംഗത്തെ സമഗ്രമായി പരിശോധിച്ച്
പ്രൊഫസർ സി പി ചന്ദ്രശേഖറും പ്രൊഫ. ജയതി ഘോഷും തയ്യാറാ
ക്കിയ റിപ്പോർട്ടാണ് *ഇന്ത്യൻ ബാങ്കിങ് ഇന്നത്തെ വെല്ലുവിളികളും ഭാവി
ബദലുകളും* എന്ന പുസ്തകം. സിയാവുദ്ദീനാണ് ഇതിന്റെ പരിഭാഷ തയ്യാ
റാക്കിയിരിക്കുന്നത്.

ബാങ്കിങ് പ്രതിസന്ധിയുടെ ഉള്ളറകൾ തുറക്കുന്ന പഠനാർഹമായ
ഈ ഗ്രന്ഥം കൃതാർത്ഥതയോടെ ഞങ്ങൾ പുറത്തിറക്കുന്നു. വാങ്ങുക,
നിർബ്ബന്ധമായും വായിക്കുക.

ചിന്ത പബ്ലിഷേഴ്സ്

Acknowledgement

ഈ റിപ്പോർട്ട് തയ്യാറാക്കുന്നതിന് അവസരം നല്കിയ ഡി തോമസ് ഫ്രാങ്കോ രാജേന്ദ്രദേവിന് ഞങ്ങൾ നന്ദിരേഖപ്പെടുത്തുന്നു. ഈ ഉദ്യമ ത്തിൽ സഹകരിച്ച വേദാൻ വാഷിനെഴുതിയ മേഘ്ലനാ വർമ്മ, പ്രിയ ദുവാ അശ്വതി അശോക്, അനിൽകുമാർ മണി, സുരേന്ദ്രർ റാണാ എന്നി വർക്കും നന്ദി. ചില പോയിന്റുകളെപ്പറ്റിയുള്ള ചർച്ചയിൽ വ്യക്തത വരു ത്താൻ സഹായിച്ച പ്രഭാത് പട്നായിക്കിനോടും നന്ദി രേഖപ്പെടുത്തുന്നു. AIBOC യും CIAയും സംഘടിപ്പിച്ച ശില്പശാലയിൽ ഉയർന്നുവന്ന നിർദ്ദേശങ്ങൾ അവഗണിക്കപ്പെട്ട ചില ഘടകങ്ങൾ പരിഗണിക്കാനും ഈ റിപ്പോർട്ടിലെ വാദഗതികൾ ശക്തിപ്പെടുത്താനും സഹായകമായി. എന്നാൽ അവർക്കാർക്കും തന്നെ ഈ റിപ്പോർട്ടിൽ വന്നേക്കാവുന്ന കുറ വുകൾക്ക് ഉത്തരവാദിത്വമില്ല എന്നുകൂടി രേഖപ്പെടുത്തുന്നു.

സി പി ചന്ദ്രശേഖർ   ജയതി ഘോഷ്

അവതാരിക

സാധാരണ ജനങ്ങളുടെ താല്പര്യം സംരക്ഷിക്കുന്നതിലും നവ ലിബറൽ നയങ്ങളായ ഉദാരവല്ക്കരണം, സ്വകാര്യവല്ക്കരണം, ആഗോള വല്ക്കരണം എന്നിവയെ ചെറുക്കുന്നതിലും അഖിലേന്ത്യാ ബാങ്ക് ഓഫീ സേഴ്സ് കോൺഫെഡറേഷൻ മുൻനിരയിലുണ്ടായിരുന്നു.

ഈ പരിഷ്കാരങ്ങളെപ്പറ്റി വിമർശനപരമായ അവലോകനം നടത്തി ഒരു ലഘുലേഖ സ. എസ് ആർ സെൻഗുപ്ത പ്രസിദ്ധീകരിച്ചു. ഈ പുസ്തകം അദ്ദേഹത്തിനായി ഞങ്ങൾ സമർപ്പിക്കുന്നു.

'ഇൻഡിപെന്റന്റ് കമ്മീഷൻ ഓൺ ബാങ്കിങ് ആന്റ് ഫിനാൻഷ്യൽ പോളിസി' എന്ന പേരിൽ ഒരു റിപ്പോർട്ട് 2006 ൽ ഞങ്ങൾ പ്രസിദ്ധീക രിച്ചിരുന്നു. പ്രൊഫസർ സി പി ചന്ദ്രശേഖർ ആ കമ്മീഷനിലെ അംഗമാ യിരുന്നു. പ്രൊഫസർ ജയതി ഘോഷിന്റെ സഹായവും അന്ന് കമ്മീ ഷന് ലഭിച്ചിരുന്നു.

പ്രസ്തുത റിപ്പോർട്ട് ബാങ്കുകളുടെ പൊതു ഉടമസ്ഥതയ്ക്കും അവ കൂട്ടിച്ചേർക്കുന്നതിനെതിരെയും നിലകൊണ്ടു. വികസനോന്മുഖ ബാങ്കിങ്, സാമൂഹ്യ ബാങ്കിങ് എന്നിവയ്ക്കും അതിനനുസൃതമായ സാമ്പത്തിക, ധനനയങ്ങൾക്ക് വേണ്ടിയും വാദമുയർത്തി. യാഥാർത്ഥ്യങ്ങളിലേക്ക് വെളിച്ചം വീശിയ പ്രസ്തുത റിപ്പോർട്ട് സ്വകാര്യവല്ക്കരണത്തെ പല്ലും നഖവും ഉപയോഗിച്ചെതിർക്കാൻ ശക്തിയേകിയെന്ന് അഭിമാനപുരസ്സരം ഞങ്ങൾ രേഖപ്പെടുത്തുന്നു. UFBU വിനൊപ്പം നിന്ന് നടത്തിയ പ്രക്ഷോഭംമൂലമാണ് ഇന്നും ഭൂരിപക്ഷം ബാങ്കുകളും പൊതുമേഖലയിൽ തുടരുന്നത്. അതിനാൽ ഒരുവലിയ പരിധിവരെ കൂട്ടിച്ചേർക്കലുകൾ തട യാനും 2008 ലെ സാമ്പത്തികക്കുഴപ്പത്തിൽനിന്ന് ഇന്ത്യൻ ബാങ്കിങ്ങിനെ രക്ഷിക്കാനും കഴിഞ്ഞു.

IMF ന്റെയും ലോക ബാങ്കിന്റെയും ശിക്ഷണ പ്രകാരം 1991 മുതലി ങ്ങോട്ടുള്ള സർക്കാരുകൾ ബാങ്കിങ് മേഖലയിൽ രാജ്യത്ത് ജനങ്ങളുടെ ശക്തമായ എതിർപ്പ് അവഗണിച്ച് പരിഷ്കാരങ്ങൾ എന്ന പേരിൽ മാറ്റ ങ്ങൾ തുടർന്നു. ഇന്നത്തെ സർക്കാർ അതിനു വേഗം വർദ്ധിപ്പിക്കാനുള്ള പരിശ്രമത്തിലാണ്.

കിട്ടാക്കടം കുതിച്ചു കയറിയതോടെ കുഴപ്പം ഏറെ രൂക്ഷമായി. അതിനുത്തരവാദികൾ സർക്കാരും റിസർവ്വുബാങ്കുമാണ്. ബാങ്കുജീവ നക്കാരെ അവർ വില്ലന്മാരായി അവതരിപ്പിക്കുകയാണ്. ജൻധൻ അക്കൌ ണ്ടുകൾ തുടങ്ങിയും സർക്കാരിന്റെ വിവിധ പദ്ധതികൾ നടപ്പാക്കിയും സർക്കാരിന് ഏറ്റവും സഹകരണം നല്കിയ ജീവനക്കാർ തന്നെയാണ് നോട്ട് നിരോധനത്തിന്റെ ദുരിതമേറെയും ഏറ്റുവാങ്ങിയത്.

സർക്കാർ തുടരുന്ന നവലിബറൽ നയങ്ങളെ പിന്തുണയ്ക്കുന്നവ രുടെ വാദമുഖങ്ങളെ വിവിധ രീതിയിൽ ഞങ്ങൾ നേരിട്ടു വരികയാണ്. ഞങ്ങൾ ഐക്യത്തിനും വികസനത്തിനും വേണ്ടിയുള്ള ജനകീയ പാർല മെന്റിന് തുടക്കംകുറിച്ചു (Peoples Parliament for Unity and Development PPUD) ഞങ്ങൾക്ക് വിദഗ്ദ്ധരുടെ അഭിപ്രായങ്ങൾ അനിവാര്യമാ യിരുന്നു. ഞങ്ങൾ അതിനായി അറിയപ്പെടുന്ന സാമ്പത്തിക വിദഗ്ദ്ധനും കോളമിസ്റ്റുകളും, ബാങ്കിങ് മേഖല കൈകാര്യം ചെയ്യുന്നവരുമായ ഇന്ത്യ യിലും വിദേശത്തും അറിയപ്പെടുന്ന പ്രൊഫസർ സി പി ചന്ദ്രശേഖറെയും പ്രൊഫസർ ജയതി ഘോഷിനെയും സമീപിച്ചു. ചുരുങ്ങിയ സമയത്തി നുള്ളിൽ ബാങ്കിങ് മേഖലയെ സമഗ്രമായി അപഗ്രഥിച്ച് ഭാവിയിലേക്കുള്ള നിർദ്ദേശങ്ങളടക്കമുള്ള ഉജ്ജ്വലമായ ഈ റിപ്പോർട്ട് തയ്യാറാക്കിതന്നതിന് അവരോട് കൃതജ്ഞതയുണ്ട്. എക്കണോമിക് റിസർച്ച് ഫൗണ്ടേഷനും ഞങ്ങൾ നന്ദി രേഖപ്പെടുത്തുന്നു.

ഓരോ ബാങ്കറും ഓരോ മാന്യ ഇടപാടുകാരും ഈ പുസ്തകം വായി ക്കണമെന്ന് ഞങ്ങൾ വിനയപൂർവ്വം അഭ്യർത്ഥിക്കുന്നു. ഈ റിപ്പോർട്ട് മന്ത്രിമാർക്കും, പാർലമെന്റ് അംഗങ്ങൾക്കും രാഷ്ട്രീയപാർട്ടി നേതാ ക്കൾക്കും ആസൂത്രണ വിദഗ്ദ്ധർക്കും റിസർവ് ബാങ്ക് ഉദ്യോഗസ്ഥർക്കും നല്കി നയസമീപനത്തിൽ മാറ്റം വരുത്തണമെന്ന് ആവശ്യപ്പെട്ടിട്ടുണ്ട്.

രാജ്യത്തിന്റെ നയങ്ങൾ ഒരു ന്യൂനപക്ഷത്തിനു വേണ്ടിയെന്നതിൽ നിന്നു മാറി ബഹുഭൂരിപക്ഷത്തിനായി ആവിഷ്കരിക്കാത്ത പക്ഷം അത് ഭരണഘടന വാഗ്ദാനം ചെയ്യുന്ന പ്രതീക്ഷകൾ നിറവേറ്റാൻ സഹായ കമാവില്ല. ഈ റിപ്പോർട്ട് നല്കുന്ന സന്ദേശം രാജ്യത്തെ ഓരോ പൗരനി ലുമെത്തിക്കുക; ബഹുഭൂരിപക്ഷം ജനങ്ങളുടെ നന്മയ്ക്കുവേണ്ടിയുള്ള മാറ്റത്തിനായി നിലകൊള്ളുക. കൂട്ടായ പ്രക്ഷോഭത്തിലൂടെ കൂട്ടായ വിജ യത്തിന് നമുക്കൊന്നിച്ചു നീങ്ങാം.

അഭിവാദ്യങ്ങളോടെ,

തോമസ് ഫ്രാങ്കോ രാജേന്ദ്രദേവ്

ആമുഖം

ഇന്ത്യൻ ബാങ്കിങ് ഇന്ന് ഒരു സന്ദിഗ്ദ്ധ ഘട്ടത്തിലാണ് നോൺ പെർഫോർമിങ് അസറ്റ് എന്നു വിശേഷിപ്പിക്കുന്ന കിട്ടാക്കടത്തിന്റെ ബാദ്ധ്യതമൂലം വൻ നഷ്ടം അവ നേരിടുകയാണ്. കിട്ടാക്കടത്തിനായുള്ള കരുതൽ നീക്കി വയ്ക്കലും വായ്പാ വളർച്ചയില്ലാതെയും തുടരുന്ന സ്ഥിതിയിൽ മാറ്റങ്ങൾ ആവശ്യമെന്നല്ല, അവ അനിവാര്യമാണ്. അതിന് വിവിധ ഫലങ്ങളുളവാക്കുന്ന വിവിധ രീതിയിലുള്ള തന്ത്രങ്ങൾക്ക് സാദ്ധ്യതയുണ്ട്. സർക്കാർ പിന്തുണയോടെ ബാങ്കുകളെ പുനഃസംഘടിപ്പിച്ച് ദേശസാല്‍ക്കരണ ശേഷമെന്നപോലെ വികസന നയങ്ങളിലൂന്നിയ സ്ഥാപനങ്ങളാക്കാം. അല്ലെങ്കിൽ അവയെ കുറെക്കൂടി ദുർബ്ബലപ്പെടുത്തി ആഭ്യന്തര സ്വകാര്യ ശക്തികൾക്ക് വിലപേശി വിഴുങ്ങാനുള്ള അവസരമെരുക്കാം. രണ്ടാമത്തെ വഴി സ്വീകരിച്ചാൽ 1969 നു മുമ്പെന്നപോലെ ബാങ്കുകളെ സാമൂഹ്യ വളർച്ചയ്ക്കു പകരം സ്വകാര്യ താല്പര്യങ്ങൾക്ക് പരുവപ്പെടുത്താൻ കഴിയും. അതിനാൽ അത്തരം നടപടി ഒരു പുതിയ ബദലിനുള്ള തുടക്കമല്ല. അതിനാൽ അനിവാര്യമായും വേണ്ടത് ആദ്യത്തെ മാർഗ്ഗമാണെന്ന് ഈ റിപ്പോർട്ട് നിർദ്ദേശിക്കുന്നു. അതിനൊപ്പം കഴിഞ്ഞ രണ്ട് ദശാബ്ദക്കാലത്തിലേറെയായി തുടർന്നുവന്ന വഴിതെറ്റിയ നയങ്ങൾ തിരുത്തി ഇന്ത്യയിലെ ബാങ്കുകളെ സ്വന്തം കാലിൽ നിർത്തി സാമ്പത്തിക നയത്തിലും രാജ്യത്തിന്റെ വികസനത്തിനുമുള്ള പാതയിൽ പരിവർത്തനം സൃഷ്ടിക്കാൻ കഴിയുന്ന ഉപകരണമാക്കി മാറ്റുകയാണ് വേണ്ടതെന്നും നിർദ്ദേശിക്കുന്നു.

ഈ റിപ്പോർട്ടിന്റെ അടുത്ത അദ്ധ്യായത്തിൽ ഇന്നത്തെ സ്ഥിതിയുടെ ചരിത്രപരമായ ഘട്ടം പരിശോധിച്ച് സ്വാതന്ത്ര്യലബ്ധത മുതൽ 1991 വരെയുള്ള പ്രത്യേകിച്ചും 1969 ലെ ബാങ്കു ദേശസാല്‍ക്കരണമടക്കമുള്ള പരി

ണാമം വിലയിരുത്തുന്നു. തുടർന്ന് മൂന്നാം അദ്ധ്യായത്തിൽ അതിനു ശേഷം ബാങ്കിങ് നയത്തിൽ വന്ന മാറ്റങ്ങൾ, വായ്പാവിതരണത്തിലെ രീതികൾ 2003 ൽ ഏർപ്പെടുത്തിയ ഘടനയിലെ പൊളിച്ചെഴുത്തും അതേ ത്തുടർന്ന് ബാങ്കിങ് രംഗം ഇന്നത്തെ സ്ഥിതിയിലെത്തിച്ചേർന്നതും വില യിരുത്തുന്നു. ഈ നൂറ്റാണ്ടിലെ സാമ്പത്തിക പ്രവർത്തനം അതിന് ബാങ്ക് വായ്പയുമായുള്ള ബന്ധം, പ്രവർത്തനത്തിലെ കുതിപ്പ്, തുടർന്നുള്ള മാന്ദ്യം തുടങ്ങിയവ നാലാം അദ്ധ്യായം പരിശോധിക്കുന്നു. അഞ്ചാം അദ്ധ്യായത്തിലെ ഊന്നൽ ഇന്ത്യൻ ബാങ്കിങ് വ്യവസ്ഥയെത്തന്നെ ഗ്രസിച്ച ഷെഡ്യൂൾഡ് കൊമേഴ്സ്യൽ ബാങ്കുകളുടെ കിട്ടാക്കടത്തിന്റെ പ്രശ്നം പരിശോധിക്കുന്നു. ആറാം അദ്ധ്യായം ചർച്ച ചെയ്യുന്നത് ഈ ഘട്ടത്തിലെ സാമ്പത്തിക ഉൾച്ചേർക്കലിന്റെ പരാജയവും, നിക്ഷേപ, വായ്പാ അക്കൗണ്ടുകളിലും കൃഷി, ചെറുകിട വായ്പകൾ എന്നിവയിലെ പിന്നോട്ടടിയും മൈക്രോഫിനാൻസിന്റെ കടന്നുവരവുമാണ്. അടുത്ത കാലത്ത് സർക്കാർ കൈക്കൊണ്ട നോട്ട് നിരോധന നടപടിയുടെ ആഘാതം, അതെങ്ങനെയെല്ലാം ബാങ്കുകളെ ബാധിച്ചു, അതിൽ റിസർവ് ബാങ്കിന്റെ പങ്ക് എന്നിവ ഏഴാം അദ്ധ്യായം ചർച്ച ചെയ്യുന്നു. എട്ടാം അദ്ധ്യായത്തിലുള്ളത് ബാങ്കിങ് നയം ഇന്നു നേരിടുന്ന വെല്ലുവിളികളും അവ പരിഹരിക്കാൻ സമീപകാലത്ത് നടക്കുന്ന പരിശ്രമങ്ങളുമാണ്. പഴ്സണൽ മാനേജ്മെന്റ്, ബാങ്കിങ് മേഖലയിലെ തൊഴിൽസ്ഥിതി എന്നി വയെപ്പറ്റി നയസമീപനങ്ങൾ ഒമ്പതാം അദ്ധ്യായം പരിശോധിക്കുന്നു. ഭാവി പ്രവർത്തനത്തിനുള്ള ചില നിർദ്ദേശങ്ങളാണ് അവസാന അദ്ധ്യാ യത്തിൽ ഉൾക്കൊള്ളിച്ചിട്ടുള്ളത്.

സ്വാതന്ത്ര്യം മുതൽ നവലിബറൽ പരിഷ്കാരങ്ങൾ വരെ: ഇന്ത്യൻ ബാങ്കിങ്ങിന്റെ പരിണാമം

ബാങ്ക് ദേശസാല്ക്കരണംവരെ

ആയിരത്തിത്തൊള്ളായിരത്തി നാല്പത്തിയേഴിൽ സ്വാതന്ത്ര്യം ലഭിച്ച ഘട്ടത്തിൽ ഇന്ത്യക്ക് പൈതൃകമായി കിട്ടിയത് ക്ഷീണിതവും തകർച്ച നേരിടുന്നതും പരസ്പരം ബന്ധം അന്യവുമായ ബാങ്കിങ്, സാമ്പത്തിക വ്യവസ്ഥയാണ്. അന്ന് സൂക്ഷ്മ അളവിൽ ആസ്തിയും ഒട്ടനേകം ബാങ്കുകളും അനാരോഗ്യകരമായ ബിസിനസ് രീതികളും അതിന്റെ തുടർച്ചയായി ബാങ്കു തകർച്ചകളും സാധാരണ സംഭവമായിരുന്നു. നാമ മാത്രമായ നിയന്ത്രണ ചട്ടക്കൂടിൽ പ്രാദേശികതലത്തിൽ ബാങ്കുകൾക്ക് ആധിപത്യവും തോന്നിയപോലെയുള്ള വളർച്ചയും ഉറപ്പുള്ള ഒരു ബാങ്കിങ് സംവിധാനത്തിന് അനുയോജ്യമല്ലായിരുന്നു. 1947 അവസാന കാലത്ത് ബാങ്കുകൾ സ്വകാര്യമേഖലയിലായിരുന്നു. 1948 ൽ ആൾ ഇന്ത്യാ കോൺഗ്രസ് കമ്മിറ്റി സാമൂഹ്യനീതി ഉറപ്പാക്കാൻ ബാങ്ക് ഇൻഷുറൻസ് വ്യവസായങ്ങൾ ദേശസാല്ക്കരിക്കണമെന്നും നിർദ്ദേശിച്ചെങ്കിലും ഫല ത്തിൽ പൂർണ്ണ ദേശസാല്ക്കരണം പരിഗണനയിൽ വന്നതേയില്ല. അതിനു പകരം ഒരു നിയന്ത്രിത ചട്ടക്കൂടിൽ വികസന നയത്തിന് അനുരോധ മായി സ്വകാര്യ ബാങ്കുകൾക്കു മേൽ നിയന്ത്രണം എന്ന തലത്തിൽ അത് ചുരുക്കി. മെർജർ, അമാൽഗമേഷൻ നടപടികളിലൂടെ ബാങ്കുകളുടെ സ്ഥിരത ഉറപ്പുവരുത്തുക, ബാങ്കുകളില്ലാത്തതും വേണ്ടത്ര, ശാഖകളി ല്ലാത്തതുമായ പ്രദേശങ്ങളിൽ ശാഖകൾ തുറന്ന് ഏറ്റവും കുറഞ്ഞ ബാങ്കിങ് സേവനമെങ്കിലും നല്കുക, ഗ്രാമങ്ങളിലും നഗരപ്രദേശങ്ങളിലും കൃഷി ചെറുകിട വ്യവസായം ചെറുകിട വായ്പാ ആവശ്യക്കാർ തുട ങ്ങിയ ഇതുവരെ അവഗണിക്കപ്പെട്ട വിഭാഗങ്ങൾക്ക് വായ്പ നല്കുക എന്നതായിരുന്നു മുഖ്യലക്ഷ്യം. 1955 ൽ ഇമ്പീരിയൽ ബാങ്ക് ഓഫ് ഇന്ത്യ

ദേശസാല്ക്കരിച്ച് സ്റ്റേറ്റ് ബാങ്ക് ഓഫ് ഇന്ത്യയും അസോസിയേറ്റ് ബാങ്കു കളും രൂപീകരിച്ചതും ഗവൺമെന്റിന്റെ വികസനലക്ഷ്യം നേടാനുള്ള ഉപ കരണം എന്ന നിലയ്ക്കായിരുന്നു. പക്ഷേ, ഈ മേഖലയിൽ സർക്കാർ വിഭാവനം ചെയ്ത ലക്ഷ്യങ്ങൾ പൂർത്തീകരിക്കപ്പെട്ടില്ല.

ഇന്ത്യയിലെ ബഹുഭൂരിപക്ഷം ജനങ്ങളും ഗ്രാമങ്ങളിൽ ജീവിച്ചിരുന്ന 1967 കളിൽ ഇവിടെയുണ്ടായിരുന്ന ഷെഡ്യൂൾഡ് കൊമേഴ്സ്യൽ ബാങ്കു കളുടെ ആകെയുള്ള 6985 ശാഖകളിൽ 2716 എണ്ണം (39 ശതമാനം) അർബൻ മെട്രോപ്പൊളിറ്റൻ കേന്ദ്രങ്ങളിലും 3022 എണ്ണം (43 ശതമാനം) അർദ്ധ നഗര പ്രദേശങ്ങളിലും 1247 ശാഖകൾ (18 ശതമാനം) ഗ്രാമങ്ങളി ലുമായിരുന്നു. നഗരങ്ങളിലും അർദ്ധനഗരങ്ങളിലും പോലും ശാഖകളുടെ വിന്യാസം ക്രമത്തിലല്ലായിരുന്നു. 1960 കളുടെ അവസാനം 617 പട്ടണ ങ്ങളിൽ കൊമേഴ്സ്യൽ ബാങ്കുകൾക്ക് ശാഖകളില്ലായിരുന്നു. 444 പട്ടണ ങ്ങളിൽ ബാങ്കു ശാഖ തന്നെ ഉണ്ടായിരുന്നില്ല.

വിവിധ മേഖലകൾക്കുള്ള വായ്പയുടെ വിതരണരീതി അടിയന്തര പരിഹാരം ആവശ്യപ്പെടും വിധം അസന്തുലിതമായിരുന്നു. 1951 കൃഷിക്ക് ഷെഡ്യൂൾഡ് കൊമേഴ്സ്യൽ ബാങ്കുകളിൽനിന്ന് ലഭിച്ച വായ്പ രണ്ട് ശതമാനമാണ്. 34 ശതമാനം പോയത് വ്യവസായത്തിനും 36 ശതമാനം കച്ചവടത്തിനുമാണ്. ധനമേഖലയ്ക്ക് 13 ശതമാനം കിട്ടി. 1967 ൽ പോലും സ്ഥിതിക്ക് മാറ്റമുണ്ടായില്ല. മൊത്തം വായ്പയിൽ വ്യവസായത്തിന് 64 ശതമാനവും കച്ചവടത്തിന് 19 ശതമാനവും. ഫിനാൻസിന് 4 ശതമാനവും ലഭിച്ചപ്പോൾ കൃഷിക്കു കിട്ടിയത് കേവലം രണ്ടു ശതമാനമായിരുന്നു.

1960 കളുടെ മദ്ധ്യത്തോടെ കൊമേഴ്സ്യൽ ബാങ്കിങ് വ്യവസ്ഥ നേരി ടുന്ന ദൗർബല്യങ്ങളായ ബാങ്കു ശാഖകളുടെ ജനസംഖ്യയുമായി ബന്ധ മില്ലാത്ത വിന്യാസം, നിക്ഷേപത്തിന്റെയും വായ്പയുടെയും കുറവ്, നഗ രകേന്ദ്രീകരണം, വിവിധ വിഭാഗങ്ങൾക്ക് വായ്പയിലെ അനുപാത രാഹിത്യം വ്യവസായ, കച്ചവടതാല്പര്യക്കാർക്ക് ബാങ്കുകൾക്ക് മേലുള്ള അമിതസ്വാധീനം, ബാങ്കുകളുടെ ഓഹരി അടിത്തറയിലെ കുറവ് എന്നിവ നയരൂപീകരണ വിദഗ്ദ്ധരുടെയും രാഷ്ട്രീയ പ്രസ്ഥാനങ്ങളുടെയും ശ്രദ്ധ യിൽ വന്നു. ഇത് ബാങ്കിങ് വ്യവസ്ഥ മൊത്തത്തിൽ പുനഃസംഘടിപ്പി ക്കേണ്ട ആവശ്യകതയിലേക്ക് വിരൽചൂണ്ടി. അങ്ങനെ 1965-69 കാലത്ത് ബാങ്കുകൾക്കു മേൽ 'സാമൂഹ്യ നിയന്ത്രണം' ഏർപ്പെടുത്തി. ബാങ്കു കൾ 10 ദശലക്ഷമോ അതിൽ കൂടുതലോ വായ്പകൾ ഒരു കക്ഷിക്ക് അനുവദിക്കുമ്പോൾ റിസർവ് ബാങ്കിന്റെ അംഗീകാരം വാങ്ങിയിരിക്കണം എന്നു തുടങ്ങി വായ്പയുടെ വിപുലീകൃതമായ വിതരണം, അതിന്റെ ദുരുപയോഗം തടയൽ, മുൻഗണനാ വിഭാഗങ്ങളായ കൃഷി, ചെറുകിട വ്യവസായം, കരകൗശലം, പിന്നോക്ക പ്രദേശങ്ങൾ എന്നിവയ്ക്ക് മുന്തിയ പരിഗണന, കൊമേഴ്സ്യൽ ബാങ്കുകളുടെ ഭരണകേന്ദ്രത്തിൽ നിയമപ്ര കാരം തന്നെ ചെറുകിട, Informal മേഖലകളിൽ നിന്നുള്ളവരുടെ പ്രാതി നിധ്യം എന്നിവ വ്യവസ്ഥപ്പെടുത്തി. ഈ പരിശ്രമങ്ങൾക്കെല്ലാം ശേഷം

ബാങ്കിങ്ങിന്റെ വികാസം, നിക്ഷേപത്തിന്റെയും വായ്പയുടെയും വളർച്ച, മേഖല തിരിച്ചുള്ള വായ്പാ വിതരണം, യൂണിറ്റുകൾക്കും, വീടുകൾക്കും ലഭ്യമായ വായ്പാ വിന്യാസം എന്നിവയിലൊക്കെ ഗവൺമെന്റിന്റെ ലക്ഷ്യ ങ്ങൾക്കടുത്തുപോലും എത്താൻ കഴിഞ്ഞില്ലെന്ന് ബോധ്യപ്പെട്ടു. 1960 കളിലും ഉയർന്നതോതിൽ ബാങ്കുകളുടെ തകർച്ചാ സാദ്ധ്യതകളും അന്ത രീക്ഷത്തിൽ നിലനിന്നിരുന്നു.

ബാങ്ക് ദേശസാല്ക്കരണം

വൻകിട സ്വകാര്യ ബാങ്കുകളെ നിയന്ത്രിക്കാനുള്ള പരിശ്രമം പരാ ജയപ്പെട്ടെന്ന് മനസ്സിലാക്കിയതോടെ 1969 ൽ അവയിൽ വലിയ ഒരു ഭാഗം ദേശസാല്ക്കരിക്കാൻ തീരുമാനിച്ചു. പ്രധാന ബാങ്കുകൾ പൊതുമേഖല യിൽ കൊണ്ടുവരുന്നതിന്റെ പ്രഖ്യാപിത ലക്ഷ്യങ്ങൾ ഇവയായിരുന്നു. രാജ്യത്തിന്റെ അതിർത്തികളിലേക്കും മേഖലകളിലേക്കും പടരുംവിധം ബാങ്ക് ശാഖകൾ വികസിപ്പിക്കുക; ഓരോ മേഖലയിൽനിന്നും നിക്ഷേപം ബാങ്കുകളിലൂടെ സമാഹരിക്കുക; ഇക്കാലമത്രയും അവഗണിക്കപ്പെട്ട മേഖലകളിലേക്ക് ബാങ്ക് വായ്പ വഴിതിരിച്ചു വിടുക, ഇവയെ സ്വകാര്യ മേഖലയുടെ നിയന്ത്രണത്തിൽനിന്ന് മുക്തമാക്കുക. ബാങ്കുകൾ പൊതു ഉടമസ്ഥതയിലെത്തുന്നതോടെ ബാങ്കു തകർച്ച ഒഴിവാക്കാൻ കഴിയും വിധം അവയുടെ പ്രവർത്തനത്തെപ്പറ്റി മുൻകൂട്ടി വിവരങ്ങൾ ശേഖരി ക്കാൻ ഉന്നതാധികാരികൾക്ക് കഴിയുമെന്നും പ്രതീക്ഷിക്കപ്പെട്ടിരുന്നു. ചുരുക്കത്തിൽ സ്വാതന്ത്ര്യലബ്ധിക്കുശേഷം വൻബിസിനസ് ഗ്രൂപ്പുകൾ കൈയടക്കിയ ബാങ്കിങ് മേഖലയ്ക്കു മേൽ നിയന്ത്രണം കൊണ്ടുവന്ന് രാജ്യത്തിന്റെ നിക്ഷേപങ്ങൾ സമാഹരിച്ച് അവ വിവിധ വിഭാഗങ്ങളുടെ വളർച്ചയും പുരോഗതിയും ഉറപ്പാക്കാൻ കഴിയും വിധം ഉപയോഗിക്കുക എന്നതായിരുന്നു വിശാല അർത്ഥത്തിൽ ബാങ്കുകൾ ദേശസാല്ക്കരിക്കാ നുള്ള സർക്കാർ തീരുമാനത്തിൽ പ്രതിഫലിച്ചത്.

ബാങ്കുവായ്പകൾ വഴിതിരിച്ചു വിടാനുള്ള ഏതു നീക്കത്തിനും വേണ്ടത് വൻ ബിസിനസ് ഗ്രൂപ്പുകളും സ്വകാര്യകച്ചവടമേഖലയും വായ്പ കൾ കൈയടക്കുന്നതു തടയാനുള്ള കർശന നിയന്ത്രണങ്ങളാണ്. മുൻഗ ണന, മേഖലകൾ നിർവചിച്ച് ലക്ഷ്യങ്ങൾ പൂർത്തീകരിക്കാൻ കഴിയും വിധം സ്ഥാപനങ്ങളുടെ ഭദ്രത കൂടി കണക്കിലെടുത്ത് വായ്പാ വിത രണം ഉറപ്പാക്കണം. ബാങ്ക് ദേശസാല്ക്കരണത്തോടെ ശാഖാ വികസനം അതിവേഗം നടത്തി, നിക്ഷേപസമാഹരണം വിപുലപ്പെടുത്തി ഉല്പാദ കരുടെ പ്രദേശമോ, സാമൂഹ്യസ്ഥാനമോ, വലിപ്പച്ചെറുപ്പമോ നോക്കാനും വായ്പ ലഭ്യമാകുമെന്നുറപ്പു വരുത്തണം. വൻകിടക്കാർക്കു മാത്രമായോ, ഊഹക്കച്ചവടത്തിനോ ഉല്പാദനപരമല്ലാത്ത ഇടപാടുകൾക്കോ വായ്പ എത്തില്ലെന്നും ഉറപ്പാക്കണം.

14 വൻകിട സ്വകാര്യബാങ്കുകളുടെ ദേശസാല്ക്കരണത്തിനു ശേഷം അഭൂതപൂർവ്വമായ വികസനമാണുണ്ടായത്. റീജിയണൽ റൂറൽ ബാങ്കു

കളുടെ രൂപീകരണവും കൂടി നടപ്പിലാക്കിയതോടെ 1972 ൽ 74 ഷെഡ്യൂൾഡ് കൊമേഴ്സ്യൽ ബാങ്കുകളുടെ സ്ഥാനത്ത് 1990 ഓടെ 270 ബാങ്കുകൾ നിലവിൽ വന്നു. 1969 ൽ 6262 ബാങ്കുശാഖകളുണ്ടായിരുന്നത് 1980 ൽ 32419 ആയും 1991 ൽ 60220 ആയും ഉയർന്നു. 1967 ൽ 75000 പേർക്ക് ഒരു ശാഖയെ അത് 1981 ൽ 18000 പേർക്ക് ഒരു ശാഖയായും 1991 ആയപ്പോൾ 14000 പേർക്ക് ഒരു ശാഖയെന്ന നിലയിലും ശാഖാ സൗകര്യം വികസിച്ചു. മൊത്തം ഗ്രാമീണ ശാഖകൾ 1969 ൽ 22 ശതമാനമായിരുന്നത് 1990 ആയപ്പോൾ 58 ശതമാനമായി. ശാഖാവികസനം വ്യാപകമായതിനൊപ്പം ക്രമേണ ഗ്രാമീണ മേഖലയിൽ മൊത്തം നിക്ഷേപത്തിലും വായ്പയിലും വർദ്ധനവുണ്ടായി. ഗ്രാമീണ നിക്ഷേപം 1969 ൽ 6 ശതമാനം മാത്രമായിരുന്നു. 1991 മാർച്ചിൽ ഗ്രാമീണ നിക്ഷേപം മൊത്തം നിക്ഷേപത്തിന്റെ 15 ശതമാനമായി വർദ്ധിച്ചു. വായ്പയാകട്ടെ 1969 ൽ കേവലം 3 ശതമാനമായിരുന്നത് 15 ശതമാനമായി. വായ്പാ നിക്ഷേപ അനുപാതം ഗ്രാമീണ മേഖലയിൽ 60 ശതമാനമായി നിശ്ചയിച്ചിരുന്നത് ടാർജറ്റ് കവിഞ്ഞ് 65 ശതമാനത്തിലെത്തി.

ചരിത്രപരമായിത്തന്നെ ബാങ്കുശാഖകൾ തീരെ ഇല്ലാതിരുന്ന സാമ്പത്തികമായി തീരെ അവികസിതമായ (രാജ്യത്തിന്റെ വടക്കു കിഴക്കൻ, കിഴക്കൻ മദ്ധ്യമേഖലകൾ പ്രത്യേകിച്ചും) പ്രദേശങ്ങളിൽ 1990 വരെ ശാഖാ വികസനത്തിൽ പ്രത്യേക ശ്രദ്ധ നല്കിയിരുന്നു. രാജ്യത്തെ മൊത്തം ജനസംഖ്യയിൽ 50 ശതമാനമുൾപ്പെട്ട പ്രദേശങ്ങളാണിത്. 1969 ഇവിടെയാകെ ബാങ്കു ശാഖകൾ 25 ശതമാനമായിരുന്നത് 1992 മാർച്ച് എത്തിയപ്പോൾ 43 ശതമാനമായി. 2068 ശാഖകളുണ്ടായിരുന്നത് 26439 ശാഖകളായാണ് വർദ്ധിച്ചത്. 1970 നും 1980 നും ഇടയിൽ കാർഷിക മേഖലയ്ക്കനുകൂലമായി വായ്പാ വിതരണത്തിൽ വന്ന മാറ്റമാണ് മറ്റൊരു പ്രധാന സംഗതി. ദേശസാല്ക്കരണത്തിനു മുമ്പ് ഭക്ഷ്യേതര വായ്പയിൽ കാർഷിക വായ്പ 2 ശതമാനമായിരുന്നത് 1970-71 ആയപ്പോൾ 9 ശതമാനമായി ഉയർന്നു. 1980 ൽ അത് 21 ശതമാനത്തിനടുത്തെത്തി. 1980 കളിൽ 17 ശതമാനമായി കുറഞ്ഞു. ചെറുകിട, മുൻഗണന വായ്പയും വർദ്ധിച്ചു. 1972 ൽ മൊത്തം വായ്പയിൽ മുൻഗണനാ വിഭാഗത്തിനുള്ള വായ്പ 22 ശതമാനമായിരുന്നത് 1980 എത്തിയപ്പോൾ 45 ശതമാനമായി ഉയർന്നു. ചെറുകിട വ്യവസായ വായ്പ 1968 ൽ 7 ശതമാനമായിരുന്നു. 1973 ൽ അത് 12 ശതമാനമായി 1990 വരെ ഈ വായ്പ 11-54 ശതമാനത്തിനിടയിൽ തുടർന്നു. ചുരുക്കത്തിൽ ബാങ്കുകൾക്കുമേൽ ഉണ്ടായിരുന്ന കോർപ്പറേറ്റ് നിയന്ത്രണമവസാനിപ്പിച്ച് സാമൂഹ്യ നിയന്ത്രണവും പൊതുടമസ്ഥതയും ഏർപ്പെടുത്തിയ നടപടികളെത്തുടർന്ന് സാമൂഹ്യ ഉൾച്ചേർക്കൽ എന്ന ലക്ഷ്യം കൈവരിക്കുന്നതിൽ നാടകീയമായ പുരോഗതിയാണ് കൈവരിക്കാൻ കഴിഞ്ഞത്.

ചെറുകിട വായ്പയുടെ വർദ്ധനവിലും ഇതേ പ്രവണത കാണാം. ദേശസാല്ക്കരണത്തിനു തൊട്ടുപിന്നാലെയും അതിനുശേഷമുള്ള രണ്ടു

ദശാബ്ദത്തിലും വലിയ മുന്നേറ്റമാണുണ്ടായതും. 1972 ഡിസംബറിനും 1983 ജൂണിനുമിടയിൽ 21 ദശലക്ഷം പുതിയ വായ്പാ അക്കൗണ്ടുകളാണ് തുറന്നത്. അതിൽ 93 ശതമാനവും (20 ദശലക്ഷം) 10,000 രൂപയോ അതിൽ താഴെയോ ഉള്ള വായ്പാ അക്കൗണ്ടുകളായിരുന്നു. 1992 മാർച്ച് വരെയുള്ള തുടർന്നുള്ള 2 ദശാബ്ദക്കാലത്തും ഇതേ പ്രവണത തുടർന്നു.

റീജിയണൽ റൂറൽ ബാങ്കുകൾ

പൊതുമേഖലാ ബാങ്കിങ് സംവിധാനത്തിലേക്കുള്ള മറ്റൊരു ചുവ ടുവയ്പായിരുന്നു റീജിയണൽ റൂറൽ ബാങ്കുകളുടെ (RRBs) സ്ഥാപനം. പാവപ്പെട്ടവർക്ക് ചെലവു കുറഞ്ഞ ബാങ്കിങ് സേവനം പരിഗണിക്കാൻ നിയമിതമായ നരസിംഹം വർക്കിങ് ഗ്രൂപ്പ് (1975) "പ്രാദേശിക അന്തരീ ക്ഷവും ഗ്രാമീണ ജീവിതബന്ധവും സഹകരണസ്ഥാപനങ്ങളെപ്പോലെ സംഘടനാരൂപവും നിക്ഷേപ സമാഹരണവും കൊമേഴ്സ്യൽ ബാങ്കു കളുടെ ആധുനികതയും കൂടിച്ചേർന്ന പുതിയ ഒരു ബാങ്കിങ് രൂപം നിർദ്ദേ ശിച്ചു. ഗ്രാമീണ വായ്പാ രംഗത്ത് വിവിധ ഏജൻസികളെ ഒന്നിപ്പിക്കുന്ന ഈ സമീപനം തീവ്രകാർഷിക വികസന തന്ത്രത്തിന് (ഹരിതവിപ്ലവം) അനുരോധനമായി 1960 കളിൽ ആരംഭിച്ച നീക്കത്തിന്റെ കൂടി തുടർച്ച യായിരുന്നു. ഈ ഉദ്യമം 1970 മദ്ധ്യത്തോടെ ഇന്ത്യൻ ഗ്രാമീണ മേഖല യിൽ വിപുലമായി പടരാനുള്ള തയ്യാറെടുപ്പിലായിരുന്നു. അതിനൊപ്പം ഗ്രാമീണ മേഖലയിൽ സാമ്പത്തിക ഇടപാടുകൾക്കുള്ള വർദ്ധിച്ച സാദ്ധ്യ തയും ഒത്തുചേർന്നപ്പോൾ അവിടെ ഗ്രാമീണ ബാങ്കുകൾക്ക് അർത്ഥ പൂർണ്ണമായ പ്രവർത്തനത്തിനാണ് വേദിയൊരുക്കപ്പെട്ടത്. 1976 ലെ RRB നിയമം വികസന, വിതരണം സംബന്ധിച്ച ഈ ഉദാത്ത ലക്ഷ്യം ഉയർത്തി പ്പിടിച്ച് ഇങ്ങനെ പ്രഖ്യാപിച്ചു.

> കൃഷി, കച്ചവടം, വാണിജ്യം, വ്യവസായം, ഗ്രാമീണ മേഖലയിലെ ഇതര വികസന പരിപാടികൾ, വായ്പ, മറ്റു സൗകര്യങ്ങൾ, പ്രത്യേ കിച്ചും ചെറുകിട കൃഷിക്കാർക്കും, കർഷക തൊഴിലാളി കൾക്കും കരകൗശല പണിക്കാർക്കും ചെറുകിട സംരംഭകർക്കും അതുമായി ബന്ധപ്പെട്ട മറ്റു വിഭാഗങ്ങൾക്കാകെയും വികസനം സാദ്ധ്യമാക്കുക എന്ന വീക്ഷണത്തോടെയാണ് ഈ സംരംഭം.

അതിനുശേഷമുള്ള ഒന്നര ദശാബ്ദക്കാലത്ത് രാജ്യവ്യാപകമായി വൻതോതിൽ ബാങ്കുകളുടെയും ശാഖകളുടെയും എണ്ണം വർദ്ധിക്കു ന്നതും വായ്പാ വിതരണം ത്വരിതപ്പെടുന്നതും കാണാം. 1975 ഡിസംബ റിൽ 6 RBB കളും 12 ജില്ലകളിൽ 17 ശാഖകളുമെന്നതിൽനിന്ന് 1991 ൽ ഗ്രാമീണ മേഖലയിൽ 476 ജില്ലകളിൽ 196 RRB കളും 14000 ശാഖകളു മായി വർദ്ധിച്ചു. മൂന്നു ഗ്രാമങ്ങൾക്ക് ശരാശരി ഒരു ശാഖയെന്ന കണ ക്കിൽ വർദ്ധനവാണുണ്ടായത്. ഇവയെല്ലാം ചേർന്ന് 3500 കോടി രൂപ

വായ്പ നല്കി. 4100 കോടി രൂപയുടെ നിക്ഷേപം സമാഹരിച്ചു. ശാഖക ളുടെ 90 ശതമാനവും ഗ്രാമീണ, അർദ്ധ നഗരപ്രദേശങ്ങളിലായിരുന്നു. ഷെഡ്യൂൾ കൊമേഴ്സ്യൽ ബാങ്കുകളുടെ ഗ്രാമീണ ശാഖയിൽ 5 ൽ രണ്ടു ഭാഗം ഗ്രാമീണ ബാങ്കുകളുടേതായിരുന്നു. ഗ്രാമീണ സമൂഹത്തിന് സാമ്പ ത്തിക സ്ഥാപനത്തിൽനിന്ന് വായ്പ ലഭ്യമാക്കാൻ വഴി തുറന്നതാണ് ഒരുപക്ഷേ ഈ ഉദ്യമത്തിന്റെ സുപ്രധാനമായ നേട്ടം. ഗ്രാമീണ ബാങ്കു കളുടെ വായ്പയിൽ ബഹുഭൂരിപക്ഷവും അതായത് 70 ശതമാനം വരെ നല്കിയത് മുൻഗണനാ വിഭാഗങ്ങൾക്കായിരുന്നു. കൃഷിക്കും അനുബന്ധ മേഖലയ്ക്കും മൊത്ത വായ്പയിൽ 50 ശതമാനം ലഭ്യമായി. അതിനൊപ്പം ദാരിദ്ര്യ നിർമ്മാർജ്ജന പദ്ധതികൾക്കും (IRDP) അവഗണിക്കപ്പെട്ട പ്രദേ ശങ്ങളുടെ വികസനത്തിനും (വരൾച്ചാ ബാധിത പ്രദേശം മരുഭൂമി വായ്പ എത്തിക്കാൻ കഴിഞ്ഞു).

ഷെഡ്യൂൾഡ് കൊമേഴ്സ്യൽ ബാങ്കുകളുടെ പ്രവർത്തന മേഖല കളും പ്രകടനവുമായി ഒരു താരതമ്യം ഗ്രാമീണ ബാങ്കുകളുടെ കാര്യ ത്തിൽ സാദ്ധ്യമല്ല. അവയുടെ ഇടപാടുകാർ വ്യത്യസ്തരും ചിതറിക്കിട ക്കുന്നവരും ഒറ്റപ്പെട്ട പ്രദേശങ്ങളിൽ കഴിയുന്നവരുമാണ്. സ്വാഭാവിക മായും ബാങ്കിങ് ഇടപാടിന്റെ ചെലവ് കൂടുതലായിരിക്കും. അതിനാൽ അവയുടെ പ്രവർത്തനക്ഷമത വിലയിരുത്തേണ്ടത് ശാഖാതലത്തിലെ ബിസിനസ് വർദ്ധനവ്, റിക്കവറി നിരക്ക്, ജീവനക്കാരുടെ ഉല്പാദനക്ഷ മത, ഇടപാടുകളിൽ ചെലവു നിയന്ത്രണം, സൂക്ഷ്മ പരിശോധന, സാമൂഹ്യ സാമ്പത്തിക ഉയർച്ചയിലെ പുരോഗതി, ഇടപാടുകാരുടെ ജീവിത നിലവാരത്തിൽ ഉണ്ടായ മാറ്റം എന്നിവയൊക്കെ ഒന്നിച്ചെടു ത്തായിരിക്കണം. ഇതിലെല്ലാം നിർണ്ണായക പങ്കാണ് ഗ്രാമീണ ബാങ്കു കൾ നിർവ്വഹിച്ചത്. എന്നാൽ 1989 ൽ നിയമിതമായ അഗ്രികൾച്ചറൽ ക്രെഡിറ്റ് റെവ്യൂ കമ്മിറ്റി (ഖുസ്രു കമ്മിറ്റി) കണ്ടെത്തിയത് ഈ ബാങ്കു കൾ തുടർന്നു പ്രവർത്തിക്കാൻ ന്യായമില്ലെന്നും അവ സ്പോൺസർ ബാങ്കുമായി ലയിപ്പിക്കണമെന്നുമാണ്. ആ സമയത്ത് അത്തരമൊരു സമീ പനം രാഷ്ട്രീയമായി അചിന്ത്യമായിരുന്നു. അതിനാൽ ഒരു പൊതു സംവാ ദത്തിനിട നല്കാതെ റിസർവ്വുബാങ്കും ഇന്ത്യാ ഗവൺമെന്റും തന്ത്ര പൂർവ്വം ആ റിപ്പോർട്ട് പൂഴ്ത്തി. നവലിബറൽ സാമ്പത്തിക നയങ്ങളും സമ്പദ് ഘടനയുടെ ഉദാരവല്ക്കരണം സ്ഥാപിക്കപ്പെട്ടതോടെ ഗ്രാമീണ ബാങ്ക് പ്രശ്നം വീണ്ടും മുൻനിരയിലേക്ക് വരികയും അവ കമ്പോള ശക്തികൾക്ക് വിട്ടുകൊടുക്കണമെന്ന നിലപാടിന് മുൻതൂക്കം ലഭിക്കയും ചെയ്തു. 1991 ലെ ഒന്നാം നരസിംഹം കമ്മിറ്റി മറ്റെല്ലാ ഘടകങ്ങളുമൊ ഴിവാക്കി ഗ്രാമീണ ബാങ്കുകളുടെ സാമ്പത്തിക ആരോഗ്യത്തിലേക്കു മാത്രം വിരൽ ചൂണ്ടി. 196 ഗ്രാമീണ ബാങ്കുകളിൽ 176 എണ്ണവും ലാഭക രമല്ലെന്ന് കണ്ടെത്തി. ഈ ബാങ്കുകളുടെ അടച്ചു തീർത്ത മൂലധനം (25 ലക്ഷം രൂപ) മിക്ക ബാങ്കുകളുടെയും നഷ്ടം നേരിടുന്നതിന് പര്യാപ്തമ ല്ലെന്ന് വിധിച്ചു. അതിനാൽ ഈ ബാങ്കുകളുടെ നിലനില്പ് ഉറപ്പാക്കാൻ

എല്ലാ വിധ ബാങ്കിങ് ഇടപാടുകളും നടക്കണമെന്നും പ്രവർത്തനം നിശ്ചിതമേഖലകളിലേക്ക് ചുരുക്കരുതെന്നും നരസിംഹം കമ്മിറ്റി നിർദ്ദേശിച്ചു അവ ഉടനെ നടപ്പിൽ വരുത്തുകയും ചെയ്തു.

ഗ്രാമീണ ബാങ്കുകളുടെ പ്രവർത്തനം ഷെഡ്യൂൾഡ് ബാങ്കുകൾക്കൊപ്പമാക്കുന്ന ഈ മാറ്റം ലക്ഷ്യത്തിൽനിന്നുള്ള പിന്തിരിയലാണ്. അത് ഗ്രാമീണ ബാങ്കുകളുടെ ധർമ്മത്തിൽനിന്നുള്ള വഴിപിരിയലാണ്. ശാഖകൾ ഗ്രാമീണ അർദ്ധ നഗര പ്രദേശങ്ങളിൽനിന്ന് പട്ടണങ്ങളിലേക്ക് മാറ്റി സ്ഥാപിച്ചു. മുൻഗണനാ വിഭാഗങ്ങളടക്കമുള്ള ടാർജറ്റ് ഗ്രൂപ്പുകളിൽനിന്ന് വായ്പകൾ മറ്റു മേഖലകളിലേക്കു പോയി. പലിശ നിരക്ക് വർദ്ധിച്ചു. ബാങ്കിന്റെ നിക്ഷേപമേഖലകൾ മാറി. വായ്പാ വളർച്ച താഴേക്കുപോയി. ഈ പ്രവണത ബാങ്കുകളുടെ കൂട്ടിച്ചേർക്കൽ എന്ന നിലപാടിന് ശക്തി പകർന്നു. 2005 ഓടെ ഈ പ്രക്രിയ ആരംഭിച്ചു. ഒരു സംസ്ഥാനത്തിനുള്ളിലെ ഗ്രാമീണ ബാങ്കുകൾ പരസ്പരം കൂട്ടിച്ചേർത്തു. പിന്നീട് സംസ്ഥാനത്ത് വ്യത്യസ്ത സ്പോൺസർ ബാങ്കുകൾക്ക് കീഴിലുള്ള ഗ്രാമീണ ബാങ്കുകളെ ഒന്നിച്ചാക്കി. വലിയ സംസ്ഥാനങ്ങളിൽ രണ്ടോ മൂന്നോ ബാങ്കുകളെ കൂട്ടിച്ചേർത്തു. 2015 റീജിയണൽ റൂറൽ ബാങ്ക് അമന്റ്മെന്റ് ആക്ട് ഗ്രാമീണ ബാങ്കുകളുടെ മൂലധനം 2000 കോടി രൂപയായി നിശ്ചയിക്കയും നിലവിലുള്ള ഓഹരി ഉടമകളായ കേന്ദ്ര, സംസ്ഥാന സർക്കാരുകളെ കൂടാതെ ഇതര മേഖലകളിൽനിന്നും മൂലധനം സ്വീകരിക്കാൻ വ്യവസ്ഥപ്പെടുത്തി. 2017 മാർച്ചിൽ രാജ്യത്ത് പ്രവർത്തിക്കുന്ന ഗ്രാമീണ ബാങ്കുകളുടെ എണ്ണം 56 ലെത്തി. എങ്കിലും അവയുടെ വായ്പയുടെ 90 ശതമാനവും മുൻഗണനാ വിഭാഗത്തിനാണ്. അതിൽ 75 ശതമാനവും കാർഷിക വായ്പകളുമാണ്.

1990 കൾ മുതൽ ബാങ്കുകളുടെ പ്രവർത്തനത്തിലും ബാങ്കിങ് നയത്തിലും വന്ന മാറ്റങ്ങൾ

സാമ്പത്തിക ഉദാരവല്ക്കരണവും ബാങ്കിങ് മേഖലയും

ദേശസാല്ക്കരണത്തിനുശേഷമുള്ള രണ്ടു ദശാബ്ദങ്ങളിലെ വിസ്മയകരമായ പ്രവർത്തനത്തിനുശേഷം 1991 ഓടെ ഇന്ത്യൻ ബാങ്കിങ് നയത്തിലധിഷ്ഠിതമായ പുനഃസംഘടനയ്ക്ക് വിധേയമായി. നവലിബറൽ നയങ്ങളിലേക്കുള്ള ഈ മാറ്റം 1991 ലെ വിദേശ നാണയപ്രശ്നത്തെ മുൻനിർത്തിയായിരുന്നെങ്കിലും ഗവൺമെന്റിനുമുന്നിൽ ലഭ്യമായ മാർഗ്ഗം അതു മാത്രമായിരുന്നില്ല. ഇന്ത്യക്ക് താരതമ്യേന ലളിതമായ ചില വ്യവസ്ഥകളുടെ അടിസ്ഥാനത്തിൽ വായ്പയെടുത്ത് ഘടനാപരമായ സമഗ്ര പൊളിച്ചെഴുത്തിനു വഴങ്ങാതെ വിദേശ കടമെന്ന പ്രശ്നം പരിഹരിക്കാൻ കഴിയുമായിരുന്നു. അത്തരം അഴിച്ചുപണിക്ക് തയ്യാറായത് സമ്പദ് രംഗത്ത് അനിവാര്യത അനുഭവപ്പെട്ടതുകൊണ്ടല്ല. IMF ഉം ലോകബാങ്കും ഇന്ത്യാ ഗവൺമെന്റിലുള്ള ശക്തികളും ബിസിനസ് പ്രമാണിമാരും ചേർന്ന് ഈ അവസരം ദൈവാനുഗ്രഹമായി കണക്കാക്കി ഘടനാപരമായ പരിഷ്കാരമെന്ന പേരിൽ സ്വാതന്ത്ര്യാനന്തരം ഇവിടെ നിലനിന്ന ഭരണകൂട നിയന്ത്രണമുള്ള സംവിധാനം തകർക്കാൻ (പരിഹരിക്കാൻ എന്നാണ് പറഞ്ഞതെങ്കിലും) ശ്രമിക്കയാണ് ചെയ്തത്. അതായത് നവലിബറലിസത്തിലേക്കും സാമ്പത്തിക ഉദാരവല്ക്കരണത്തിലേക്കും ഉള്ള പെട്ടെന്നുള്ള മാറ്റത്തിന്റെ തുടർച്ചയായി ഒരു നിശ്ശബ്ദ അട്ടിമറിയിലൂടെ രാജ്യത്തെ ഘടനാപരമായ മാറ്റമെന്ന കെണിയിൽ പെടുത്തുകയാണുണ്ടായത്. യഥാർത്ഥത്തിൽ ബാലൻസ് ഓഫ് പേയ്മെന്റ്സ് കുഴപ്പത്തെപ്പറ്റി ധവള പത്രം പുറപ്പെടുവിക്കണമെന്ന വിവിധ പ്രതിപക്ഷ രാഷ്ട്രീയ പാർട്ടികളുടെ ആവശ്യം അന്ന് സർക്കാർ അവഗണിക്കയാണ് ചെയ്തത്.

പൊതു ഉടമസ്ഥതയ്ക്ക് മേധാവിത്തമുള്ള ബാങ്കിങ് സംവിധാനം

ദേശസാല്ക്കരണത്തിന്റെ ലക്ഷ്യങ്ങൾ നേടുന്നതിൽ പരാജയപ്പെട്ടതിനാ
ലാണ് 1991 ൽ അടവു ശാസ്ത്ര പ്രതിസന്ധിയെത്തുടർന്ന് സമൂലമായ
മാറ്റത്തോടെ സാമ്പത്തിക നയം പുനരാവിഷ്കരിച്ചതെന്ന് അവകാശപ്പെ
ടാൻ കഴിയില്ല. യഥാർത്ഥത്തിൽ ബാങ്കുകൾ വികസിച്ചതും അതു ജന
ങ്ങളിലേക്കെത്തിയതും വായ്പയ്ക്ക് വിഭവം വർദ്ധിച്ചതും, നിക്ഷേപ
മുയർന്നതും ബാങ്കുകളില്ലാത്ത പ്രദേശങ്ങളിലും ജനങ്ങളിലും എത്തി
ച്ചേർന്നതും വ്യവസായത്തിനും വൻ ബിസിനസിനും മാത്രം വായ്പ
എന്നതിൽ നിന്നുമാറി കൃഷിക്ക് വായ്പയും ഉൾച്ചേർന്ന ബാങ്കിങ് രീതി
കളും നടപ്പിലായതും റീജിയണൽ റൂറൽ ബാങ്കുകളാരംഭിച്ച് താഴെത്തട്ടി
ലേക്ക് ബാങ്കിങ് എത്തിച്ചതും സാമൂഹ്യ ബാങ്കിങ് രീതികളാവിഷ്കരി
ച്ചതും ദ്യോതിപ്പിക്കുന്നത് അതിന്റെ വിജയത്തെയാണ്. ഈ സൂചികക
ളെല്ലാം കാണിക്കുന്നത് ഒരു ദശാബ്ദത്തിലേറെ വരുന്ന സമയത്തിനു
ള്ളിൽ പൊതുമേഖല ബാങ്കുകൾ ഏറെ നേട്ടങ്ങളേകിയെങ്കിൽ അതിനു
മുമ്പുള്ള രണ്ടു ദശകങ്ങളിൽ സ്വകാര്യ ഉടമസ്ഥതയിലുള്ള ബാങ്കുകൾ
ഭാഗികമായി പോലും ഇത്തരം നേട്ടങ്ങളുറപ്പിക്കുന്നതിൽ പരാജയപ്പെട്ടു
എന്നുകൂടിയാണ്. സ്വാതന്ത്ര്യാനന്തരം രൂപംനല്കിയ ബാങ്കിങ് നയം
രാജ്യത്തിന്റെ സമ്പാദ്യത്തിന്റെ ഇടനിലക്കാരായി സ്വകാര്യ ബാങ്കുകളെ
ക്കണ്ട് ഉൾച്ചേർന്ന വികസനത്തിന്റെ ഉപകരണങ്ങളായി അവരോധിച്ച
ശേഷവും ബാങ്ക് തകർച്ചയുണ്ടായി എന്നതും വസ്തുതയാണ്.

സോഷ്യൽ ബാങ്കിങ്ങിന്റെ ചരിത്രനേട്ടങ്ങൾ ഇടിച്ചു താഴ്ത്തിയതി
നൊപ്പം നയം മാറ്റത്തിന് ഊന്നൽ നല്കാൻ ദേശസാല്ക്കരണത്തിന്റെ
'പരാജയം' എന്ന പ്രതീതി സൃഷ്ടിക്കാൻ പൊതുമേഖലാ ബാങ്കുകളുടെ
കുറഞ്ഞുവരുന്ന ലാഭക്ഷമത, മുൻഗണനാ വിഭാഗങ്ങൾക്കും മറ്റും വായ്പ
തിരിച്ചു വിട്ടതിലൂടെ വന്ന കിട്ടാക്കടം പൊതുമേഖലാബാങ്കുകൾ ഇടപാ
ടുകാർക്ക് നല്കുന്ന സേവന പോരായ്മ എന്നിവയൊക്കെ മുൻനിരയി
ലേക്കു കൊണ്ടുവന്നു. നരസിംഹം നേതൃത്വം നല്കിയ 2 കമ്മിറ്റികളുടെ
1991 ലെയും 1998 ലെയും റിപ്പോർട്ടിലേക്കൊന്നു തിരിഞ്ഞു നോക്കിയാൽ
നാലു കാര്യങ്ങളാണ് അവ ലക്ഷ്യം വയ്ക്കുന്നതെന്ന് ബോദ്ധ്യമാകും.
(1) ഇനിമേൽ ദേശസാല്ക്കരണമില്ല എന്നു പ്രഖ്യാപിച്ച് ബാങ്കിങ്ങിന്റെ
പൊതുമേഖലാ സ്വഭാവം കുറയ്ക്കുകയും ഓഹരി ഉടമസ്ഥതയിൽ
വെള്ളം ചേർത്ത് ആഭ്യന്തര, വിദേശ ഓഹരികൾ അനുവദിക്കുകയും
ചെയ്യുക (അതിനനുസൃതമായി ഗവൺമെന്റിന്റെ ഓഹരി വിഹിതം കുറ
യും) (ii) ഓഹരി വിഹിതത്തിനായി ബഡ്ജറ്റിൽനിന്ന് വക കണ്ടെത്തു
ന്നതിനുപകരം കമ്പോളത്തിൽനിന്ന് (ഓഹരി വില്പനയിലൂടെ) സംഭ
രിച്ച് ബേസൽ വ്യവസ്ഥ പ്രകാരമുള്ള ഓഹരി അനുപാതം കമ്പോള
ബന്ധിതമായി വ്യവസ്ഥ പ്രകാരം കണ്ടെത്തുക (iii) ധനമേഖലയിൽ
ബാങ്കിങ്ങിന്റെ മേധാവിത്തം പുതിയ കമ്പോളങ്ങളും സ്ഥാപനങ്ങളും ഉപ
കരണങ്ങളും ഉപയോഗിച്ച് വൈവിദ്ധ്യവല്ക്കരിക്കുന്നതിലൂടെ ചുരുക്കി
ക്കൊണ്ടു വരിക (iv) ദേശീയ സമ്പാദ്യത്തിൽനിന്ന് സ്റ്റാറ്റ്യൂട്ടറി ലിക്വി

ഡിറ്റി റേഷ്യോ പ്രകാരം വികസനത്തിനായി തുക ശേഖരിക്കുന്നത് കുറ
യ്ക്കുകയും വികസന ബാങ്കുകളുടെ (IDBI Bank, ICICI Bank തുട
ങ്ങിയ വികസന ബാങ്കിങ് സ്ഥാപനങ്ങൾ) പ്രത്യേക പദവി അവസാനി
പ്പിക്കുകയും ചെയ്യുക.

അവസാനത്തെ ലക്ഷ്യം പ്രധാനപ്പെട്ടതാണ്. വികസന ധനകാര്യ
സ്ഥാപനങ്ങളുടെ അന്ത്യം നവലിബറൽ പരിഷ്കാരങ്ങൾ ലക്ഷ്യംവച്ച
പ്രധാന ഘടകമാണ്. സ്വാതന്ത്ര്യം ലഭിച്ചതിനു തൊട്ടുപിറകെ ഇന്ത്യൻ
സമ്പദ്ഘടന ഇത്തരം സ്ഥാപനങ്ങൾക്ക് ഊന്നൽ നൽകിയതിന് പ്രധാ
നപ്പെട്ട രണ്ടു കാരണങ്ങളിവയാണ്. ആഭ്യന്തര വ്യവസായികളുടെ
കൈവശം ഉള്ള മൂലധനത്തിന്റെ അപര്യാപ്തത, ദീർഘകാല വായ്പ
യ്ക്കുള്ള കമ്പോളത്തിന്റെ അഭാവം (ബോണ്ടുകൾ, ഓഹരി മാർക്കറ്റു
കൾ തുടങ്ങിയവ) മൂലധനാധിഷ്ഠിത വ്യവസായങ്ങളിൽ ഭാഗികമായി
അത്തരം നിക്ഷേപം അനിവാര്യമായിരുന്നു. ബാങ്കുകൾക്ക് മാത്രമായി
ഫലത്തിൽ ആ വിടവ് നികത്താനാവില്ലെന്ന് സ്വാതന്ത്ര്യാനന്തര നയം
വിലയിരുത്തി. ആ ഉത്തരവാദിത്വം ഏറ്റെടുക്കുന്നതിന് അവർക്ക് പരിമി
തികളുണ്ട്. ബാങ്കുകൾ നിക്ഷേപം സമാഹരിക്കുന്നത് (വൻകിടക്കാരെ
കൂടാതെ) ചെറുതും ഇടത്തരവുമായ നിക്ഷേപകരിൽനിന്നാണ്. അവ
രുടെ നിക്ഷേപകാലാവധി ചുരുങ്ങിയതാണ്. അതിൽനിന്നുള്ള ആദാ
യവും മൂലധനത്തിന്റെ അപകടസ്ഥിതിയും പരിഗണിച്ച് പെട്ടെന്ന് പണ
മായി മാറ്റാൻ കഴിയുന്ന നിക്ഷേപരീതിയാണ് അവർ പരിഗണിക്കുക.
വ്യവസായ നിക്ഷേപകർക്ക് നൽകുന്നത് വൻതോതിലുള്ള വായ്പയാണ്.
അത്തരം വായ്പയ്ക്ക് അപകടസ്ഥിതിയുണ്ട് (Risk). പെട്ടെന്നുള്ള തിരി
ച്ചടവും സാദ്ധ്യമല്ല. അതിനാൽ ബാങ്കുകൾ വ്യവസായത്തിൽ നിക്ഷേ
പിക്കുന്നത് നിക്ഷേപത്തിന്റെ കാലാവധി, അതിന്റെ തരളത തുടങ്ങിയ
വയുമായൊക്കെ ബന്ധപ്പെട്ടു നില്ക്കുന്നതാണ്. അതിനാൽ അത്തരം
വായ്പ നല്കാൻ ഇതര മാർഗ്ഗങ്ങൾ തേടേണ്ടിയിരുന്നു.

ഈ വിടവ് വികസന ധനകാര്യ സ്ഥാപനങ്ങളിലൂടെ നികത്താനാണ്
സർക്കാർ ശ്രമിച്ചത്. അതിനുള്ള പശ്ചാത്തല സൗകര്യം വിവിധ സ്ഥാപ
നങ്ങൾ വിവിധ രീതിയിൽ ഒരു നീണ്ട സമയം കൊണ്ടാണ് ഒരുക്കിയെ
ടുത്ത്. 'തുറന്ന കമ്പോള'ത്തിൽ നിന്നല്ലാതെ അതിനുള്ള ഫണ്ട്
ഗവൺമെന്റിന്റെ ബഡ്ജറ്റിലൂടെയും റിസർവ് ബാങ്കിന്റെ പക്കലുള്ള മിച്ച
ത്തിലൂടെയും സാമ്പത്തിക സ്ഥാപനങ്ങൾ ബോണ്ടുകൾ വാങ്ങിയുമൊ
ക്കെയാണ് സമാഹരിച്ചത്. സർക്കാർ മാർഗ്ഗങ്ങളിലൂടെയും ബോണ്ടു
കൾക്ക് സർക്കാർ ഗ്യാരന്റി നല്കിയും നടത്തിയ സമാഹരണമായതി
നാൽ അതിന്റെ മൂലധനച്ചെലവ് താരതമ്യേന താഴ്ത്തി നിർത്താൻ
കഴിഞ്ഞു. അതിനാൽ ദീർഘനാളത്തേക്ക് കുറഞ്ഞപലിശയ്ക്ക് വായ്പ
നല്കാനായി. ഇന്ത്യയിലെ പില്ക്കാല വ്യവസായവല്ക്കരണത്തിന്റെ
ഉദാത്തമാതൃകയായി ഇത്തരം വികസന ധനകാര്യസ്ഥാപനങ്ങൾ 1990
വരെ തുടർന്നു.

ബ്രസീൽ പോലുള്ള ഇതര രാജ്യങ്ങൾ സമാനമായ വഴിയിൽ BNDES എന്ന പേരിൽ വൻകിട വികസനബാങ്കിങ് ഏർപ്പെടുത്തിയി രുന്നു. സാമ്പത്തിക ഉദാരവല്ക്കരണം തുടർന്നപ്പോഴും ഇത്തരം സ്ഥാപ നങ്ങളുടെ പ്രവർത്തനം തുടരുകയാണവർ ചെയ്തത്. ചൈനയിലെ ചൈനാ ഡെവലപ്മെന്റ് ബാങ്ക് ആരംഭിച്ചതു തന്നെ പരിഷ്കാര നടപടി കൾ തുടങ്ങിയശേഷമാണ്. സാമ്പത്തിക കമ്പോളത്തിൽ വലിയ സ്വാധീനം അതിനുണ്ട് ഇന്ത്യ ഗവൺമെന്റ് പക്ഷേ, ഉദാരവല്ക്കരണ ത്തിന്റെ ഭാഗമായി അത്തരം ബാങ്ക് വേണ്ടെന്ന് തീരുമാനിച്ചു. നരസിംഹം കമ്മിറ്റി റിപ്പോർട്ടിന്റെ അടിസ്ഥാനത്തിൽ കൊമേഴ്സ്യൽ ബാങ്കിന്റെ പങ്ക് കവരുന്നു എന്ന വാദമുന്നയിച്ചാണ് ഈ നടപടി സ്വീകരിച്ചത്.ചിലതിനെ യൊക്കെ സ്വയം ക്ഷീണിതമാക്കി. IDBI, ICICI പോലുള്ളവയെ കൊമേ ഴ്സ്യൽ ബാങ്ക് തുടങ്ങാൻ അനുവദിച്ചു. എന്നിട്ട് റിവേഴ്സ് മെർജർ നട പ്പാക്കി. ദീർഘകാല വായ്പയുടെ കാര്യത്തിൽ ഏറെ സംഭാവന നല്കിയ പൊതുമേഖലാ ഇൻഷുറൻസ് കമ്പനികൾ കൈകാര്യം ചെയ്ത ആസ്തി കൾ പുതിയ സ്വകാര്യ സ്ഥാപനങ്ങളുമായി മത്സരത്തിനു വിട്ടുകൊടുത്തു അതിന്റെയൊക്കെ ഫലമായി മൂലധനാധിഷ്ഠിത പ്രോജക്ടുകളിൽ നിക്ഷേപം വേണ്ടവർക്ക് ദീർഘകാല വായ്പയ്ക്കായി ബാങ്കുകളെ സമീ പിക്കേണ്ട സ്ഥിതി വന്നുചേർന്നു.

1991 മുതലിങ്ങോട്ടുള്ള പാതയും ഫലങ്ങളും ഒരേതരത്തിലല്ലായി രുന്നു. ഒരു ഭാഗത്ത് സാമൂഹ്യ ബാങ്കിങ്ങിന്റെ ലക്ഷ്യങ്ങൾ നേടുന്നതിൽ പരാജയപ്പെട്ടു. ദേശസാല്ക്കരണശേഷം ആർജ്ജിച്ച പല നേട്ടങ്ങൾക്കും തിരിച്ചടി നേരിട്ടു. പാവപ്പെട്ടവർക്കും, ചെറുകിട ഉല്പാദകർക്കും ചെറു കിട കർഷകർക്കും ബാങ്കിങ് മേഖലയിൽനിന്നുള്ള നേട്ടം നിഷേധിക്ക പ്പെട്ടു. സാമ്പത്തിക രംഗത്ത് സ്വീകരിക്കും. വൈവിധ്യവല്ക്കരണം (di-versification) ബാങ്കുകളുടെ തകർച്ചാ സാദ്ധ്യത കുറയ്ക്കുന്നതിനു പകരം അത് വർദ്ധിച്ചു ഈ നയങ്ങളാകെ ചേർന്ന് ബാങ്കിങ് മേഖല യിലെ ഇന്നത്തെ പ്രതിസന്ധിയിലേക്ക് നയിച്ചു. നയങ്ങളിൽ വരുത്തിയ മാറ്റവും ബാഹ്യഘടകങ്ങളും ബാങ്കിന്റെ ആരോഗ്യത്തെയും പ്രവർത്ത നത്തെയും സ്വാധീനിക്കയും ചെയ്തു.

ഉദാരവല്ക്കരണശേഷം 2003 വരെ:

നവ ഉദാരവല്ക്കരണം തുടങ്ങിയശേഷം ബാങ്കിങ് നയവും പ്രവർത്ത നങ്ങൾ പൊളിച്ചെഴുത്തിന് വിധേയമായ ഘട്ടമാണ് 1991 മുതൽ 2003 വരെയുള്ളത്. അതിൽത്തന്നെ 2003 ന് കൂടുതൽ പ്രത്യേകതയുണ്ട്. അന്നു തൊട്ടിങ്ങോട്ട് ബാങ്കിങ് വ്യവസായം പുതിയൊരു ദിശയിലേക്ക് നീങ്ങി. നവലിബറലിസ നയങ്ങൾക്ക് അനിവാര്യമല്ലെങ്കിൽപ്പോലും അഴിച്ചു പണിപ്രയോഗം നിർബ്ബന്ധപൂർവ്വം അക്കാലത്ത് തുടർന്നു.

അതിൽ ഒന്നാമത്തെ നടപടി വായ്പാവിതരണ രീതിയിൽ ഏർപ്പെ ടുത്തിയ മാറ്റമാണ്. 1990 ലെ നയപരിപാടി പ്രകാരം കിട്ടാക്കടം പരമാ

വധി കുറച്ചു നിർത്തുകയും മൂലധന പര്യാപ്തത അനുപാതം (Capital adequate ratio) വർദ്ധിപ്പിക്കയും വേണം. ഇങ്ങനെ വന്നപ്പോൾ ബാങ്കു കൾ വായ്പ നല്കുന്നതിൽ വിമുഖരായി. അതേത്തുടർന്ന് കൊമേഴ്സ്യൽ ബാങ്കുകളുടെ കട-നിക്ഷേപ അനുപാതത്തിൽ (Credit deposit ratio CDR) മൊത്തത്തിൽ വലിയ കുറവുണ്ടായി. 1990-91 60.4 ശതമാനമാ യിരുന്ന CDR 1998-99 ൽ 51.7 ശതമാനമായി കുറഞ്ഞു. 1992 മുതൽ കാഷ് റിസർവ്വ് റേഷ്യോയും (CRR) സ്റ്റാറ്റ്യൂട്ടറി ലികിഡിറ്റി റേഷ്യോയും (SLR) ഘട്ടം ഘട്ടമായി കുറച്ച് വായ്പ നല്കാൻ ബാങ്കുകളുടെ കൈവശം ധാരാളം ഫണ്ട് ഉണ്ടായിരുന്നപ്പോഴാണ് ഇങ്ങനെ കുറവുണ്ടാ യത്. വായ്പ വാങ്ങാൻ വിശ്വസ്തരായ വായ്പക്കാരോ ഡിമാന്റോ നല്കി യിരുന്നതുമൂലമാണ് ഇങ്ങനെയുണ്ടായതെന്ന് വേണമെങ്കിൽ വാദിക്കാം. CDR ൽ കുറവു വന്ന അതേ സമയം തന്നെ ഗവൺമെന്റ് കടപ്പത്ര ങ്ങൾക്കും വായ്പയ്ക്കും നിക്ഷേപത്തിനുമെല്ലാം ഡിമാന്റ് വർദ്ധിച്ചു എന്നതിൽനിന്ന് ഈ വാദം നിരർത്ഥകമാണെന്ന് തെളിയുന്നു. പട്ടിക 1 ൽ കൊടുത്തിട്ടുള്ള കണക്കുകൾ അതാണ് വിളിച്ചു പറയുന്നത്.

Table 1:
**Credit Deposit Ratio and Investment
in Government Securities as per cent of
Total Earning Assets of SCBs, 1990-91 to 2016-17**

Year	Credit-Deposit Ratio	Investment in Govt securities (Rs crore)	Total earning assets (Rs crore)	Investment as % of total assets
1990-91	60.40%	499.98	2208.09	22.64%
1991-92	54.43%	627.27	2578.94	24.32%
1992-93	56.59%	759.45	2972.16	25.55%
1993-94	52.17%	1012.02	3561.24	28.42%
1994-95	54.69%	1176.85	4351.19	27.05%
1995-96	58.55%	1322.27	4860.35	27.21%
1996-97	55.06%	1588.9	5386.55	29.50%
1997-98	54.15%	1869.57	6247.25	29.93%
1998-99	51.66%	2232.17	7217.67	30.93%
1999-00	53.60%	2784.56	8457.69	32.92%
2000-01	53.13%	3400.35	10034.92	33.89%
2001-02	53.45%	4111.76	11432.58	35.97%
2002-03	56.93%	5234.17	13941.15	37.54%
2003-04	55.89%	6547.58	16355.49	40.03%

2004-05	64.72%	7189.82	19789.85	36.33%
2005-06	71.46%	7007.42	24059.85	29.12%
2006-07	73.94%	7760.58	29803.69	26.04%
2007-08	73.88%	9586.61	36816.28	26.04%
2008-09	72.39%	11557.86	43027.25	26.86%
2009-10	72.22%	13783.95	50453.75	27.32%
2010-11	75.69%	14971.48	59172.5	25.30%
2011-12	78.05%	17350.18	68508.22	25.33%
2012-13	77.93%	20036.53	77687.79	25.79%
2013-14	77.79%	22111.94	87183.1	25.36%
2014-15	76.60%	24897.51	96230.9	25.87%
2015-16	77.72%	26239.33	105229.7	24.94%
2016-17	72.90%	30297.48	116249.3	26.06%

ഇതു പ്രകാരം 1990-91 ൽ ഗവൺമെന്റ് കടപ്പത്രങ്ങളിലുണ്ടായിരുന്ന ബാങ്കുകളുടെ നിക്ഷേപം 23 ശതമാനം എന്നത് 1998-99 ൽ 31 ശതമാന മായി. 2003 - 04 ൽ അത് 40 ശതമാനമായി ഉയർന്നു. അതായത് അപ കടം കുറഞ്ഞ, വരുമാനം കൂടുതൽ ഉറപ്പു നല്കുന്ന സർക്കാർ കടപ്പത്ര ങ്ങളിൽ ബാങ്കുകൾ അവരുടെ കൈവശമുള്ള വായ്പ നല്കാൻ കഴി യുന്ന പണം വൻതോതിൽ നിക്ഷേപിക്കയായിരുന്നു.

എന്നാൽ 2003-04 നുശേഷം വായ്പയുടെ കാര്യത്തിൽ ഒരു കുതിച്ചു കയറ്റമുണ്ടായി. 2006-07 ൽ CDR 74 ശതമാനമായി. 2011-12 ൽ പിന്നെയും ഉയർന്ന് 78 ശതമാനത്തിലെത്തി. സർക്കാർ കടപ്പത്ര നിക്ഷേപം ഗണ്യ മായി കുറഞ്ഞു. ഉദാരവല്ക്കരണത്തിന്റെ ആദ്യഘട്ടത്തിലെ അറച്ചു നില്ക്കുന്ന വായ്പാ രീതിയിൽനിന്ന് 2003 നുശേഷം കടം കൊടുപ്പിന്റെ കവിഞ്ഞൊഴുകലിലേക്ക് ബാങ്കുകൾ വഴിമാറി.

മാറ്റത്തിലെ രണ്ടാമത്തെ ഘടകം ബാങ്കുകളുടെ കിട്ടാക്കടത്തിൽ (NPAT) ഉണ്ടായ മാറ്റമാണ്. 1991 മുതൽ 2008-09 വരെ ബാങ്കുകളുടെ WPA അനുപാതം കുറഞ്ഞുവന്നിരുന്നു. പിന്നീടത് പെട്ടെന്ന് ഉയർന്നു

Table 2:

NPA Ratios of Public Sector Banks in India (per cent)

	Gross NPAs to Advances Ratio	Gross NPAs to Assets Ratio	Net NPAs to Net Advances Ratio	Net NPAs to Asset Ratio
1992-93	23.1	11.8		
1993-94	24.8	10.8		
1994-95	19.5	8.7	10.7	4

1995-96	18	8.2	8.9	3.6
1996-97	17.8	7.8	9.2	3.6
1997-98	16	7	8.2	3.3
1998-99	15.9	6.7	7.1	3.1
1999-00	14	6	6.9	2.9
2000-01	12.4	5.3	6.3	2.7
2001-02	11.1	4.9	5.8	2.4
2002-03	9.4	4.2	4.5	1.9
2003-04	7.8	3.5	3.1	1.3
2004-05	5.5	2.7	2	1
2005-06	3.6	2.1	1.3	0.7
2006-07	2.7	1.6	1.1	0.6
2007-08	2.2	1.3	1	0.6
2008-09	2	1.2	0.9	0.6
2009-10	2.2	1.3	1.1	0.7
2010-11	2.4	1.4	1.1	0.7
2011-12	3.3	2	1.5	1
2012-13	3.6	2.4	2	1.3
2013-14	4.4	2.9	2.6	1.6
2014-15	5	3.2	2.9	1.8
2015-16	9.3	6	5.7	3.5
2016-17	12.5			

കിട്ടാക്കടത്തിന്റെ അളവ് കുറച്ചു കാണിക്കാൻ ആസ്തികളുടെ തരം തിരിവിൽ മാറ്റം വരുത്തി നിലവാരമുള്ള ആസ്തികളായി ബാങ്കുകൾ കണക്കിൽ കാണിക്കുന്നതു മാറ്റി ആസ്തികളുടെ തരംതിരിവ് റിസർവ് ബാങ്ക് കർശനമാക്കുകയും 2017 മാർച്ചോടെ പുതിയ രീതിയിൽ മാറണ മെന്ന് നിർബ്ബന്ധിക്കയും ചെയ്തതോടെയാണ് ഈ മാറ്റം വന്നത്. അപ്പോൾ 2017 ൽ കിട്ടാക്കടത്തിൽ വലിയ പങ്ക്, അതായത് 81 ശതമാനം പൊതുമേഖലാ ബാങ്കുകളുടേതാണെന്ന് കണ്ടു. അതായത് ബാങ്കുകളെ നിയന്ത്രിക്കുന്ന കേന്ദ്രസർക്കാരിന്റെ ഭാഗത്തുനിന്നുള്ള ഇടപെടലും ഒത്തുകളിയുമാണ് ഇത്തരം സ്ഥിതി സംജാതമായതിന് കാരണമെന്ന് തെളിയുകയായിരുന്നു.

കിട്ടാക്കടത്തിൽ തന്നെ കാണാൻ കഴിഞ്ഞ ചില പ്രത്യേകതകളാണ് മൂന്നാമത്തേത്. 1990 കളിലെ കിട്ടാക്കടത്തിന് പ്രധാന കാരണം മുൻഗ

ണനാ വിഭാഗം, കൃഷി, ചെറുകിട വ്യവസായ വായ്പകളിലെ തിരിച്ചട വായിരുന്നു. എന്നാൽ 2003 നുശേഷം ഇതിൽ താരതമ്യേന ഏറിയ പങ്കും സ്വകാര്യ നിക്ഷേപം, കോർപ്പറേറ്റ് വായ്പ എന്നിവയിൽ നിന്നായിരുന്നു. പട്ടിക 2 വെളിപ്പെടുത്തുന്നപോലെ 1997 നും 2003 നും ഇടയിൽ മുൻഗ ണന ഇതര (പൊതുമേഖലയടക്കം) വായ്പകളിൽ പകുതിയോ അതി ലധികമോ പൊതുമേഖലാ ബാങ്കുകളിൽനിന്നായിരുന്നു. 2006 മുതൽ ഇതു കുറഞ്ഞ് 2008 ലെത്തിയപ്പോൾ 38 ശതമാനമാവുകയും പിന്നീട് വീണ്ടും വർദ്ധിക്കയും ചെയ്തു. അതിന് ഒരു പ്രധാന കാരണം കോർപ്പ റേറ്റ് വായ്പകൾ പുതുക്കിക്കൊടുത്തതുമൂലമായിരുന്നു (Corporate Debt restructuring - CDR) തിരിച്ചടവിന്റെ കാലാവധി നീട്ടിക്കൊടുത്തോ, പലിശനിരക്ക് കുറച്ചോ, വായ്പയുടെ ഒരു ഭാഗം ഓഹരിയാക്കി മാറ്റി യോ, വായ്പാ പരിധി വർദ്ധിപ്പിച്ചോ വായ്പകൾ പുതുക്കിക്കൊടുക്കുന്ന രീതിയാണിത്, ഇത് കടം തിരിച്ചടയ്ക്കാനാവാത്ത സ്ഥാപനങ്ങൾക്ക് അവ രുടെ പ്രവർത്തനം വീണ്ടും സാധാരണനിലയിലാക്കി കടം തിരിച്ച ടയ്ക്കാൻ കഴിവുള്ള സ്ഥിതിയിൽ തിരികെയെത്തിക്കാനുള്ള സഹായം എന്ന രീതിയിലാണ് നടപ്പാക്കിയത്. നവ ലിബറൽ അജണ്ടയുടെ മറ വിൽ ഗവൺമെന്റ് ഇപ്രകാരം 'പുതുക്കിയ' വായ്പകളെ കിട്ടാക്കടമെ ന്നതു മാറ്റി 'സ്റ്റാൻഡാർഡ് അസറ്റ്' എന്ന ഗണത്തിൽ പെടുത്തുകയും ചെയ്തു. യഥാർത്ഥത്തിൽ ഇതിലൂടെ നിലവിൽ ഉള്ളതും ഇനിവരാൻ സാദ്ധ്യതയുള്ളതുമായ കിട്ടാക്കടം ഒളിപ്പിക്കലായിരുന്നു.

പക്ഷേ, തുടർന്നുള്ള നാളുകളിൽ ഇത്തരം വായ്പക്കാർക്ക് മുന്നോട്ടു പോകാനാവില്ലെന്നും പഴയ സ്ഥിതിയിലേക്കെത്തില്ലെന്നും തിരിച്ചടവു മുട ങ്ങുന്നുവെന്നും കണ്ടപ്പോൾ അവ കിട്ടാക്കടത്തിൽ ഉൾപ്പെടുത്താൻ ബാങ്കു കൾ നിർബ്ബന്ധിതരായി. ഈ രീതി തുടർന്നാൽ അത് ബാങ്കുകളുടെ ബാലൻസ് ഷീറ്റിനെയും വിശ്വാസ്യതയെയും സംവിധാനത്തെ തന്നെയും ബാധിക്കുമെന്നു കണ്ട് 2015 ൽ റിസർവ്വ് ബാങ്ക് ആസ്തിയുടെ ഗുണ പരത പരിശോധിക്കാൻ അസറ്റ് ക്വാളിറ്റി റിവ്യൂ കമ്മിറ്റിയെ നിയമിക്കു കയും തുടർന്ന് സ്റ്റാൻഡാർഡ് അസറ്റാക്കുന്ന രീതി അവസാനിപ്പിക്കയും ചെയ്തു. ഇതോടെ മുൻഗണനാ വിഭാഗങ്ങൾക്കല്ലാത്ത കിട്ടാക്കടത്തിന്റെ അളവ് 2012 മാർച്ചിലെ 50 ശതമാനത്തിൽനിന്നും 2017 മാർച്ചിൽ 77 ശത മാനമായി ഉയർന്നു. അതിൽ വൻകോർപ്പറേറ്റുകളുടെ പങ്ക് വെളിച്ചത്തു വന്നു. 2017 മാർച്ചിൽ ഷെഡ്യൂൾഡ് കൊമേഴ്സ്യൽ ബാങ്കുകൾ നല്കിയ മൊത്തം വായ്പയിൽ കോർപ്പറേറ്റുകളുടെ വൻ വായ്പ (500 കോടിയോ അതിൽ കൂടുതലോ) 56 ശതമാനമാണ് ബാങ്കുകളുടെ മൊത്തം കിട്ടാ ക്കടത്തിൽ 51 ശതമാനവും ഇവരുടേതാണ്. അത്തരം 100 വായ്പക്കാ രുടെ കണക്കെടുത്താൽ അതിൽ 15 മുതൽ 26 ശതമാനംവരെ കിട്ടാ ക്കടം ഇത്തരക്കാരുടേതാണ്. ഇന്ത്യൻ ബാങ്കുകളിന്ന് വൻകിടക്കാർ വരു ത്തിവച്ച കടത്തിന്റെ വൻക്കുരുക്കുകൾക്കു മുകളിൽ കുത്തിയിരിക്ക യാണ്. ആ കടത്തിൽ ഏറിയ പങ്കും തിരിച്ചടവ് സാദ്ധ്യതയില്ലാത്തതാണ്.

Table 3:
Composition of NPAs of Public Sector Banks
(Amount in Rs Billion)

	Priority Sector		Non-Priority Sector		Public Sector		Total
	Amount	%age	Amount	%age	Amount	%age	Amount
1995	192.08	50	178.61	46.5	13.16	3.4	383.85
1996	191.06	48.3	190.67	48.2	14.11	3.6	395.84
1997	207.76	47.7	213.4	49	14.61	3.4	435.77
1998	211.84	46.4	231.07	50.6	13.62	3	456.53
1999	226.06	43.7	276.08	53.4	14.96	2.9	517.1
2000	237.15	44.5	285.24	53.5	10.55	2	532.94
2001	241.56	45.4	273.07	51.4	17.11	3.2	531.74
2002	251.39	44.5	302.51	53.5	11.16	2	565.06
2003	249.38	47.2	267.81	50.7	10.87	2.1	528.06
2004	238.41	47.5	256.98	51.2	6.1	1.2	501.49
2005	215.36	45.2	254.94	53.5	5.92	1.2	476.22
2006	222.36	53.8	182.79	44.2	8.55	2.1	413.7
2007	225.19	58	156.03	40.2	7.32	1.9	388.54
2008	248.74	61.5	150.07	37.1	5.74	1.4	404.56
2009	242.01	53.8	205.28	45.6	2.97	0.7	450.26
2010	304.96	50.9	291.14	48.6	3.14	0.5	599.24
2011	401.86	53.8	342.35	45.9	2.43	0.3	746.64
2012	557.8	47.6	588.26	50.2	26.56	2.3	1172.62
2013	672.76	40.9	960.31	58.4	11.55	0.7	1644.61
2014	798.99	35.2	1472.35	64.8	1.3	0.1	2272.64
2015	966.11	34.7	1815.98	65.2	2.59	0.1	2784.68
2016	1258.09	23.3	4141.48	76.7	34.82	0.6	5399.57
2017	1609.42	23.5	5237.91	76.5	154.66	2.3	6847.32

ഈ പരിവർത്തനത്തിന്റെ ഹേതുക്കളും അതിന്റെ ആഘാതവും അതിന്റെ പ്രതികരണവും മൊത്തം രാജ്യത്തെ സമ്പദ്ഘടനയുടെ പശ്ചാത്തലത്തിൽ വിലയിരുത്തണം. ഇവ ഒരുഭാഗത്ത് പണ, ധന നയങ്ങളുടെ ഭാഗമായും മറുഭാഗത്ത് ആഭ്യന്തരമായി നടത്തുന്ന സാമ്പത്തിക ഉദാര വല്ക്കരണവുമായും ബന്ധപ്പെട്ടു നില്ക്കുന്നു. നവലിബറൽ സൂക്ഷ്മ സാമ്പത്തിക നയം എപ്പോഴും ഭരണകൂടം മുന്നോട്ടുവയ്ക്കുന്ന പുരോഗമന സ്വഭാവമുള്ള സമീപനത്തെ ക്ഷീണിപ്പിക്കാൻ നോക്കും. നികുതി വഴി, അല്ലെങ്കിൽ സർക്കാർ കടമെടുത്ത് ചെലവഴിക്കുന്നതിനുപകരം പണ നയത്തെ ആശ്രയിച്ച് പലിശ നിരക്കിൽ അഡ്ജസ്റ്റ്മെന്റ് നടത്തി സ്വകാര്യ ഉപഭോഗം പ്രോത്സാഹിപ്പിച്ച് അതിന് ഉപോൽബലകമായി നിക്ഷേപം തിരിച്ചുവിടുന്ന വഴിയാണ് അത് സ്വീകരിക്കുന്നത്. ഈ വീക്ഷണത്തോടെ പരിഷ്കരണാനന്തരം നടപ്പാക്കിയ ധനനയത്തിന്റെ കേന്ദ്രബിന്ദു സർക്കാർ

ബാങ്കിങ് സംവിധാനത്തിൽ നിന്നടക്കം കടമെടുത്തു നടത്തുന്ന ധനക്കമ്മി നിയന്ത്രിക്കലാണ്. 2003 ലെ ഫിസ്കൽ റെസ്പോൺസിബിലിറ്റി ആന്റ് ബഡ്ജറ്റ് മാനേജ്മെന്റ് ആക്ടി (FRBM)ലൂടെ ഇത് വിജയകരമായി നടപ്പിൽ വരുത്തി. ഈ ധന ബാങ്കിങ് പരിഷ്കാരങ്ങളും SLR 38.5 ശതമാനത്തിൽനിന്ന് 195 ശതമാനമായി വെട്ടിക്കുറച്ചതും ബാങ്കുകൾ അവരുടെ വിഭവം സർക്കാർ ദീർഘകാല കടപ്പത്രങ്ങളിൽ നിക്ഷേപിക്കുന്നതിനിടയാക്കി. ബാങ്കുകളുടെ നിക്ഷേപകരോടുള്ള ബാദ്ധ്യത ചുരുങ്ങിയ കാലത്തേക്കാണ്. അവർക്ക് പണം ആവശ്യമുള്ളപ്പോൾ തിരികെ കൊടുക്കേണ്ടതിനാൽ പെട്ടെന്ന് പണമാക്കി മാറ്റാൻ കഴിയും വിധമുള്ള ചെറിയ കാലാവധിയുള്ള ഉപകരണങ്ങളിൽ നിക്ഷേപിക്കയാണ് വേണ്ടത്. നിക്ഷേപകരുടെ എണ്ണം അതിവിപുലവും എല്ലാവരും ഒന്നിച്ച് പണം ആവശ്യപ്പെടില്ല എന്നതിനാലും കുറേ തുക ബാങ്കുകൾക്ക് കൂടുതൽ ലാഭം കിട്ടുന്ന ദീർഘ സമയ ഉപകരണങ്ങളിൽ നിക്ഷേപിക്കാൻ കഴിയും. അപ്പോഴും മുന്തിയ പരിഗണന നല്കേണ്ടത് കുറഞ്ഞ കാലാവധിയും പെട്ടെന്ന് പണമായി മാറ്റാൻ കഴിയുന്നതുമായ നിക്ഷേപങ്ങളിലാണ്. അതിനാൽ SLR ബാധകമല്ലെങ്കിലും ബാങ്കുകൾ അവരുടെ ദീർഘകാല നിക്ഷേപങ്ങൾ സർക്കാർ കടപ്പത്രങ്ങളിൽ നിക്ഷേപിക്കുന്നു. 2003 ൽ പണനയത്തിൽ മാറ്റം വന്നതോടെ അത്തരം നിക്ഷേപം നടത്താനുള്ള ബാങ്കുകളുടെ കഴിവും നഷ്ടമായി.

ബാഹ്യമായ ഉദാരവല്ക്കരണത്തിന്റെ അനന്തര ഫലങ്ങൾ

ഈ മാറ്റങ്ങൾ നടപ്പിലായതിനിടയിൽ പരിഷ്കാരത്തിന്റെ ഭാഗമായി നടപ്പിൽ വന്ന മറ്റൊരു മാറ്റം അതിന്റെ സ്വാധീനം തൃജിച്ചു. 1990 കൾ മുതൽ നേരിട്ടുള്ള വിദേശ നിക്ഷേപവും ഓഹരി നിക്ഷേപവും ആകർഷിക്കാൻ പരിശ്രമം ആരംഭിച്ചെങ്കിലും 2003 ലാണ് ഫലത്തിൽ ആ മാറ്റം നടപ്പിൽ വന്നത്. ഉദാരവല്ക്കരണത്തിന്റെ തുടക്കത്തിൽ രാജ്യത്തേക്ക് അതിന്റെ ഒഴുക്ക് വന്നെങ്കിലും ഓഹരിക്കമ്പോളത്തിലേക്കുള്ള ഒഴുക്ക് പില്ക്കാലത്തുണ്ടായത് 1993-94 വരെ വന്ന തുക പ്രതിവർഷം ഒരു ബില്യൺ അമേരിക്കൻ ഡോളറിൽ താഴെയായിരുന്നു. പിന്നീട് 1993-94 ൽ പെട്ടെന്നതു വർദ്ധിച്ച് 4.2 ബില്യൺ ഡോളറായി 1990 കളുടെ രണ്ടാം പാദത്തിൽ ഈ വർദ്ധനവ് ശരാശരി 6 ബില്യൺ ഡോളറിലെത്തി. തുടർന്ന് അതിലും വലിയ മാറ്റമാണുണ്ടായയത്. ഈ നൂറ്റാണ്ടിന്റെ ആദ്യ ദശകത്തിൽ ഒഴുക്ക് 15.7 ബില്യൺ ഡോളറായി ഉയർന്നു. 2009-2010 ൽ ആഗോള പ്രതിസന്ധിയുടെ നാളുകളിൽ 70.1 ബില്യൺ ഡോളറായി 2000-13 ലെ ശരാശരി വരവ് 64 ബില്യൺ ഡോളറാണ്. പ്രത്യേക സന്ദർഭത്തിലെ ഈ താല്ക്കാലിക കുറവിനു ശേഷം 2014-15 ൽ ഒഴുക്ക് 73.6 ബില്യൺ ഡോളറിലെത്തി. 2015-16 ൽ ഇത് 35 ബില്യൺ ഡോളറാണ്. ചുരുക്കത്തിൽ 2003 നുശേഷം പല ഏറ്റിറക്കങ്ങളുണ്ടായെങ്കിലും വിദേശത്തു നിന്നുള്ള ഒഴുക്കിൽ വൻവർദ്ധനവുണ്ടായെന്നു സാരം.

വിദേശ പങ്കാളിത്തത്തിൽ മേഖലകൾ തിരിച്ച നിയന്ത്രണങ്ങളും നിക്ഷേപത്തിലും ഇവിടെനിന്നും ലാഭം കടത്തിക്കൊണ്ടു പോകുന്നതിലും മറ്റും അയവുകളും ഏർപ്പെടുത്തിയതിനാണ് ഇങ്ങനെ വൻ ഒഴുക്കുണ്ടാ യത്. 1990 കളിൽ ഉദാരവൽക്കരണം വന്നെങ്കിലും കുതിച്ചു കയറ്റമുണ്ടാ യത് ഏറെക്കഴിഞ്ഞാണ്. ഈ മാറ്റം ഉദാരവൽക്കരണത്തെത്തുടർന്നുള്ള 2 ഘട്ടങ്ങളെ പ്രതിനിധാനം ചെയ്യുന്നു. 2003-04 വർഷം അതിനിടയിലെ ഇടവേളയാണ്.

ആഭ്യന്തര മാർക്കറ്റിലേക്ക് വിദേശ പ്രത്യക്ഷ, ഓഹരി മൂലധന ത്തിന്റെ ഒഴുക്ക് ഇവിടത്തെ ആസ്തി, പണ കമ്പോളത്തെ ബാധിക്കുന്നു. അതിന്റെ ഒരു പ്രത്യാഘാതം ആഭ്യന്തര സമ്പദ് ഘടനയിൽ നിക്ഷേപ ത്തിന്റെ തരളത (liquidity) വർദ്ധിക്കുന്നതാണ്. ബാങ്കുകളുടെ നിക്ഷേപ അടിത്തറ 1990-91 ലെ 1.93 ട്രില്യൺ രൂപയിൽനിന്ന് 2001- 2001 ൽ 9.6 ട്രില്യൺ രൂപയായി വർദ്ധിച്ചു. 2010-11 ൽ അത് 52.1 ട്രില്യണായി. 2016-17 ൽ 106.7 ട്രില്യണായി ഉയർന്നു

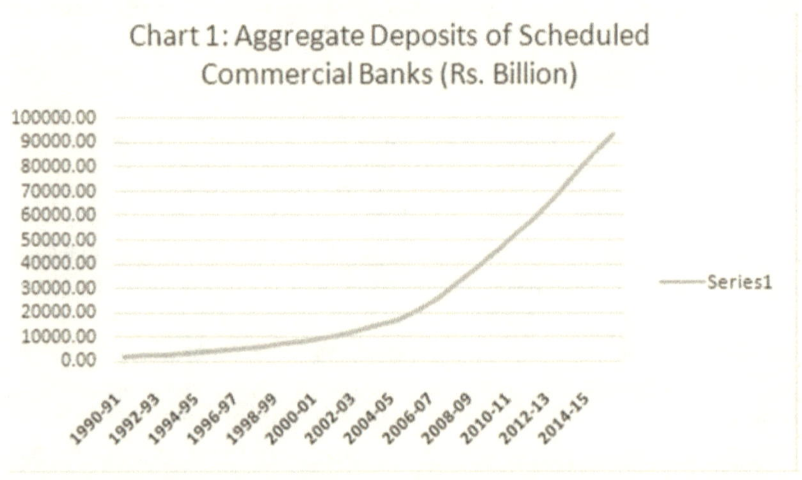

ചാർട്ട് 1

കൈവശമെത്തിയ നിക്ഷേപം വെറുതെ സൂക്ഷിച്ച് അതിനു പലിശ നല്കാൻ ബാങ്കുകൾക്കാവില്ല. അതിനാൽ വായ്പാ വളർച്ച വൻതോ തിൽ വികസിച്ചു.

1980-90 കളിൽ മൊത്തം ആഭ്യന്തര ഉല്പാദനത്തിൽ (GDP) ബാങ്കു വായ്പ ഉദ്ദേശം 20 ശതമാനമായിരുന്നത് 2000-2001, 2011-12 ൽ രണ്ടര ഇരട്ടി വർദ്ധിച്ച് 51 ശതമാനമായി. ഇതു സംഭവിച്ചത് 2003-2004, 2008

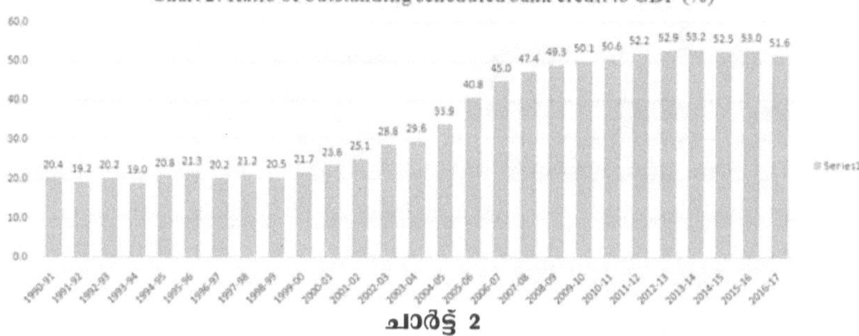

ചാർട്ട് 2

–2009 ലെ വൻ വളർച്ചയുടെ കാലത്ത് GDP ഉയർന്ന വളർച്ച കാണിച്ച ഘട്ടത്തിലാണ് എന്നത് പ്രത്യേകം ശ്രദ്ധിക്കണം. വായ്പക്കാരുടെ എണ്ണത്തിൽ വന്ന വർദ്ധനവും ഓരോ കടക്കാരന്റെയും കടബാദ്ധ്യതയും അപകട സാദ്ധ്യത വർദ്ധിപ്പിച്ചെങ്കിലും വലിയ ലാഭം ഉറപ്പാക്കി. ഈ കയറ്റം തുടർന്നിടത്തോളം ബാങ്കുകൾക്ക് വൻലാഭം നേടാനുള്ള അവസരങ്ങളും തുറന്നുകിട്ടി.

വ്യവസായത്തിനും പശ്ചാത്തല മേഖലയ്ക്കുമുള്ള ബാങ്കു വായ്പ

സാമ്പത്തിക പ്രവർത്തനങ്ങൾക്ക് സഹായമെത്തിക്കുന്നതിൽ ഉദാര വല്ക്കരണ ശേഷം വന്ന മാറ്റങ്ങൾ ബാങ്കിങ്ങിന് നിർണ്ണായക സ്ഥാനം പ്രദാനം ചെയ്ത് ബാങ്കുകൾക്ക് വ്യവസായത്തിനും വീടുവയ്ക്കാനും ഒരു പരിധിവരെ ദീർഘകാല വായ്പ നല്കാമെന്നായിരുന്നു ഉദാരവല്ക്കരണ ശേഷമുള്ള ഘട്ടത്തിലെ ധാരണ. നിക്ഷേപകർ താരതമ്യേന ചെറുകിട ക്കാരും നിക്ഷേപം ചെറിയ കാലയളവിൽ പിൻവലിക്കാൻ സാദ്ധ്യതയു ള്ളതുമായതിനാൽ ദീർഘകാല വായ്പ അതിനൊത്തു പോകില്ല. അതിനാൽ ദീർഘകാല വായ്പ നല്കാൻ അതിനുപറ്റിയ പ്രത്യേക സ്ഥാപന ങ്ങൾ ഉണ്ടാക്കുകയോ സർക്കാരിൽനിന്നും റിസർവ് ബാങ്കിൽനിന്നും വിഭവം ശേഖരിച്ച് കൊമേഴ്സ്യൽ ബാങ്കുകളുടെ ഒരു വിഹിതവും ചേർത്ത് സംവിധാനമുണ്ടാക്കുകയുമാണ് ചെയ്തിരുന്നത്.

ഉദാരവല്ക്കരണത്തോടെ ഈ സംവിധാനം ഉപേക്ഷിച്ച് വിവിധ രീതി യിൽ ദീർഘകാല വായ്പകൾ നല്കാൻ ബാങ്കുകളെ പ്രോത്സാഹിപ്പിച്ചു. അതിന്റെ ഫലമായി സാമ്പത്തിക ആസ്തികൾ ബാങ്കുകൾക്കിടയിലും മറ്റു സാമ്പത്തിക സ്ഥാപനങ്ങളിലും (സഹകരണബാങ്കുകൾ, വികസന ധനകാര്യ സ്ഥാപനങ്ങൾ, ദേശസാൽകൃത ഇൻഷുറൻസ് കമ്പനികൾ, മറ്റ് പൊതു സ്ഥാപനങ്ങൾ) വിന്യസിച്ചു. ഇതിൽ ബാങ്കുകളുടെ പങ്ക് 1981 നും 2000 നും ഇടയിൽ 71 ൽനിന്ന് 61 ശതമാനമായി 2012 ൽ അത് 82 ശതമാനമായി ഉയർന്നു. ഈ അർത്ഥത്തിലും ബാങ്കുകളുടെ സ്ഥാനം ഉദാരവല്ക്കരണത്തിനുശേഷം ഇതര സ്ഥാപനങ്ങളിൽനിന്നും കമ്പോള

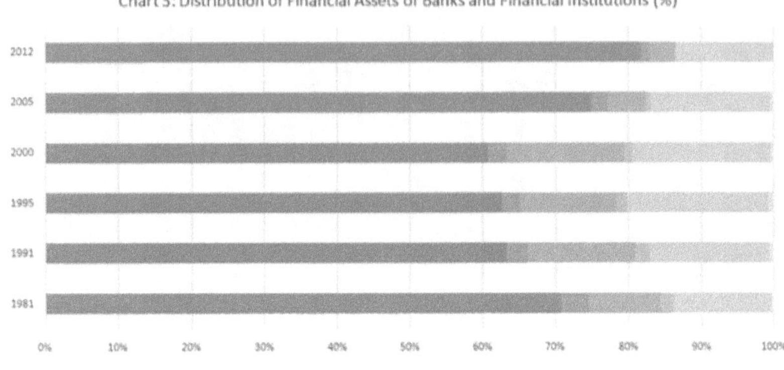

ചാർട്ട് 3

ഉല്പാദന പ്രവർത്തനത്തിന്, പ്രത്യേകിച്ചും വ്യവസായത്തിന് സാമ്പ
ത്തികം എത്തിക്കാൻ കഴിഞ്ഞില്ല എന്നതാണ് ഈ ഘടനാ മാറ്റത്തിന്റെ
പ്രത്യേകത. GDP യുടെ അനുപാതം നോക്കിയാൽ

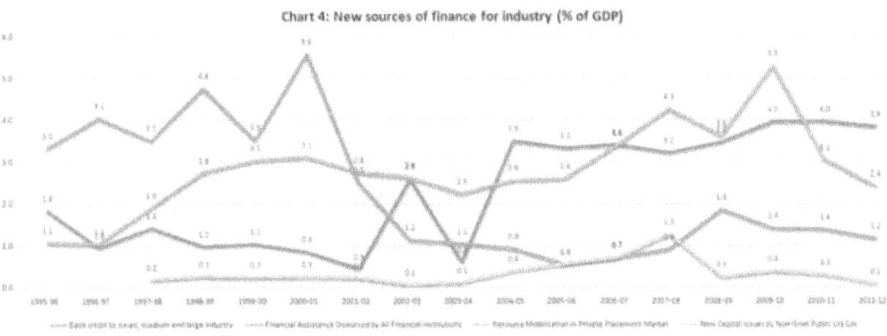

ചാർട്ട് 4

2000 നുശേഷം പട്ടയ വികസന ധനകാര്യ സ്ഥാപനങ്ങളിൽ നിന്നുള്ള
സാമ്പത്തിക സഹായം വൻതോതിൽ കുറഞ്ഞു. ആ സ്ഥാപനങ്ങൾ
തന്നെ അപ്രസക്തമാകയോ, അവ ബാങ്കുകളായി മാറുകയോ ചെയ്തു.
ഈ സ്ഥാപനങ്ങൾക്കു പകരമായി ഉയർന്നുവരാൻ ഓഹരി കമ്പോള
ത്തിന് കഴിഞ്ഞില്ല. കമ്പോളത്തിൽ പുതിയ ഓഹരികൾ എത്തിയില്ല.
1990 കളിൽ ഊഹക്കച്ചവടം കൃത്രിമമായി പെരുപ്പിച്ച കാലത്തെ പുതിയ
ഓഹരിവില്പന മാത്രം ഒരപവാദമായി ചൂണ്ടിക്കാണിക്കാമെന്നു മാത്രം.
പുറത്തുനിന്നുള്ള സഹായത്തിന് പിന്നെ രണ്ടു മാർഗ്ഗങ്ങളേ ഉണ്ടായിരു

ന്നുള്ളൂ. ബാങ്ക് അല്ലെങ്കിൽ സ്വകാര്യ കമ്പോളം. അതല്ലെങ്കിൽ പെട്ടെന്ന് വൻതോതിൽ ലാഭം പ്രതീക്ഷിക്കുന്ന വിദേശ നിക്ഷേപകർ ചുരുക്കത്തിൽ ബിസിനസ് ഫിനാൻസിങ്ങിന്റെ മുഖ്യ ഘടകമായി ഇവിടത്തെ ബാങ്കു കൾ തുടരുന്ന സ്ഥിതിയുണ്ടായി.

വായ്പയുടെ വ്യാപ്തി വർദ്ധിക്കയും വായ്പക്കാരുടെ ഘടനയിൽ മാറ്റം വരികയും ചെയ്തതോടെ മേഖല തിരിച്ച് വായ്പ നല്കിയിരുന്ന രീതിയിലും മാറ്റമുണ്ടായി. രണ്ടു മേഖലകൾ അതിൽ പ്രാമുഖ്യം നേടി. ഭവനവായ്പ, മോട്ടോർ വാഹന വായ്പ, ഉപഭോക്തൃ വായ്പ, വിദ്യാ ഭ്യാസ വായ്പ എന്നിവയാണ് ഒന്നാമത്തേത്. 1996 മാർച്ച് അവസാനം മൊത്തം വായ്പയിൽ വ്യക്തിഗത വായ്പ 9 ശതമാനത്തിനു മുകളിലാ യിരുന്നു. ഇത് ഒരു സ്വാഭാവിക വ്യതിയാനമാണ്. ചെറിയ സമയംകൊണ്ട് കാലാവധിയെത്തുന്നതും ഈടുള്ളതും അല്ലെങ്കിൽ Collateral സെക്യൂ രിറ്റിയുള്ളതും ആണ് ഇത്തരം വായ്പകൾ. അവയിൽ തന്നെ കൂടുതൽ ഭവനവായ്പകളാണ്.

സ്വാഭാവികമല്ലാത്തത് രണ്ടാമത്തെ ഗണത്തിൽപ്പെട്ട വായ്പകളാണ്. വ്യവസായ വായ്പയ്ക്ക് വൻ തുക വകയിരുത്തിയിരുന്നെങ്കിലും മൊത്തം വായ്പയിൽ അതിന്റെ പങ്ക് പരിഷ്കാരങ്ങൾക്ക് മുൻപുള്ള 50 ശതമാന ത്തിലെത്തിയില്ലെങ്കിലും 40 ശതമാനമായി ഉയർന്നു. അതിൽ ഏറെയും കോർപ്പറേറ്റുകൾക്കും പശ്ചാത്തലവികസനത്തിനുമുള്ള വായ്പകളായി. ഷെഡ്യൂൾഡ് കൊമേഴ്സ്യൽ ബാങ്കുകളുടെ പശ്ചാത്തല മേഖലയ്ക്കുള്ള വായ്പ 1998 ലെ രണ്ടു ശതമാനത്തിൽനിന്ന് 2004 മാർച്ചിൽ 16 ശതമാന മായി. 2015 ൽ അത് 35 ശതമാനത്തിലെത്തി. അതായത് വ്യവസായത്തി നുള്ള ബാങ്ക് വായ്പയുടെ അളവ് വർദ്ധിച്ചു എന്നു മാത്രമല്ല, അതിൽ പശ്ചാത്തല മേഖലയ്ക്കുള്ള വായ്പയുടെ കാര്യത്തിലും വൻവർദ്ധനവ് വന്നു. സ്റ്റീൽ, ഊർജ്ജം, റോഡ്, തുറമുഖം, വാർത്താവിനിമയം തുടങ്ങി യവയായിരുന്നു പ്രധാന മേഖലകൾ. പൊതുവിൽ ചുരുങ്ങിയ കാല വായ്പയിൽ കേന്ദ്രീകരിക്കേണ്ട ബാങ്കുകളെ സംബന്ധിച്ചിടത്തോളം പശ്ചാത്തല മേഖലാ വായ്പയിലേക്കുള്ള കേന്ദ്രീകരണം ഏറെ അപകട സാധ്യതയുള്ളതായിരുന്നു.

ഈ പ്രവണതയ്ക്കു പിന്നിൽ പല ഘടകങ്ങളും പ്രവർത്തിച്ചു. വിക സന ധനകാര്യ സ്ഥാപനങ്ങൾ അടച്ചുപൂട്ടിയതോടെ കോർപ്പറേറ്റുക ളിൽനിന്ന് വായ്പയ്ക്കുള്ള സമ്മർദം ശക്തമായി. സർക്കാർ ചെലവു ചുരു ക്കലിന്റെ ഭാഗമായി പൊതു നിക്ഷേപം കുറഞ്ഞതോടെ പശ്ചാത്തല വിക സനം ശക്തിപ്പെടുത്താൻ വൻ മൂലധനാധിഷ്ഠിതമായ നിക്ഷേപത്തിന് സ്വകാര്യമേഖലയ്ക്ക് മാർഗ്ഗം കണ്ടെത്തേണ്ടിവന്നു. സാമ്പത്തിക 'പരി മിതികൾ' ഉള്ളതിനാൽ അതിനായി സ്വകാര്യമേഖല വിഭവം കണ്ടെത്തു കയോ, 'പ്രൈവറ്റ് പബ്ലിക് പാർട്ണർഷിപ്പി'ലൂടെ മുന്നോട്ടു പോകുകയോ വേണമെന്ന നിലപാടാണ് സർക്കാർ സ്വീകരിച്ചത്. ഈ പാർട്ണർഷിപ്പ് സംവിധാനത്തിൽ സ്വകാര്യമേഖലയുടെ പങ്കിന് അവരുടെ കൈവശം

പണമില്ലാത്തതിനാൽ പൊതുമേഖലാ ബാങ്കുകളിൽനിന്ന് കടം വാങ്ങു കയെന്ന മാർഗ്ഗം അവർ സ്വീകരിച്ചു. അങ്ങനെ വിഭവം സ്വന്തം ബാങ്കുക ളിൽനിന്ന് എത്തിക്കാനുള്ള ചുമതല സർക്കാരിന്റെ ചുമലിൽ തന്നെയെ ത്തി. അതിനാൽ സ്വാഭാവികമായും റോഡും തുറമുഖവും ഊർജ്ജവും സ്റ്റീലും വികസിപ്പിക്കാനുള്ള പണം കടം കൊടുക്കാനുള്ള സമ്മർദ്ദം ബാങ്കുകൾക്കുമേൽ തന്നെ വന്നു.

ബാങ്കുകൾക്കും ഇതൊരാവശ്യമായി മാറിയിരുന്നു. വിദേശ മൂലധനം കൂടി ഒഴുകിയെത്തിയതോടെ വലിയ അളവിൽ വർദ്ധിച്ച നിക്ഷേപം ബാങ്കിങ് സംവിധാനത്തിൽ തരളധനം കെട്ടിക്കിടക്കുന്ന സ്ഥിതി സൃഷ്ടിച്ചു. നിക്ഷേപം വർദ്ധിച്ചതിനനുസൃതമായി വായ്പ കൊടുക്കാതെ വേറെ മാർഗ്ഗം ഇല്ലാത്ത സ്ഥിതിയിലെത്തി. മൂലധനാധിഷ്ഠിത നിക്ഷേപം പ്രത്യേകിച്ചും പശ്ചാത്തല മേഖലയിൽ സർക്കാർതന്നെ പ്രോത്സാഹി പ്പിക്കുന്ന അന്തരീക്ഷത്തിൽ ബാങ്കുകൾക്ക് ലിക്വിഡിറ്റി പ്രശ്നമോ തിരി ച്ചടവ് പ്രശ്നമോ വന്നാൽ സർക്കാർ സഹായത്തിനെത്തുമെന്ന വ്യംഗ്യ ത്തിൽ അപ്രഖ്യാപിത സർക്കാർ ഗാരന്റിയുടെ ഉറപ്പിൽ വായ്പകൾ ആ മേഖലയിലേക്ക് പോയി.

അതിന്റെ ഫലമായി മൂലധനാധിഷ്ഠിത മേഖലകളിലേക്ക് വൻതോതിൽ വായ്പ വർദ്ധിച്ചു. ഏതെങ്കിലും ഒരു പദ്ധതിക്കോ ബിസി നസ് ഗ്രൂപ്പിനോ വായ്പ നല്കുന്ന പ്രവണത തുടങ്ങിവച്ചാൽ മറ്റ് പദ്ധ തികളിലേക്കും, ഗ്രൂപ്പുകളിലേക്കും അതു പടരും. ഫലത്തിൽ ഈ മിക്ക പദ്ധതികളും കടവും പലിശയും തിരിച്ചടയ്ക്കാൻ കഴിയും വിധം വരു മാനം സൃഷ്ടിക്കുന്നതിൽ പരാജയപ്പെട്ടു. കടം വൻകടമായി പെരുകി. തിരിച്ചടവ് മുടങ്ങി. റീ സ്ട്രക്ചറിങ് പദ്ധതികളും പരാജയമടഞ്ഞു. അവ പൊതുമേഖലാ ബാങ്കുകളുടെ ബാലൻസ് ഷീറ്റിൽ കിട്ടാക്കടത്തിന്റെ കണക്കുകളായി സ്ഥാനം കണ്ടെത്തി. ഇത് 2016-17 ലെ എക്കണോമിക് സർവ്വേ ചൂണ്ടിക്കാണിച്ചപോലെ സാധാരണ നിലയിൽ ചില ബാങ്കുകൾ പാപ്പരാവുകയോ ചിലപ്പോൾ തകരുകയോ അടച്ചുപൂട്ടൽ പ്രഖ്യാപിക്കയോ അതുമൂലം ബാങ്കിങ് പ്രതിസന്ധി സംഭവിക്കുകയോ ചെയ്യുമായിരുന്നു. പൊതുജന വിശ്വാസമാർജ്ജിച്ച സർക്കാർ ഉടമസ്ഥതയിലുള്ള ഒരു ബാങ്കിങ് സംവിധാനം ഇവിടെ നിലനിന്നതു കൊണ്ടുമാത്രമാണ് ഭാഗ്യ ത്തിന് ഇന്ത്യ അതിൽനിന്ന് രക്ഷപ്പെട്ടത്.

സാമ്പത്തിക ഇടപാടുകളിലെ വളർച്ചയും ബാങ്ക് വായ്പയും

ബാങ്കുകളുടെ ബാലൻസ് ഷീറ്റ് നാശോന്മുഖമായ നില പ്രതിഫ ലിപ്പിച്ചപ്പോഴും നീണ്ടകാലം അതിന് സാധൂകരണം നല്കുന്ന സമീപന മാണ് സ്വീകരിക്കപ്പെട്ടത്. അല്ലാത്തപക്ഷം സാമ്പത്തിക വളർച്ചയെ അത് പ്രതികൂലമായി ബാധിക്കാം എന്നതായിരുന്നു കാരണം. മൂലധന ഒഴു ക്കിൽ ഉത്തേജിതമായ വായ്പയുടെ വികാസവും ലിക്വിഡിറ്റിയിലെ ധാരാ ളിത്തവും ചരക്കുകൾക്കും സേവനങ്ങൾക്കും സ്വാഭാവിക ഡിമാന്റ് സൃഷ്ടിച്ചു. അത് അനുബന്ധമായ പല ഘടകങ്ങളും സൃഷ്ടിച്ചു. വായ്പ വിവിധ തരത്തിൽ ഡിമാന്റ് സൃഷ്ടിക്കുന്നതിനുള്ള ത്വരകമായി പ്രവർത്തി ച്ചു. ഒന്നാമത് ഭവന നിർമ്മാണത്തിനും റിയൽ എസ്റ്റേറ്റിനും വായ്പ ലഭി ച്ചതോടെ സിമന്റ്, സ്റ്റീൽ, പെയിന്റ്, ഫിറ്റിങ്ങുകൾ തുടങ്ങിയ നിർമ്മാണ വസ്തുക്കൾക്ക് ഡിമാന്റ് വർദ്ധിച്ചു. രണ്ടാമത്, പൊതു നിക്ഷേപത്തിന്റെ അഭാവത്തിൽ പശ്ചാത്തല മേഖലയിൽ സ്വകാര്യ നിക്ഷേപത്തിന് അതു വഴിയൊരുക്കി. മൂന്നാമത്, വാഹന വായ്പ ഉദാരമാക്കിയപ്പോൾ വാഹന നിർമ്മാണ രംഗത്ത് ഒരു കുതിപ്പുണ്ടായി. അതിനെല്ലാമൊപ്പം ഉപഭോഗ വസ്തുക്കളുടെ ഡിമാന്റ് വർദ്ധിക്കയും വ്യക്തിഗത ചെലവുകൾ വിക സിപ്പിക്കാൻ സംഭാവന നല്കുകയും ചെയ്തു. 2000 ന്റെ മദ്ധ്യത്തിൽ ഡിമാന്റ് വർദ്ധിപ്പിച്ച് വ്യവസായ വളർച്ച പുനരുജ്ജീവിപ്പിക്കുന്നതിൽ താല്ക്കാലികമെങ്കിലും ചെറുതല്ലാത്ത സംഭാവന നല്കാൻ ഇത് കാര ണമായി.

അതിനാൽ ആഗോള സാമ്പത്തിക പ്രതിസന്ധിക്കു മുൻപുള്ള 2003 –04, 2008–09, കാലയളവിൽ കടത്തിന്റെ പെരുപ്പം വളർച്ചയുടെ രൂപത്തിൽ പ്രതിഫലിക്കയുണ്ടായി. 2008–09 ലെ ആഗോള സാമ്പത്തിക പ്രതിസ ന്ധിക്കുശേഷവും ഈ കടക്കുതിപ്പ് തുടരുന്നുവെന്ന തോന്നൽ നില

നിർത്തുകയും ഇന്ത്യ വളർച്ചയുടെ പാതയിൽ മുന്നോട്ടു പോകുന്ന പ്രതീതി തുടരുകയും ചെയ്തു. ഇന്ന് തിരിഞ്ഞു നോക്കുമ്പോൾ അതിന്റെ കാരണം വ്യക്തമാണ്. മൂലധന ഒഴുക്കിനെ ദോഷകരമായി ബാധിച്ച ചെറിയ കാലയളവിനുശേഷം വികസിത രാജ്യങ്ങളിൽ ബാങ്കുകളെ രക്ഷിക്കാൻ പണപരമായ ഇളവുകൾ (Monetary casing) അനുവദിച്ചതോടെ ഇവിടേക്ക് അതിർത്തി കടന്നുള്ള മൂലധന ഒഴുക്ക് ലികിഡിറ്റി തുടരാനും വായ്പാ മുന്നേറ്റം നിലനിർത്താനും സഹായകമായി.

എന്നാൽ ആഭ്യന്തരമായി ഈ വളർച്ചാ പ്രക്രിയ നിലനിർത്തുന്നതിന് ചില പ്രതിബന്ധങ്ങളുണ്ടായി. വായ്പാ വളർച്ച വർദ്ധിക്കുന്ന പ്രവണത തുടരുമ്പോൾ ചില വായ്പക്കാർ അവരുടെ ആസ്തിയേക്കാൾ 'അസാധാരണമായി' വർദ്ധിച്ച അളവിൽ വായ്പ എടുക്കയും അത്തരക്കാരുടെ എണ്ണം വർദ്ധിക്കുന്നതിനനുസൃതമായി ഭാവി വരുമാനത്തിന് ഉറപ്പില്ലാത്തവിധം കടവും പലിശയും തിരിച്ചടയ്ക്കാനാവാത്തവിധം ബാദ്ധ്യത വർദ്ധിക്കയും ചെയ്യും. ഇത് വൻതോതിൽ വായ്പാ തിരിച്ചട വിനെ ബാധിക്കും. അതാണ് ബാങ്കുകളിലെ കിട്ടാക്കടം വർദ്ധിക്കുന്നതിന് ഒരുകാരണം. തിരിച്ചടവു മുടങ്ങുമ്പോൾ വായ്പ നല്കിയവർ കുഴപ്പത്തിലാകും. ഇത് വായ്പാ പുരോഗതിയെ ബാധിക്കുക മാത്രമല്ല, കൂടുതൽ ബാദ്ധ്യതയുള്ള മേഖലകളിലേക്കുള്ള വായ്പയുടെ കാര്യത്തിലും പ്രശ്നം സൃഷ്ടിക്കും. വായ്പയിലെ വർദ്ധനവ് വളർച്ച നിലനിർത്താൻ ഉപകരിച്ചെങ്കിലും ഇത്തരം തിരിച്ചടി വളർച്ചയ്ക്ക് വിഘ്ലാതമാകുകയും ചെയ്യും. 2008 കാലത്ത് ഇത്തരം ഒരു ചാക്രിക വൃത്തത്തിൽ ഇന്ത്യ അകപ്പെട്ടു എന്നതിന് ചില തെളിവുകൾ ലഭ്യമാണ്.

GDP ക്ക് ആപേക്ഷികമായ ഷെഡ്യൂൾഡ് കൊമേഴ്സ്യൽ ബാങ്കുക

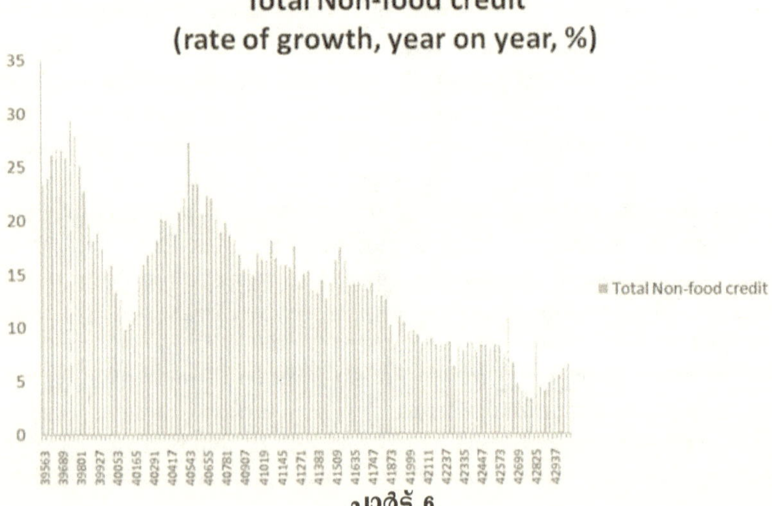

ചാർട്ട് 6

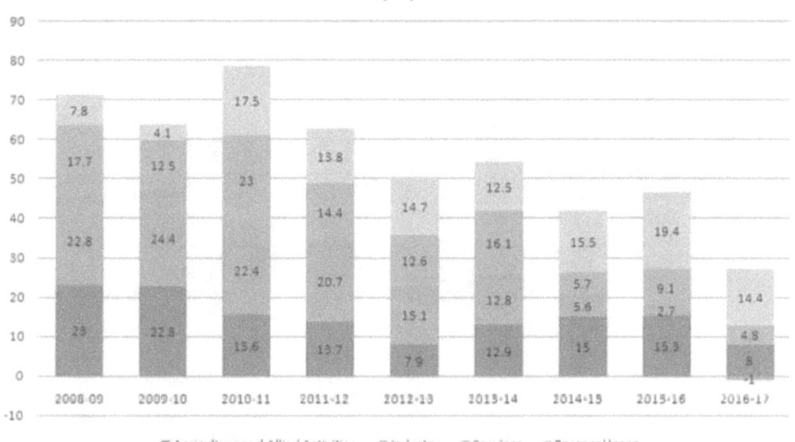

ചാർട്ട് 7

ളുടെ വായ്പ 2009 മുതൽ വളർത്തിക്കൊണ്ടിരുന്നത് 2014 ൽ അതിന്റെ
ഏറ്റവും ഉയർന്ന തലത്തിലെത്തിയശേഷം വലിയ അളവിൽ കുറയാൻ
തുടങ്ങി. ഈ കുറവിന് ഒരു കാരണം ജി ഡി പി കണക്കാക്കുന്നതിലെ
മാനദണ്ഡങ്ങളിൽ ആഭ്യന്തര ഉല്പന്നങ്ങൾക്ക് മാറ്റം വരുത്തിയതുമൂലം
പണപ്പെരുപ്പം പ്രതിഫലിച്ചതാവാണെങ്കിലും ജി ഡി പിക്ക് ആപേക്ഷിക
മായി വായ്പയിലും കുറവു വന്നു. ഭക്ഷ്യ വസ്തുക്കളല്ലാത്തവയുടെ
ത്രൈമാസ വാർഷിക വളർച്ചയിലെ മാറ്റം ചാർട്ട് 5 ഉം 6ഉം തെളിയി
ക്കുന്നു

2003, 2008 കാലത്ത് റീട്ടയിൽ വായ്പയിൽ വൻ വർദ്ധനവുണ്ടായി
രുന്നതിനാൽ വായ്പയിലെ കുറവ് ആദ്യം അനുഭവപ്പെട്ടത് വ്യക്തിഗത
വായ്പയിലാണ്. റീട്ടയിൽ മേഖലാ വായ്പ പ്രശ്നഭരിതമാകുമെന്നു കണ്ട
ബാങ്കുകൾ അതിൽനിന്നു മാറി സർക്കാർ പിന്തുണയുള്ള പശ്ചാത്തല
വായ്പയിൽ കേന്ദ്രീകരിച്ചു. നേരത്തേ ചൂണ്ടിക്കാണിച്ചപോലെ ഈ മാറ്റം
വായ്പയുടെ തിരിച്ചടവ് കൂടുതൽ കുഴപ്പത്തിൽ ആകുന്നതിനും
കിട്ടാക്കടം പിന്നെയും വർദ്ധിക്കുന്നതിനും ഇടയാക്കി. സമീപകാലത്ത്
വായ്പയുടെ ഇടിവ് പിന്നെയും താഴ്ന്നു. 2014 മുതലുണ്ടായ പിന്നോട്ടടി
വായ്പാ വിന്യാസത്തെ പിന്നെയും കുറയാൻ ഇടയാക്കി. നോട്ടു
നിരോധനം ബാങ്കുകളുടെ സാധാരണ പ്രവർത്തനത്തെ മരവിപ്പിച്ചു
നിർത്തുന്നതിൽ 2016–17 കാലത്ത് പങ്കുവഹിച്ചതിനൊപ്പം ചില വായ്പ
യിനൊപ്പം ഇടിവും കാര്യമായി ബാങ്കുകളെ ബാധിച്ചു. ചാർട്ട് 8 ഇത്
വ്യക്തമാക്കുന്നു.

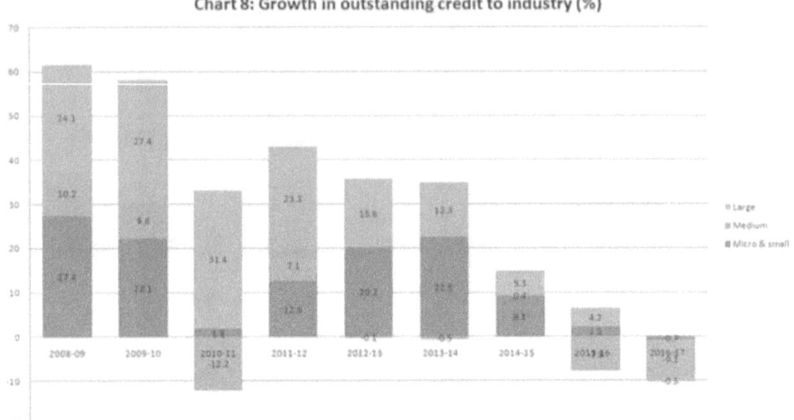

ചാർട്ട് 8

GDP ആപേക്ഷികമായ വാണിജ്യബാങ്കുകളുടെ വായ്പ 2004–05 മുതൽ 2007–08 ൽ കുതിച്ചുയർന്നപ്പോൾ വായ്പാവളർച്ചയുടെ നിരക്ക് ആദ്യഘട്ടത്തിൽ സ്ഥായിയായി തുടരുകയും തുടർന്ന് 2010–11 ഓടെ തുടർച്ചയായി കുറയുകയും ചെയ്തു. 2016–17 എത്തിയപ്പോൾ അത് പകുതിയിലും താഴേക്കു പോയി.

ഈ തളർച്ച നോട്ടു നിരോധനത്തിനു മുൻപേ തുടങ്ങി. നോട്ടു നിരോധനമെന്ന അസാധാരണ നടപടി അത് മറികടക്കാൻ സഹായകമായില്ല. നോട്ടുനിരോധനവും വർദ്ധിക്കുന്ന കിട്ടാക്കടവും ചേർന്ന് ഇന്ത്യൻ ബാങ്കുകളുടെ വാണിജ്യമേഖല അപ്പാടെ താറുമാറാക്കി. ഈ നൂറ്റാണ്ടിന്റെ ആദ്യ ദശകത്തിലെ 20 ശതമാനമെന്നതിൽനിന്ന് 2015–16 ൽ വളർച്ചാ നിരക്ക് 10.6 ശതമാനത്തിലും പിന്നെയും താഴ്ന്ന് അടുത്ത സാമ്പത്തിക വർഷം 8.5 ശതമാനത്തിലുമെത്തി. 2016 സെപ്തംബറിൽ പ്രതിവർഷം 11 ശതമാനത്തിൽനിന്ന് ബാങ്ക് വായ്പ ഡിസംബറായപ്പോൾ 4 ശതമാനവും 2017 ജനുവരിയിൽ 3.5 ശതമാനവും ഫെബ്രുവരിയിൽ 3.3 ശതമാനവുമായി കുറഞ്ഞു. 2017 മാർച്ചിൽ 8 ശതമാനത്തിലേക്ക് അതുയർന്നത്

ചാർട്ട് 9

ദീർഘകാലമായി തുടർന്ന താഴ്ച പരിഹരിക്കാൻ ഉതകിയില്ല. ഇപ്പോൾ വായ്പാ ഡിമാന്റ് 5 ശതമാനത്തിനടുത്താണ്. അതിന്റെ സിംഹഭാഗവും വ്യക്തികളുടെ ഉപരോധ വായ്പകളാണ്.

വായ്പയുടെ മൊത്തം കണക്കിൽനിന്ന് മേഖല തിരിച്ച കണക്കെടുത്താൽ സ്ഥിതി കൂടുതൽ രൂക്ഷമാണ്. വ്യവസായത്തിനുള്ള വായ്പ താഴേക്കുപോയി (വളർച്ചാനിരക്ക് മൈനസ് ഒരു ശതമാനമാണ്) കൃഷിക്കുള്ള വായ്പ 15.3 ശതമാനത്തിൽനിന്ന് 8 ശതമാനത്തിലെത്തി. റീട്ടയിൽ വായ്പയുടെ വളർച്ചാനിരക്ക് 2015–16 ൽ 19.4 ശതമാനമായും 2016 –17 ൽ 14.4 ശതമാനമായും ഉയർന്നു.

2008–09 നുശേഷം വ്യവസായ വായ്പ ഉയർന്നു. 2010–12 ൽ പ്രതി വർഷ വളർച്ച 20–30 ശതമാനം വരെയെത്തി. 2013 നവംബറിൽ വളർച്ച 15 ശതമാനം വരെയെത്തി. പിന്നീട് അത് കുറയാൻ തുടങ്ങി. 2016 മദ്ധ്യത്തിൽ വ്യവസായ വായ്പ നിശ്ചലമോ അതിലും താഴെയോ ആയി. നോട്ടുനിരോധനത്തോടെ പ്രതിവർഷ താരതമ്യത്തിൽ 5 ശതമാനം നിരക്കിലേക്കതു കുറയുകയും 2017 ന്റെ ആദ്യമാസങ്ങളിൽ എല്ലാ മാസവും താഴേക്ക് നീങ്ങുകയും ചെയ്തു (ചാർട്ട് 8 ഉം 9 ഉം കാണുക). 2015 ന്റെ മദ്ധ്യം മുതലിങ്ങോട്ട് 2 വർഷമായി ഇടത്തരം (വ്യവസായ)സ്ഥാപനങ്ങൾ തുടർച്ചയായി വായ്പ താഴുന്ന പ്രവണത കാണിച്ചു. സൂക്ഷ്മ ചെറുകിട വായ്പകളുടെ പങ്ക് 14 ശതമാനം എന്നത് 2016 ൽ എത്തിയപ്പോൾ പിന്നെയും കുറയുകയായിരുന്നു.

മൈക്രോ യൂണിറ്റ്സ് ഡെവലപ്മെന്റ് ആന്റ് റീഫൈനാൻസ് ഏജൻസി (മുദ്ര) സ്കീം ആരംഭിച്ചത് ചെറുകിട സംരംഭങ്ങൾക്ക് വായ്പ ഉറപ്പാക്കാനും സ്ഥാപനങ്ങൾ വികസിപ്പിക്കാനുമാണ്. ഇതു രണ്ടും വിജയിച്ചില്ല. ചെറുകിട സ്ഥാപനങ്ങൾക്കു നല്കുന്ന വായ്പയ്ക്ക് പകരം പണം (റീഫിനാൻസ്) ബാങ്കുകളും മൈക്രോ ഫിനാൻസ് സ്ഥാപനങ്ങളും നല്കുന്ന പദ്ധതിയാണിത്. പ്രധാന മന്ത്രി മുദ്രാ യോജന (PMMY) പദ്ധതികൾക്ക് പലിശ സൗജന്യങ്ങളില്ല. പലിശ നിരക്ക് 9 മുതൽ 12 വരെ ശതമാനമാണ്. പലിശ അടയ്ക്കുന്നതിന് 6 മാസത്തെ മൊറട്ടോറിയവും തിരിച്ചടവിന് നിശ്ചിതകാല ഒഴിവും ഈട് നല്കണമെന്ന വ്യവസ്ഥയിൽ ഇളവും നല്കുന്നതിനാൽ വട്ടിപ്പലിശക്കാരന്റെ പിടിയിൽനിന്ന് ചെറുകിടക്കാരെ രക്ഷിക്കാമെന്ന് ഈ സ്കീം ലക്ഷ്യമാക്കുന്നു. ഇങ്ങനെയൊക്കെയായിട്ടും 2016–17 ൽ സർക്കാർ ഈ ഗണത്തിൽപ്പെട്ട വായ്പ 2.44 ട്രില്യൺ രൂപ ആകുമെന്ന കണക്കിന്റെ അടുത്തൊന്നും എത്താതെ മൊത്തം വായ്പ 1.75 ട്രില്യൺ രൂപയിൽ അവസാനിച്ചു. ഈ വർഷവും സ്ഥിതി ആശാവഹമല്ല. 2017 ഡിസംബർ 22 വരെ PMMY വായ്പാ വിതരണം 1.24 ബില്യൺ രൂപയാണ്.

വ്യവസായത്തിനുള്ള വായ്പയുടെ 82 ശതമാനവും പോകുന്നതു വൻസ്ഥാപനങ്ങൾക്കാണ്. ചെറുകിട വിഭാഗങ്ങൾക്കുള്ള വായ്പയിലാണ് വൻതോതിൽ കുറവു വന്നിട്ടുള്ളത്. 2013 സെപ്തംബറിലെ 18 ശതമാനം വാർഷിക വളർച്ചയിൽനിന്ന് വായ്പ കുറഞ്ഞ് 2015-16 ൽ 5 ശതമാനവും 2016 സെപ്തംബറിൽ പൂജ്യം വളർച്ചയിലുമെത്തി. പിന്നീട് 2017 ജനു വരി ഫെബ്രുവരിയിൽ നെഗറ്റീവ് വളർച്ചയിലേക്ക് പോയി. ഈ പ്രവ ണത വലിയ സ്ഥാപനങ്ങളുടെ കാര്യത്തിലടക്കം ഇപ്പോഴും തുടരുന്നു.

ജി ഡി പിയിൽ അവകാശപ്പെടുന്ന പ്രതിവർഷ സാമ്പത്തിക വളർച്ച യിൽ കുറവു വന്നാലും വായ്പയിൽ കുറവു വരിക അസാധാരണ രീതി യാണ്. കടം വാങ്ങാനുള്ള നിക്ഷേപകരുടെ വിമുഖതയും കടം നല്കാ നുള്ള ബാങ്കുകളുടെ അറച്ചു നില്പുമാണ് ഇവിടെ വെളിവാക്കപ്പെടുന്നത്. അതിന് മുഖ്യകാരണം കിട്ടാക്കടമാണ്. നിക്ഷേപം കൂടി ലിക്വിഡിറ്റി വിക സിക്കലും വായ്പ നല്കാൻ നിർബ്ബന്ധിതമാകയും ചെയ്ത ഘട്ടത്തിൽ തിരിച്ചടവിനു സാദ്ധ്യതയില്ലാത്തവർക്കടക്കം വായ്പ നല്കുന്ന സ്ഥിതി യുണ്ടായി. അതുമൂലം വായ്പാ മുടക്കത്തിന്റെ അളവ് വർദ്ധിച്ചു. അതി നാൽ വായ്പയുടെ കാര്യത്തിൽ ശ്രദ്ധാപൂർവ്വം നീങ്ങാൻ ബാങ്കുകൾ ശ്രമിച്ചു. അപ്പോൾ നോട്ടു നിരോധനത്തിന്റെ പ്രതികൂലഫലങ്ങൾ പ്രത്യ ക്ഷപ്പെടും മുമ്പുതന്നെ വായ്പാ വളർച്ച താഴാൻ തുടങ്ങി.

മൂന്നു തരത്തിൽ ബാങ്കുകളുടെ പ്രവർത്തനത്തെ ഇത് ബാധിച്ചു. ഒന്നാമത് ഭാവിയിലെ തിരിച്ചടവ് മുടക്കം ഭയന്ന ബാങ്കുകൾ വായ്പ നല്കുന്നതിൽനിന്ന് പിന്തിരിഞ്ഞു. രണ്ടാമത് വ്യവസായത്തിനുള്ള ബാങ്ക് വായ്പ വൻതോതിൽ കുറഞ്ഞു. മൂന്നാമത് തിരിച്ചടവില്ലായ്മയുടെ പ്രശ്ന ത്തിൽ ഏറ്റവും കുറവുള്ള റീട്ടയിൽ മേഖലയ്ക്ക് കൂടുതൽ വായ്പ തിരിച്ചുവിട്ട് കിട്ടാക്കടത്തിന്റെ സാദ്ധ്യത കുറച്ച് ബാങ്കുകളുടെ ഇക്കാര്യ ത്തിലെ സ്ഥിരത ഉറപ്പാക്കുന്ന ഒരു വായ്പാ വിതരണ തന്ത്രത്തിലേക്ക് ബാങ്കുകൾ നീങ്ങി. ബാങ്കുവായ്പയുടെ കാര്യത്തിൽ നടത്തിയ ഈ രീതി യിലുള്ള അളവുപരമായ അഡ്ജസ്റ്റ്മെന്റ് റീട്ടയിൽ വായ്പയിൽ മാത്രം മികവ് എന്ന ഗുണപരമായ വായ്പാ മാറ്റത്തിലേക്കെത്തി.

ഇതിന് അനുബന്ധമായി വന്ന കുഴപ്പം വായ്പാ ചുരുക്കത്താൽ വ്യവ സായത്തിന് തിരിച്ചടി എന്നതിൽ ഒതുങ്ങിയില്ല. വായ്പയിൽ വരുന്ന കുറവ് കാർഷിക മേഖലയെയും ബാധിച്ചു വ്യവസായത്തിൽത്തന്നെ ഇട ത്തരം കമ്പനികളെയാണ് ഏറെ ബാധിച്ചത്. അവർക്കുള്ള വായ്പ 2015 -16 ലും 2016-17 ലും യഥാക്രമം 7. 8, 9.1 എന്ന അളവിൽ ചുരുങ്ങി. മാത്ര മല്ല, വ്യവസായമേഖലയിൽ ഭേദപ്പെട്ട തിരിച്ചടവ് നിലനിർത്തിയ സ്ഥാപ നങ്ങളും വായ്പാ കമ്പോളത്തിൽ ഏറെ പ്രശ്നങ്ങൾ നേരിടുന്നു.

പൊതുവിൽ മുകളിൽ സൂചിപ്പിച്ച രീതിയിലെ വായ്പയിലെ കുറവും

വായ്പാ രീതിയിലെ മാറ്റവും മൊത്തം സമ്പദ് ഘടനയെയും പ്രത്യേ
കിച്ച് വ്യവസായ സേവന മേഖലയെയും ബാധിച്ചു. വായ്പാ അനുസ്യൂത
നിക്ഷേപ, ഉപഭോഗ ഉയർച്ചയ്ക്ക് നിദാനമായ വളർച്ച താഴേക്കുപോയി.
അത് ചെന്നത്തിയത് പഴയ കടങ്ങൾ തിരിച്ചടയ്ക്കാനാകാത്ത ബാങ്കു
കളെ കൂടുതൽ സമ്മർദ്ദത്തിലാക്കുന്ന പതനത്തിലേക്കാണ്.

കിട്ടാക്കടം: അതെങ്ങനെ കൈകാര്യം ചെയ്തു

ശക്തമായ കടന്നുകയറ്റം

നേരത്തേ ചൂണ്ടിക്കാട്ടിയപോലെ കിട്ടാക്കടത്തിൽ ഏറിയ പങ്കും ഷെഡ്യൂൾഡ് കൊമേഴ്സ്യൽ ബാങ്കുകളുടേതാണ്. ബാങ്കുകൾ നില നിന്നത് സർക്കാർ സഹായം കൊണ്ടുമാത്രമാണ് എന്നതിന് അർത്ഥമാ ക്കേണ്ടതില്ല. മൂലധന നഷ്ടവും കടമെഴുതിത്തള്ളാൻ വകയിരുത്തിയതും നികത്താൻ സർക്കാർ സഹായം കൊണ്ടാണെന്ന് പറഞ്ഞാൽ അത് ശരി യാവുകയില്ല. 2015-16 ലും 2016-17 ലും ബഡ്ജറ്റ് സഹായമായി നല്കി യത് 50,000 കോടി രൂപയാണ്. ബാങ്കുകളുടെ കണക്കു പ്രകാരം 2016 മാർച്ചിൽ 5 ലക്ഷം കോടി രൂപയാണ്. GNPA ഇനത്തിൽ (Gross National Product Allocation) അവൻ നല്കിയത്. അതിൽ ഏറിയ പങ്കും പൊതുമേഖലാ ബാങ്കുകളുടെ സംഭാവനയാണ്.

അതുകൊണ്ട് മാത്രമായില്ല. 2005-06 മുതൽ 2016-17 വരെ ബാങ്കു കൾക്ക് നല്കിയ മൂലധനം 1.29 ലക്ഷം കോടി രൂപയായിരുന്നെങ്കിൽ അവ ഡിവിഡന്റിനത്തിൽ 75000 കോടി രൂപയും ആദായ നികുതിയിന ത്തിൽ 1.5 ലക്ഷം കോടി രൂപയും കേന്ദ്രസർക്കാരിൽ അടച്ചിട്ടുണ്ടെന്ന് സ്റ്റേറ്റ് ബാങ്ക് ഓഫ് ഇന്ത്യയുടെ ഗവേഷണ വിഭാഗം കണ്ടെത്തിയിട്ടുണ്ട്. കേന്ദ്രസർക്കാർ ഇങ്ങോട്ടു നല്കിയതിലുമധികം പൊതുമേഖലാ ബാങ്കു കളിൽനിന്ന് കേന്ദ്ര ഖജനാവിലേക്ക് തിരിച്ചു പോയിട്ടുണ്ടെന്ന് ഇതു വ്യക്താക്കുന്നു.

എന്നാൽ നഷ്ടത്തിന് വകയിരുത്തേണ്ടി വന്നതുമൂലം 2015-16 ൽ ദേശ സാൽകൃത ബാങ്കുകളുടെ ലാഭത്തിൽ കുറവു വന്നിട്ടുണ്ട്. ഒരിക്കൽ ആസ്തികൾ പ്രവർത്തിക്കാത്തതെന്ന് രേഖപ്പെടുത്തിയാൽ അത്തരം ആസ്തികൾ ബാങ്കുകൾ എഴുതിത്തള്ളണമെന്നാണ് വ്യവസ്ഥ. സംശയ

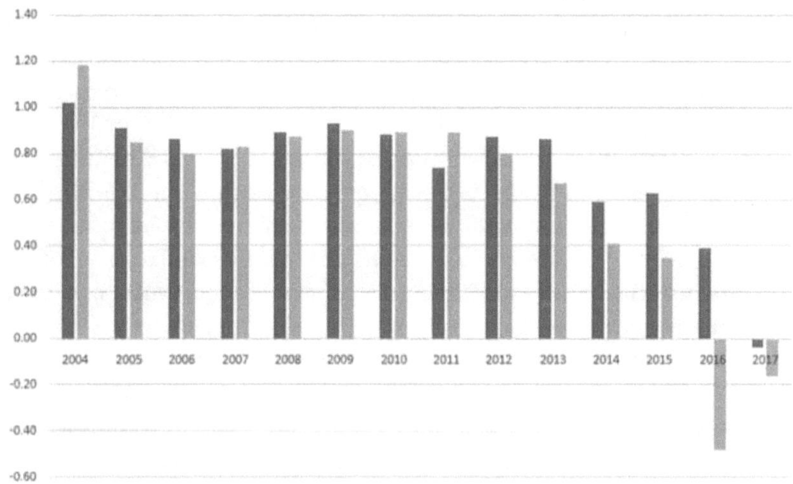

ചാർട്ട് 10

കരവും മൂല്യം കുറഞ്ഞതുമായ ആസ്തികൾക്ക് ഭാവിയിൽ നഷ്ടമായേ ക്കുമെന്നതിനാൽ അതിനും വകയിരുത്തണം. ഇത് ബാങ്കുകളുടെ ലാഭ ക്ഷമതയെ ബാധിക്കും. റിസർവ്വ് ബാങ്ക് നിശ്ചയിച്ച കിട്ടാക്കടത്തിന്റെ 70 ശതമാനത്തിൽ താഴെ വരുന്നതു ഇന്ത്യയിലെ ഷെഡ്യൂൾഡ് കൊമേ ഴ്സ്യൽ ബാങ്കുകൾ വകയിരുത്തിയപ്പോൾ ആസ്തിയിൽ നിന്നുള്ള വരു മാനം (Return On Assets ROA) താഴേക്കുപോയി. തുടർന്ന് നാം പരി ശോധിക്കാൻ പോകുന്ന നോട്ട് നിരോധനം എന്ന തലതിരിഞ്ഞ പദ്ധതി സൃഷ്ടിച്ച കുഴപ്പങ്ങൾ ബാങ്കുകൾക്ക് പ്രശ്നങ്ങൾ വർദ്ധിപ്പിച്ചതല്ലാതെ ഒരു നിലയ്ക്കും സഹായകമായില്ല. 2016-17 ൽ ദേശസാൽകൃത ബാങ്കു കളുടെയും സ്റ്റേറ്റ് ബാങ്ക് വിഭാഗത്തിന്റെയും ആസ്തിയിൽനിന്നുള്ള വരു മാനം (ROA) പിന്നോട്ടു പോയി. (ചാർട്ട് 10)

ഇന്ത്യയിലെ ബാങ്കുകളെ കുഴപ്പത്തിലാഴ്ത്തുന്ന രണ്ടു പ്രവണത കൾ ഇപ്പോൾ ദൃശ്യമാണ്. വൻതോതിൽ വർദ്ധിക്കുന്ന കിട്ടാക്കടവും അതു പരിഹരിക്കാൻ മുതിരുമ്പോൾ തെളിഞ്ഞു വരുന്ന സാമ്പത്തികമായ നില നിൽപില്ലായ്മയും കുഴപ്പം അങ്ങനെ വന്നെത്തിയിട്ടില്ല. ഇപ്പോൾ ചെയ്യു ന്നതെല്ലാം കുഴപ്പം ഒഴിവാക്കാനുള്ള പരിശ്രമങ്ങളാണ്. അതിൽനിന്ന് കര കയറാനുള്ള മാർഗ്ഗങ്ങളല്ല. 2017 മാർച്ച് 31 ൽ ബേസൽ 111 പ്രകാരമുള്ള, റിസർവ്വ് ബാങ്ക് നിർദ്ദേശിച്ച 9 ശതമാനം മൂലധന പര്യാപ്തത എന്ന ലക്ഷ്യം കൈവരിക്കാൻ ഒരു പൊതുമേഖലാ ബാങ്കിനും കഴിഞ്ഞിട്ടില്ല. കിട്ടാക്കടത്തിന് പരിഹാരം കണ്ട് ഈ നിലവാരത്തിനടുത്തെത്താൻ പരി ശ്രമം തുടരുന്നുണ്ട്.

പുതിയ പരിഹാരമാർഗ്ഗങ്ങൾ

ഉദാരവല്ക്കരണ നയം സ്വീകരിച്ച് പൊതുമേഖലാ ബാങ്കുകളുടെ ഫണ്ട് മൂലധനാധിഷ്ഠിത രംഗങ്ങളിൽ നിക്ഷേപം നടത്തി കോർപ്പറേറ്റ് ഡെറ്റ് റീസ്ട്രക്ച്ചറിങ് എന്ന പദ്ധതിയിലൂടെ കോർപ്പറേറ്റുകൾ വരുത്തിയ കിട്ടാക്കടം ഒളിപ്പിച്ച് നിർത്താൻ നിന്നവർ ഒരു സുപ്രഭാതത്തിൽ ഈ ബാങ്കുകൾക്കു നേരെ ആക്രമണവുമായി ഇറങ്ങി പുറപ്പെട്ടിരിക്കുന്ന ചിത്ര മാണ് ഇന്നു കാണാൻ കഴിയുന്നത്. ഈ ആക്രമണം വിവിധ രീതിയി ലാണ് നടക്കുന്നത്. ഒന്നാമത് പ്രവർത്തിക്കാത്ത ആസ്തികളുടെ തരം തിരിവ് കൂടുതൽ കർശനമാക്കി. അതോടെ താല്ക്കാലികമായി നിന്ന പ്രശ്നങ്ങൾ വരെ സങ്കീർണ്ണമാകുകയും അവർക്കുവേണ്ടി കൂടുതൽ തുക വകയിരുത്തേണ്ടിയും വന്നു. തൊട്ടുപിറകെ 'സ്റ്റാൻഡാർഡ് റീസ്ട്ര ക്ച്ചേർഡ്' ആസ്തിയിനത്തിൽപ്പെടുത്തിയിരുന്നവ നിർബ്ബന്ധപൂർവ്വം കിട്ടാ ക്കടത്തിന്റെ ലിസ്റ്റിൽ ഉൾപ്പെടുത്തി. 15 ശതമാനം വകയിരുത്തേണ്ട 150 അക്കൗണ്ടുകൾ ഓരോന്നിനും ഓരോ ത്രൈമാസത്തിലും 2.5 ശതമാനം വീതം 2017 മാർച്ച് വരെയുള്ള 6 ത്രൈമാസങ്ങളിൽ വകമാറ്റണമെന്ന് വ്യവസ്ഥപ്പെടുത്തി. അതുവരെയും മിക്ക ബാങ്കുകളും ഈ ഗണ ത്തിൽപ്പെട്ട ആസ്തികൾ സ്റ്റാൻഡാർഡ് അസറ്റായി കണക്കാക്കി അവയ്ക്ക് വക കൊള്ളിച്ചിരുന്നത്. 0.40 ശതമാനം വീതമായിരുന്നു. ഈ പുനഃക്രമീകരണം കിട്ടാക്കടം വൻതോതിൽ വർദ്ധിക്കുന്നതിനും അതിന് പ്രൊവിഷൻ ഇനത്തിൽ വൻതുക മാറ്റേണ്ടതിനും ഇടവരുത്തി. മൂന്നാ മത് പ്രോംപ്റ്റ് കറക്റ്റീവ് ആക്ഷൻ (Prompt Corrective Action) എന്ന പേരിൽ ഒരു പുതിയ രീതി പ്രഖ്യാപിച്ച് തകർച്ചാപ്രവണതകൾ തിരു ത്താൻ ചില മാനദണ്ഡങ്ങൾ ഏർപ്പെടുത്തി. ഇതുപ്രകാരം വായ്പയു ടെയും ആസ്തിയുടെയും മൂല്യത്തിന്റെ (IRAR) അനുപാതം, ആസ്തി യുടെ അപകട സാദ്ധ്യത (Risk) ആസ്തിയിൽനിന്നുള്ള വരുമാനം, തുട ങ്ങിയവ വിലയിരുത്തി അപകട സാദ്ധ്യത നിജപ്പെടുത്തണം. ഇതിൽ ഏതെങ്കിലും ഒരു മാനദണ്ഡം ലംഘിക്കുന്ന ബാങ്കുകൾ ഡിവിഡന്റ് വിത രണം നിർത്തിവയ്ക്കൽ, ശാഖാ വികസനം നിർത്തൽ അടക്കമുള്ള തിരു ത്തൽ നടപടി സ്വീകരിക്കണം. മാനേജർ തലത്തിൽ നല്കുന്ന പ്രതിഫ ലനത്തിന് നിയന്ത്രണം കൊണ്ടുവരണം. ഇതൊക്കെ വേണ്ടതല്ലേയെന്ന് തോന്നാം. എന്നാൽ ഇത്തരം നടപടികൾ സ്വീകരിക്കുന്ന ഗണത്തിൽ ഉൾപ്പെടുന്ന ബാങ്കുകളിലേക്ക് നിക്ഷേപം പിൻവലിക്കൽ ഉൾപ്പെടെ അനേകം പ്രതികൂല പ്രവണതകൾ കടന്നുവരും. നാലാമതായി അതിന്റെ തുടർച്ചയെന്ന നിലയിൽ ഇൻസോൾവൻസി ആന്റ് ബാങ്ക് റപ്റ്റസി കോഡ് (Insolvancy and Bank ruptacy code IBC) 20 നാഷണൽ കമ്പനി ലാ ട്രിബ്യൂണലും നിശ്ചയിച്ച ചട്ടക്കൂടിലേക്ക് (അതായത് ഫല ത്തിൽ ബാങ്കുകൾ തന്നെ ഇല്ലാതാകുന്ന സ്ഥിതിയിലേക്ക്) ബാങ്കുകൾ തള്ളിമാറ്റപ്പെടും.

ബാങ്കിങ് സംവിധാനത്തിൽ സംശയ ആസ്തിയുടെ നീണ്ടുനിന്ന പ്രശ്നം പരിഹരിക്കാനുള്ള ശ്രമങ്ങൾ പരാജയപ്പെടുന്നുവെന്ന് കണ്ട റിസർവ്വ് ബാങ്ക് പുതുതായി രൂപംനല്കിയ ഇൻസോൾവൻസി ആന്റ് ബാങ്ക് റപ്റ്റസി കോഡിലൂടെ (IBC കോഡ്) അത് പരിഹരിക്കാൻ പരി ശ്രമം തുടങ്ങി. അതിന് സർക്കാർ സഹായത്തോടെ, വിമുഖത ഉപേക്ഷിച്ച് രംഗത്തിറങ്ങി. സർക്കാർ 2017 ൽ ഇറക്കിയ ബാങ്കിങ് റെഗുലേഷൻ ഭേദ ഗതി ഓർഡിനൻസ് പുറപ്പെടുവിച്ച് പിന്നീട് പാർലമെന്റിൽ അതു പാസാക്കി പുതുതായി ഏർപ്പെടുത്തിയ വ്യവസ്ഥകളിലൂടെ നിശ്ചയിക്ക പ്പെട്ട ഇടപാടുകാരുടെ ആസ്തിപ്രശ്നം പരിഹരിക്കാനുള്ള നടപടികൾക്ക് തുടക്കംകുറിച്ചു.

ഈ നടപടിക്ക് വിവിധ ഘടകങ്ങളുണ്ട്. ആദ്യംതന്നെ ഏറെ നാളായി കണ്ടെത്തിയതും പരിഹരിക്കാൻ കഴിയാതെ കിടക്കുന്നതുമായ കിട്ടാ ക്കടങ്ങൾ വേർതിരിക്കണം. അങ്ങനെയുള്ള ആസ്തികൾക്ക് കടം നല്കിയ ബാങ്കുകളുടെ കൺസോർഷ്യു പ്രശ്നം പരിഹരിക്കാൻ സമയ പരിധി നിശ്ചയിക്കണം. അതിന് കടം കൊടുത്തവരുടെ ഫോറത്തിലെ 50 ശതമാനം അംഗങ്ങൾക്ക് 60 ശതമാനം വരെയുള്ള തുകയ്ക്കുള്ള അക്കൗണ്ടുകളിൽ തീരുമാനമെടുക്കാം. ഈ വ്യവസ്ഥയ്ക്കുള്ളിൽ നിശ്ചിത സമയത്ത് പരിഹരിക്കാൻ കഴിയാത്തപക്ഷം നാഷണൽ കമ്പനി ലാ ട്രിബ്യൂണലിന് (NCLT) ലിക്വിഡേഷൻ നടപടി ആവശ്യപ്പെടാം. ഈ പ്രക്രിയയിൽ ബന്ധപ്പെട്ട മാനേജുമെന്റുകളെ ഒഴിവാക്കി ഇൻസോൾ വൻസി പ്രൊഫഷണൽമാരെ നിയമിച്ച് അവരുടെ സഹായത്തോടെ ലിക്വി ഡേഷൻ നടപടി തുടരാം. NILT യെ സമീപിക്കുമ്പോൾ 180 ദിവസത്തി നുള്ളിലുള്ള ഒരു പരിഹാര പദ്ധതി തയ്യാറാക്കും (90 ദിവസം കൂടുത ലായി അധികം ഗ്രേഡ് സമയവും അനുവദിക്കും) അതിനുള്ളിൽ ഒരു പദ്ധതി തയ്യാറാക്കാത്ത പക്ഷം കമ്പനി ലിക്വിഡേഷനിലേക്ക് നീങ്ങും.

ആദ്യ പരിപാടിയായി 2017 ജൂണിൽ ഇത്തരത്തിൽ വൻ കടബാദ്ധ്യ തയുള്ള 12 കമ്പനികളെ കണ്ടെത്തുകയും ഇൻസോൾവൻസി അപേക്ഷ നല്കുകയും ചെയ്തു. 2016 സാമ്പത്തിക വർഷത്തിന്റെ അവസാനം 12 കടക്കാരായവർ വാണിജ്യ ബാങ്കുകൾക്കു നല്കേണ്ട തുക 3802 കോടി രൂപ മുതൽ 41843 കോടി രൂപ എന്ന തലത്തിലായിരുന്നു. അതിൽ 7 എണ്ണം 10,000 കോടിക്കു മുകളിലും തീരെ തിരികെ കിട്ടാൻ കഴിയാത്ത തുമായിരുന്നു. മൊത്തം കിട്ടാക്കടം 2,26,400 കോടി രൂപയാണ്. ഇത് ഷെഡ്യൂൾഡ് കൊമേഴ്സ്യൽ ബാങ്കുകളുടെ മൊത്തം കിട്ടാക്കടത്തിന്റെ നാലിലൊന്നുവരും.

ഈ കേസുകൾ നാഷണൽ കമ്പനി ലാ ട്രിബ്യൂണലിന്റെയും (NCLT) നാഷണൽ കമ്പനി ലാ ആർബിട്രേഷൻ ട്രിബ്യൂണലിന്റെയും പരിഗണനയിലിരിക്കെ ഗവൺമെന്റ് കൂടുതൽ മോശപ്പെട്ടതും വലിയ ബാദ്ധ്യത ബാക്കി നില്ക്കുന്നതുമായ കുറേയേറെ കേസുകൾ കൂടി ഉടനെ വേർതിരിച്ച് ആറു മാസത്തിനുള്ളിൽ തീർപ്പാക്കണമെന്നും അല്ലെങ്കിൽ

അവയും നാഷണൽ കമ്പനി ലാ ട്രിബ്യൂണലിന്റെ പരിഗണനയ്ക്ക് വിട ണമെന്നും നിർബ്ബന്ധിക്കുന്നു. ഇതിനുള്ള നിർദ്ദേശം റിസർവ്വ് ബാങ്ക് നല്കുകയും രൂക്ഷമായ കിട്ടാക്കടമുള്ള അത്തരം 40 വായ്പക്കാരുടെ മേൽ നടപടിക്ക് തുടക്കംകുറിച്ചിട്ടുണ്ടെന്നും റിപ്പോർട്ട് ചെയ്യപ്പെടുന്നു.

ഏതായാലും പ്രശ്നത്തിന് പെട്ടെന്ന് പരിഹാരം കണ്ടെത്തുക എളു പ്പമല്ല. അതിന് മൂന്നുതരം പ്രതിബന്ധങ്ങളുണ്ട്. ഇങ്ങനെ കിട്ടാക്കടം വന്നത് തങ്ങളുടെ കുറ്റമോ കുറവോ കൊണ്ടല്ലെന്നും അതിനു ബാഹ്യ മായ പ്രശ്നങ്ങളാലാണെന്നും അതിനാൽ ഈ ബാദ്ധ്യത വായ്പ നല്കി യവരും കൂടി പങ്കുവയ്ക്കണമെന്നു വാദിച്ച് ലികിഡേഷൻ ഒഴിവാക്കാൻ തങ്ങളുടെ കൈവശമുള്ള സർവ്വായുധങ്ങളും ഇവർ പ്രയോഗിക്കും. ഔദ്യോഗിക സാമ്പത്തിക സർവ്വേയിൽ ഈ പ്രശ്നത്തെ ഇരട്ടക്കമ്മി അഥവാ twin deficit എന്നു വിശേഷിപ്പിച്ച സർക്കാർ വായ്പ നല്കിയ വർക്കും വായ്പ എടുത്തവർക്കും ഉത്തരവാദിത്തം ഉണ്ടെന്നു വ്യവ സായികളിൽനിന്നുള്ള എതിർപ്പിനെ ഭയന്ന് നേരത്തേ പറഞ്ഞു വച്ചിട്ടു മുണ്ട്. രണ്ടാമത്തേത്, സംയുക്തവായ്പാ വേദിയിൽ നേരിട്ടു പങ്കില്ലാ ത്തവർക്ക് ഇത്തരം കടക്കാർ അടച്ചുതീർക്കേണ്ട ജോയിന്റ് ലെന്റിങ് ഫോറം (JLF) ബാദ്ധ്യതകൾ സംബന്ധിച്ച് ഉയർത്തുന്ന തടസ്സങ്ങളാണ്. അവരിൽ ചെറുകിട ബാങ്കുകളും ജെ സി ഇൻസ്ഫ്രടെക് എന്ന കമ്പനി യെപ്പോലെയുള്ളവയ്ക്ക് ഗഡുക്കളായി വൻതുകയടച്ച് വീടുകൾ പണി പൂർത്തിയാക്കിക്കിട്ടാതെ കാത്തിരിക്കുന്ന അനേകം ഇടപാടുകാരുണ്ട്. കടം തിരിച്ചടയ്ക്കാത്തവരുടെ ബാദ്ധ്യത ബാങ്കുകളിൽ മാത്രം ഒതുങ്ങു ന്നില്ല. നികുതിപ്പണം അടക്കം അനേകം പേർക്ക് ഇവർ പണം നല്കാ നുണ്ട്. IBC ബാങ്കുകളുടെ കാര്യത്തിൽ മാത്രം താല്പര്യമെടുക്കുമ്പോൾ നഷ്ടം നേരിടുന്ന 'മൂന്നാം അവകാശികൾ' അതിനെ എതിർക്കും. ഇത് കുഴപ്പം കൂടുതൽ സങ്കീർണ്ണമാക്കും. ലികിഡേഷൻ നടപടി തുടങ്ങിയാൽ തങ്ങൾ ബാദ്ധ്യതയിൽ എത്ര കുറവ് അഥവാ Hair cut വരുത്തണം എന്നതിനെപ്പറ്റി ജോയിന്റ് ലെന്റിങ് ഫോറത്തിന്റെ ഇടപെടൽ കടന്നു വരും. കമ്പനികളുടെ ആസ്തിയുടെ കമ്പോളവിലയും കൊലാറ്ററൽ ബാദ്ധ്യതയുടെ അളവും പരിശോധിക്കേണ്ടിവരും. കിങ്ഫിഷർ എയർലൈൻസിന്റെ കാര്യത്തിൽ കണ്ടതുപോലെ ആസ്തിയിൽനിന്ന് തിരിച്ചു കിട്ടാനുള്ള കടവും പലിശയും ചേർന്ന ബാദ്ധ്യതയിൽ തിരിച്ചു പിടിക്കാൻ ഏറെയൊന്നും ഇല്ലാതിരിക്കാനും സാദ്ധ്യതയുണ്ട്.

ഇതിന്റെ ഒന്നാമത്തെ അനുഭവമാണ് എസ്സാർസ്റ്റീലിന്റേത്. കമ്പനി റീസ്ട്രക്ചർ ചെയ്യാൻ കടക്കാരുമായി ചർച്ചയിൽ ഏർപ്പെട്ടിരിക്കുകയാ ണെന്നും NCLT നടപടികൾ നിർത്തിവയ്ക്കാൻ ഉത്തരവിടണമെന്നും ആവശ്യപ്പെട്ട് കമ്പനി ഗുജറാത്ത് ഹൈക്കോടതിയിൽ കേസു കൊടുത്തു അതിനാൽ അടിയന്തര പ്രശ്ന പരിഹാരത്തിന് NCLT വഴി സ്വീകരി ക്കുന്ന നടപടിയിൽ കമ്പനിയെ ഉൾപ്പെടുത്തരുതെന്നവർ വാദിച്ചു. കോടതി ആ വീക്ഷണം അംഗീകരിച്ചില്ലെങ്കിലും 'ഭരണഘടനാ വ്യവ

സ്ഥകൾക്കും നിയമത്തിന്റെ അടിസ്ഥാനതത്ത്വങ്ങൾക്കും അനുസൃതമായി തന്നാൽ നിയമ അർദ്ധ നിയമ അധികാരികളോട് ഒരുതരത്തിലും ഉപ ദേശരൂപത്തിലോ നിർദ്ദേശ രൂപത്തിലോ ആകാതെയും' മാത്രമേ തുട രാൻ പാടുള്ളൂ എന്ന മുന്നറിയിപ്പാണ് നല്കിയത്. NCLT നടപടിയിലൂടെ പരിഹാരം കാണാനോ, ലികിഡേഷൻ നടപടിക്കോ ഇതുവരെ ഒരു കേസിലും കഴിഞ്ഞിട്ടില്ല.

അതിനിടയിൽ NCLT ക്ക് വീടു കേസുകളിൽ കിട്ടാക്കടത്തിന് വക യിരുത്തേണ്ട പ്രൊവിഷന്റെ അളവ് റിസർവ് ബാങ്ക് വർദ്ധിപ്പിച്ചു. ഒന്നാം വർഷം കിട്ടാക്കടമായി പ്രഖ്യാപിച്ച വായ്പാ തുകയുടെ 15 ശതമാനമാ യിരുന്നു വകയിരുത്തേണ്ടത്. രണ്ടാം വർഷം ഇത് 25 ശതമാനമായും മൂന്നാം വർഷം 40 ശതമാനമായും ഒടുവിൽ മൊത്തം ബാദ്ധ്യതയ്ക്കും വകയിരുത്തണം. ഇപ്പോൾ റിസർവ് ബാങ്ക് NCLT ക്കു വിട്ട കേസുക ളിൽ സുരക്ഷിത വായ്പയ്ക്ക് 50 ശതമാനവും സുരക്ഷിതമല്ലാത്തതിന് 100 ശതമാനവും NCLT നടപടിയാരംഭിച്ച് മൂന്നു ത്രൈമാസം കഴിയു മ്പോൾ തുകവകയിരുത്തണമെന്ന് നിർദ്ദേശിച്ചതായറിയുന്നു. ഇപ്പോൾ ഒന്നാം ലിസ്റ്റ് പ്രകാരം NCLT ക്കു വിട്ട വായ്പകളിൽ 3 മാസം പിന്നിട്ട് പ്രൊവിഷൻ നീക്കിവെച്ചാൽ അതിവേഗം വൻ അധിക ബാദ്ധ്യത ബാങ്കു കൾക്കു മേൽ വന്നുവീഴും.

വെട്ടിക്കുറവുകളും പ്രൊവിഷനിൽ വരുത്തുന്ന വൻതോതിലുള്ള വർദ്ധനവും ചേരുമ്പോൾ സമീപഭാവിയിൽ തന്നെ ബാങ്കുകളുടെ ഓഹരി ക്ഷമത നിലനിർത്താൻ വലിയ തുക മൂലധനമായി ബാങ്കുകളിൽ എത്തി ക്കേണ്ടിവരും. അത് കൂടുതൽ ബാധിക്കുന്നത് പൊതുമേഖലാ ബാങ്കുക ളെയാണ്. കാരണം കിട്ടാക്കടത്തിൽ മുന്തിയ പങ്ക് അവയുടേതാണെ ന്നതു തന്നെ പൊതുമേഖലാ ബാങ്കുകളുടെ ഇപ്പോൾ പൊതുവിലുള്ള 52 ശതമാനം ഉടമസ്ഥത കുറച്ച് കമ്പോളത്തിൽനിന്ന് ഓഹരി നേടി സ്വകാ ര്യവല്ക്കരിക്കണമെന്നു ശഠിക്കുന്നവരുടെ നിലപാട് ഈ സ്ഥിതി ശക്തി പ്പെടുത്തും. ഇന്ത്യൻ ബാങ്കിങ്ങിൽ വൻതോതിൽ മാറ്റം അതു കൊണ്ടു വരികയും ചെയ്യും.

സർക്കാരിന്റെ പ്രതികരണം

കിട്ടാക്കടം ഇങ്ങനെ കുന്നുകൂടിയതിന് രണ്ടു കാരണങ്ങളുണ്ട്. ഒന്ന് ആശയപരമായി ഒരു വിട്ടുവീഴ്ചയ്ക്കും തയ്യാറാകാത്തവിധം നവലിബ റലിസത്തോടുള്ള പ്രതിബദ്ധതയാണ്. അന്താരാഷ്ട്ര ധനമൂലധനത്തി ന്റെയും അതിന്റെ പൊതു സ്വകാര്യ ഏജന്റുമാരുടെയും സമ്മർദ്ദമാണ് മറ്റൊന്ന്. കിട്ടാക്കടത്തോടുള്ള സർക്കാർ നയത്തെ മൂന്നുതരത്തിലാണ് അവർ സ്വാധീനിക്കാൻ ശ്രമിച്ചത്. ഒന്നാമത്, കടം തിരികെപിടിച്ച് ബാങ്കു കളുടെ ബാലൻസ് ഷീറ്റ് എങ്ങനെ നന്നാക്കാം എന്നതിനേക്കാൾ അവർ പ്രാധാന്യം നല്കിയത് ബാങ്കുകളെ വീണ്ടും ഉപയോഗിച്ച് കുഴപ്പത്തി ലായ ബിസിനസ് ഗ്രൂപ്പുകളെ എങ്ങനെ പുനരുദ്ധരിക്കാം എന്നതിനാണ്.

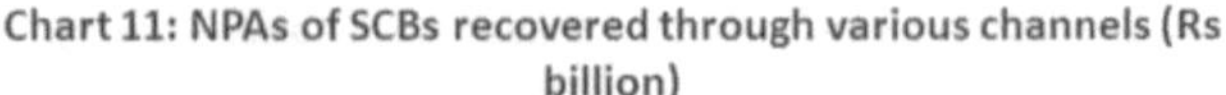

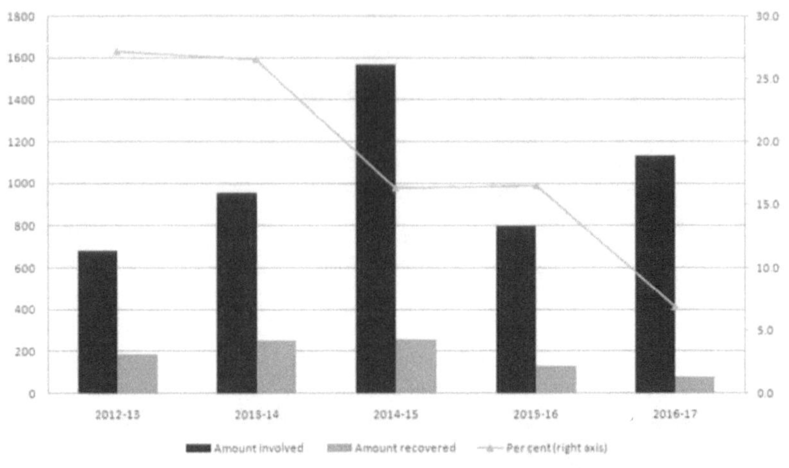

ചാർട്ട് 11

ചാർട്ട് II ൽ നല്കിയിട്ടുള്ള റിസർവ്വ് ബാങ്കിന്റെ സ്ഥിതിവിവരക്കര ണക്കുപ്രകാരം ഷെഡ്യൂൾഡ് കൊമേഴ്സ്യൽ ബാങ്കുകൾ വിവിധ ചാന ലുകൾ വഴി അവകാശം ഉന്നയിച്ച കിട്ടാക്കടം (ലോക് അദാലത്ത്, ഡെറ്റ് റിക്കവറി ട്രിബ്യൂണൽ, സർഫേസി (SARFESI) എന്നിവ.) 2013 മാർച്ചിൽ 27 ശതാനമായിരുന്നത് 2017 മാർച്ച് അവസാനം 7 ശതമാനമായി. 2016-17 ൽ തിരിച്ചു പിടിച്ച മൊത്തം തുക കേവലം 78 ബില്യൺ രൂപയാണ്.

2014-15 ലും 2015-16 ലും കിട്ടാക്കടത്തിലെ കിഴിവ് യഥാക്രമം 1270 ഉം 1280 ബില്യൺ രൂപയായിരുന്നു. കിട്ടാക്കടം യഥാർത്ഥത്തിൽ ആ സമ യത്തെല്ലാം വർദ്ധിച്ചു വരികയായിരുന്നു. വായ്പ എഴുതിത്തള്ളിയതു മൂലം കിട്ടാക്കടത്തിന്റെ കണക്കിൽ കുറവു കാണിച്ചെങ്കിലും ബാങ്കു കൾക്ക് അതിലൂടെ കാര്യമായൊന്നും കിട്ടിയില്ല. മൂന്നു വിഭാഗങ്ങളായി കണക്കിൽ ഇതു പ്രത്യക്ഷപ്പെട്ടു. (യഥാർത്ഥത്തിൽ തിരിച്ചുകിട്ടിയത്, ആസ്തിയിൽനിന്ന് ലഭിക്കാൻ സാദ്ധ്യതയുള്ളത്, ധാരണയിലെത്തി യതോ, എഴുതിത്തള്ളിയതോ) എഴുതിത്തള്ളുന്നതിനർത്ഥം പൂർണ്ണനഷ്ടം എന്നാണ്. ധനമന്ത്രാലയത്തിന്റെ കണക്കുപ്രകാരം പൊതുമേഖലാ ബാങ്കുകളുടെ എഴുതിത്തള്ളിയ കിട്ടാക്കടം 2014-15 ൽ 41 ശതമാനമായി രുന്നത്. 2015-16 ൽ 46 ശതമാനമായി. കടം തിരിച്ചു പിടിക്കൽ അനിവാ ര്യമാകുന്നത് ബാങ്കുകളുടെ സാമ്പത്തിക സ്ഥിതി മെച്ചപ്പെടുത്താൻ മാത്ര മല്ല. രാജ്യത്തെ നിയമവ്യവസ്ഥകൾ പാലിക്കുന്നു എന്നുറപ്പു വരുത്തു ന്നതും അതിന്റെ മറ്റൊരു ഭാഗമാണ്. ഇക്കാര്യത്തിലെ അശ്രദ്ധ ദീർഘ കാലയളവിൽ നിരവധി പ്രതികൂലതകൾ സൃഷ്ടിക്കും.

2012-13 മുതൽ 2016-17 വരെയുള്ള 5 വർഷം പൊതുമേഖലാ ബാങ്കു കൾ 2.46 ലക്ഷം കോടി രൂപയുടെ വായ്പകൾ എഴുതിത്തള്ളിയെന്നാണ് ധനമന്ത്രാലയത്തിന്റെ കണക്ക് വെളിപ്പെടുത്തുന്നത്. പ്രഖ്യാപിച്ച ലാഭവും എഴുതിത്തള്ളിയ തുകയും തമ്മിലുള്ള അനുപാതം വൻതോതിൽ ഇടിഞ്ഞു. 2012-13 ൽ പൊതുമേഖലാ ബാങ്കുകളെല്ലാം ചേർന്ന് 45849 കോടി രൂപ അറ്റലാഭമുണ്ടാക്കിയപ്പോൾ എഴുതിത്തള്ളിയത് 27231 കോടി രൂപയാണ്. 2016-17 ൽ എഴുതിത്തള്ളിയത് 81683 കോടി രൂപ. അകലാഭം 4746 കോടി* എഴുതിത്തള്ളൽ ബാങ്കിന്റെ ലാഭക്ഷമതയെ ബാധിക്കുന്നു എന്നാണിതു കാണിക്കുന്നത്. 2015 മാർച്ചിനും 2016 മാർച്ചിനുമിടയിൽ പൊതുമേഖലാ ബാങ്കുകളുടെ ആസ്തിയിൽ നിന്നുള്ള വരുമാനം (Re- turn on Assets ROA) 0.8 ൽ നിന്ന് 0.4 ശതമാനമായയും ഓഹരിയിൽ നിന്നുള്ള വരുമാനം (Return on Equity ROE) 9.3 ൽ നിന്ന് 4.8 ശതമാന മായയും കുറഞ്ഞു. റിസ്കിന് വർഷാവർഷത്തെ വർദ്ധനവിനനുസരിച്ച് 86 ശതാനം വരെയും എഴുതിത്തള്ളാൻ 27 ശതമാനം വരെയും തുക മാറ്റി വയ്ക്കേണ്ടിവന്ന പരിതസ്ഥിതിയിലാണ് മൊത്തം ലാഭത്തിൽ നികുതി കഴിച്ച് 43 ശതമാനത്തിന്റെ കുറവ് ലാഭത്തിൽ ഉണ്ടായത്. ഈ പ്രവണത ഒരേ തരത്തിലല്ലെങ്കിലും 21 പൊതുമേഖലാ ബാങ്കുകളെ ബാധി ച്ചു. അവയുടെ മൊത്തം ആസ്തിയിൽ 37 ശതമാനത്തിന്റെ മൂല്യം 2015 -16 ൽ പിന്നോക്കം പോയി.

വൻ കോർപ്പറേറ്റുകളിൽനിന്ന് പണം പിടിച്ചെടുക്കുന്നതിൽ പരാജ യപ്പെട്ടതിനൊപ്പം കിട്ടാക്കടം വിലപേശി ആസ്തികൾ ഡിസ്കൗണ്ട് നിര ക്കിൽ അസറ്റ് റീകൺസ്ട്രക്ഷൻ കമ്പനികൾക്ക് (ABC) വില്ക്കാനും ശ്രമം നടന്നു. ധാരണയിലെത്തുന്ന മൊത്തം തുകയിൽ 5 ശതമാനം അടച്ച് ബാക്കി തുകയ്ക്ക് ഈടായി ARC രസീതു നല്കും. ആസ്തി കൾ വിറ്റശേഷം അവർ കണക്കുതീർത്താൽ മതിയാകുമെന്നായിരുന്നു വ്യവസ്ഥ. അങ്ങനെ ചെറിയ തുക പറ്റി ആസ്തികൾ ARC കൾക്ക് കൈമാറിയപ്പോൾ ഡിസ്ക്കൗണ്ടിനത്തിലെ കുറവും വിറ്റ കിട്ടാക്കട ത്തിന്റെ അളവും കുറഞ്ഞു.

2016-17 ലെ സാമ്പത്തിക സർവേയിൽ നിർദ്ദേശിച്ച പബ്ലിക് സെക്ടർ അസറ്റ് റീഹാബിലിറ്റേഷൻ ഏജൻസി (PARA)യെപ്പറ്റി വിലയിരു ത്തേണ്ടത്. ഈ പശ്ചാത്തലത്തിലാണ്. സർവേ മുന്നോട്ടു വയ്ക്കുന്ന വീക്ഷണം ഇങ്ങനെ.

കഴിഞ്ഞ ചില വർഷങ്ങളായി സാമ്പത്തിക സമ്മർദ്ദം നേരിടുന്ന കമ്പനികളിലേക്കുള്ള പണത്തിന്റെ ഒഴുക്ക് കുറഞ്ഞുവരികയും അതിന്റെ ഫലമായി അവയുടെ പ്രവർത്തനക്ഷമത നില നിർത്താൻ വായ്പയിൽ 50 ശതമാനമെങ്കിലും കണ്ട് കുറവു വരു

---

* സജ്ജി വർമ്മ. കിട്ടാക്കടം സർക്കാർ ബാങ്കുകളുടെ എഴുതിത്തള്ളിയ കിട്ടാക്കടം 2016-17 ൽ 81683 കോടി രൂപ. ഇന്ത്യൻ എക്സ്പ്രസ് ആഗസ്ത് 7, 2017

ത്തേണ്ട സ്ഥിതിയാണിന്നുള്ളത്. അതിനുള്ള ഏക പോംവഴി കടം ഓഹരിയാക്കി മാറ്റി കമ്പനികൾ ഏറ്റെടുത്ത് അവയെ നഷ്ടം സഹിച്ചു വില്ക്കലാണ്.

അതായത് ബാങ്കുകൾക്ക് വേണ്ട ഓഹരിപ്പണം നല്കുന്നതിനു പകരം നികുതിദായകന്റെ ചെലവിൽ സർക്കാർ കമ്പനികൾക്ക് ഓഹരി പ്പണം നല്കണമെന്നാണ് സർവ്വേ പറയുന്നത്. ഇന്നത്തെ അവസ്ഥയ്ക്ക് കമ്പനികളെ പഴിക്കേണ്ട കാര്യമില്ലെന്ന് സർക്കാർതന്നെ പറയുകയാണ്.

ചില കേസുകളിൽ ഫണ്ട് വകമാറ്റി ചെലവ് ചെയ്തതുമൂലം കടം തിരിച്ചടവ് പ്രശ്നമുണ്ടായിട്ടുണ്ടെന്നതിൽ സംശയമില്ല. പക്ഷേ, ഒട്ട ധികം കേസുകളിലും പ്രശ്നം ഉണ്ടായത് സാമ്പത്തിക അന്തരീ ക്ഷത്തിലുണ്ടായ അപ്രതീക്ഷിത സംഭവങ്ങൾമൂലമാണ്. സമയ ക്രമത്തിന്റെ കണക്ക്, കൈമാറ്റ നിരക്കിലെ വ്യതിയാനം, വളർച്ചാ നിരക്ക് സംബന്ധിച്ച അനുമാനമൊക്കെ പിഴച്ചു

എന്നാണ് സർവ്വേ കണ്ടെത്തിയത്.

കോർപ്പറേറ്റ് വായ്പക്കാരെ കടബാദ്ധ്യതയിൽനിന്ന് ഒഴിവാക്കുകയും ബഡ്ജറ്റിലെ വിഭവം ഉപയോഗിച്ച് ബാങ്കുകളുടെ ഓഹരിപ്പങ്ക് നികത്തു കയും ചെയ്താൽ സംഭവിക്കുക സ്വകാര്യ നഷ്ടത്തിന്റെ സാമൂഹ്യവല്ക്ക രണമാണ്. ഇന്നും വരുംനാളുകളിലും പ്രത്യക്ഷമായും പരോക്ഷമായും നാം നല്കുന്ന നികുതികൾ ഈ ബാദ്ധ്യത നികത്താനായി വിട്ടുകൊടു ക്കലാണ്. ഈ പണി കുറേക്കാലമായി തുടർന്നുവരുന്നു. 2001- 2001 നും 2014-15 നുമിടയിൽ ബഡ്ജറ്റിലൂടെ ബാങ്കുകൾക്ക് ഓഹരിക്കായി നല്കിയ തുക 81200 കോടി രൂപയാണ്. അതിൽ തന്നെ 58600 കോടിയും നല്കി യത് തൊട്ടടുത്ത വർഷങ്ങളിലാണ്. (മൊത്തം തുകയുടെ 72 ശതമാനം) 2013-14 വരെ തുടർച്ചയായി 4 വർഷങ്ങളിലായി ഇത്രയും പണം ഇതിനു ചെലവാക്കി സർക്കാരിന്റെ ഈ പ്രക്രിയക്കുള്ള ത്വര ഇന്ന് ഏതാണ്ട് അവ സാനിച്ചമട്ടാണ്. ഇത് ഒഴിവാക്കാൻ കഴിയാത്ത ഘട്ടത്തിലും വാഗ്ദാനം ചെയ്ത തുക ബഡ്ജറ്റിൽനിന്ന് നല്കിയില്ല. 2014-15 ൽ പ്രഖ്യാപിച്ചത് 11200 കോടി. എന്നാൽ അനുവദിച്ചത് 6990 കോടി. 2015-16 ൽ അത് അല്പം കൂടി വർദ്ധിച്ച് 7940 കോടിയാക്കി. അതിനിടയിൽ സർക്കാർ ഇന്ദ്രധനുഷ് എന്നു ഒരു പദ്ധതി പ്രഖ്യാപിച്ചു. അതുപ്രകാരം ഓഹരിക്കായി 70,000 കോടി മാറ്റിവയ്ക്കും. അതിൽ 2015-16 ലും 2016-17 ലും 25000 കോടിയും അടുത്ത രണ്ടു വർഷം 10,000 കോടിയും വീതവും അനുവദിക്കും. പിന്നീട് 2017 ഒക്ടോബറിൽ വന്ന പുതിയ പ്രഖ്യാപന പ്രകാരം ഓഹരിവിഹിതം 2.11 ലക്ഷം കോടിയാക്കി. അതിൽ 135000 കോടി ബാങ്കുകൾ ഇറക്കുന്ന ബോണ്ടു മുഖേനയുള്ള ബഡ്ജറ്റ് വിഹിതവും ബാക്കി വരുന്ന 18139 കോടി ഇന്ദ്രധനുഷ് പ്രഖ്യാപനത്തിന്റെ 70,000 കോടിയിലെ ബാക്കിയു

മാണ്. അതുകഴിഞ്ഞാൽ അവശേഷിക്കുന്ന 57681 കോടി കമ്പോളത്തിൽ നിന്ന് ബാങ്കുകൾ സമാഹരിക്കണമെന്നാണ് വ്യവസ്ഥ.

ഓഹരിയുടെ ഒരു ഭാഗം കമ്പോളത്തിൽനിന്ന് ശേഖരിക്കണമെന്ന പ്രഖ്യാപനം ബഡ്ജറ്റിന് പുറത്തുനിന്നു ഫണ്ട് ശേഖരിക്കുന്ന ആദ്യ ത്തെയും അവസാനത്തെയും ഒന്നായി കണക്കാക്കേണ്ടതില്ല. അതത്ര ലളിതമായി നടപ്പിലാക്കാനുമാവില്ല. ഇപ്പോഴത്തെ ധന സാമ്പത്തിക നയ ങ്ങൾ അതേപടി തുടരുന്നപക്ഷം പൊതുമേഖലയുടെ നഷ്ടം വർദ്ധിച്ചു വരികയാവും ചെയ്യുക എന്ന് കിട്ടാക്കടത്തിന്റെ 2003 മുതലുള്ള അനു ഭവം തെളിയിക്കുന്നു. മറിച്ച് ബാങ്കുകൾക്ക് ഓഹരി ലഭ്യമാകുന്നില്ലെങ്കിൽ ബാങ്കിന്റെ ഓഹരി ന്യായമായ വിലയ്ക്ക് കമ്പോളത്തിൽ വിറ്റ് മൂലധനം കണ്ടെത്താനുള്ള സാധ്യതയ്ക്ക് പരിമിതിയേറും.

51 ശതമാനം ഗവൺമെന്റിന്റേതായി 'പൊതുമേഖല'യായി തുടരുന്ന പക്ഷം നേരത്തേ ബാക്കി ശതമാനം വിറ്റുപോയതിനാൽ ഇനി വില്ക്കാൻ മതിയായ ബാക്കിയില്ല. സ്വകാര്യമേഖല കടന്നുവന്നതു കൂടാതെ ഉദാര വല്ക്കരണത്തിലുന്നിയ പരിവർത്തനത്തിലൂടെ ബാങ്കിന്റെ ഉടമസ്ഥത യിലെ ഉടച്ചുവാർക്കലും നടന്നിട്ടുണ്ട്. അതായത് ക്ഷീണിത പൊതു മേഖലാ ബാങ്കുകളുടെ ഓഹരി മാത്രമല്ല വിറ്റത് 1993 ഡിസംബർ ആദ്യം ഉദാരവല്ക്കരണത്തിന്റെ ആരംഭഘട്ടത്തിൽ 200 കോടിരൂപ അടച്ചു തീർത്ത മൂലധനമുള്ള സ്റ്റേറ്റ് ബാങ്ക് ഓഫ് ഇന്ത്യയുടെ 274 കോടി രൂപ യ്ക്കുള്ള ഓഹരികൾ അന്നുവിറ്റത് ഒരു ഷെയറിങ് 90 രൂപ പ്രീമിയത്തി ലാണ്. അതോടെ റിസർവ്വ് ബാങ്കിന്റെയും ഗവൺമെന്റിന്റെയും കൈവശം സംയുക്തമായി ഉള്ള ഓഹരി 66.3 ശതമാനമായി. ബാക്കി 33.7 ശതമാനം മറ്റുള്ളവരുടെ കൈയിലെത്തി. അതൊരു തുടക്കമായിരുന്നു. ചാർട്ട് 11 വ്യക്തമാക്കുന്നതുപോലെ 19 ദേശസാൽകൃതബാങ്കുകളും സ്റ്റേറ്റ് ബാങ്ക് ഗ്രൂപ്പും ഐ ഡി ബി ഐ ബാങ്കും ചേർന്ന 26 പൊതുമേഖലാ ബാങ്കുക ളിൽ പകുതി എണ്ണത്തിനും 2002 വരെയും സ്വകാര്യ ഓഹരികളില്ലായി രുന്നു 2 ബാങ്കുകൾക്ക് മാത്രമാണ് 40-49 ശതമാനം സ്വകാര്യ ഓഹരി

CHART 12: DISTRIBUTION OF PUBLIC SECTOR BANKS ACCORDING TO
MAGNITUDE OF PRIVATE SHAREHOLDING (NUMBERS)

കൈമാറിയത്. പിന്നീടുള്ള ഒരു ദശകത്തിനുള്ളിൽ 14 ബാങ്കുകൾ 40-49 ശതമാനത്തിൽ ഓഹരി വിറ്റു. മറ്റു 10 ബാങ്കുകളുടെ വില്പന 20-40 ശത മാനനിരക്കിലായി. അതിൽ 26 ബാങ്കിൽ 24 ലും വിദേശ ഉടമസ്ഥതയു മുണ്ട്. 2012 മാർച്ച് അവസാനം ഇത് 0.1 ശതമാനം മുതൽ (സ്റ്റേറ്റ് ബാങ്ക് ഓഫ് മൈസൂർ) 17.4 ശതമാനം (പഞ്ചാബ് നാഷണൽ ബാങ്ക്) വരെയെത്തി.

പൊതുമേഖലാ ബാങ്കുകളെ സംബന്ധിച്ചിടത്തോളം ഓഹരി വില്പ നയും സർക്കാർ ഉടമസ്ഥതയിൽ വെള്ളം ചേർക്കലും മതിയായ പ്രതി വിധിയല്ലെന്നാണിത് കാണിക്കുന്നത്. നയങ്ങൾക്കു രൂപംനല്കുന്നവർ പക്ഷേ, അത്തരം പ്രതീക്ഷ വച്ചു പുലർത്തുന്നവരാണ്. ഉദാഹരണത്തിന് റിസർവ്വ് ബാങ്കിന്റെ മുൻ ഗവർണർ സുബ്ബറാവുവിന്റെ വാക്കുകളിൽ സാമ്പത്തിക ഞെരുക്കം ഉയർത്തുന്ന വലിയ വെല്ലുവിളിയുടെ പശ്ചാ ത്തലത്തിൽ ബേസൽ III വ്യവസ്ഥകൾ പാലിക്കാൻ ഓഹരി വർദ്ധിപ്പി ക്കണം. സർക്കാർ ഉടമസ്ഥത 51 ശതമാനത്തിൽനിന്ന് താഴ്ത്തിയാൽ ഈ പ്രശ്നം പരിഹരിക്കാൻ കഴിയും. ഇവിടെ ഓഹരി മൂലധനം വർദ്ധി പ്പിക്കുന്നതിന്റെ ന്യായത്തിന്മേൽ സ്വകാര്യവല്ക്കരണത്തിന് വാദമു യർത്തുകയാണ്. അതങ്ങനെ പരിഹരിക്കാവുന്ന കാര്യമല്ല.

ഇത് കിട്ടാക്കടം തിരികെ പിടിക്കാനുള്ള രണ്ടാമത്തെ മാർഗ്ഗമായ സ്വകാര്യവല്ക്കരണ നടപടിയിലേക്ക് സർക്കാരിനെ നയിച്ചു. സർക്കാ രിന് ഉറപ്പു നല്കാനാവാത്തവിധം മോശമായ ആസ്തികൾ കൈയൊഴി യുകയാണ് കണ്ടെത്തിയ മാർഗ്ഗം. അതിന് സർക്കാർ നിരത്തിയ നീതീ കരണം ഇങ്ങനെ. പുതിയ ബേസൽ വ്യവസ്ഥകൾ പ്രകാരം (ഇവ പാലി ക്കണമെന്നത് പരിഹാരമോ, നിർബ്ബന്ധിതമോ അല്ല) വേണ്ടിവരുന്ന വൻതുക സർക്കാർ ബഡ്ജറ്റ് വിഹിതത്തിൽനിന്ന് നല്കിയാൽ FRBM നിയമപ്രകാരം സ്വയം സർക്കാർ ഏർപ്പെടുത്തിയ ധനക്കമ്മി ലക്ഷ്യങ്ങൾ നിലനിർത്താനാവാതെ വരും.

അപ്പോൾ ഇന്ന് നിലവിലുള്ള മോശപ്പെട്ട ആസ്തികൾ ഏറ്റെടുക്കു ന്നതിലുപരി നാളെ അതിനനുബന്ധമായി വരാവുന്ന പ്രശ്നങ്ങളിൽനിന്ന് തലയൂരുക എന്നതാണ് സർക്കാരിന്റെ ലക്ഷ്യമെന്ന് വ്യക്തം. ഇവിടെ ഒരു കാര്യം വിസ്മരിക്കപ്പെടുകയാണ്. വികസിതവും വികസ്വരവുമായ കമ്പോള സമ്പദ്ഘടനകളിൽ ബാങ്കുകൾ സ്വകാര്യ ഉടമസ്ഥതയിലുള്ള പ്പോഴും അവയെ രക്ഷിച്ചെടുക്കേണ്ട ചുമതല സർക്കാരിനു മേലാണ് വന്നത്. ബാങ്ക് തകർച്ച സൃഷ്ടിക്കുന്ന കുഴപ്പം ഏതാനും ഓഹരിയുടമക ളിൽ ഒതുങ്ങുകയില്ല. അത് മൊത്തം സമ്പദ്ഘടനയെ ബാധിക്കും എന്നത് തന്നെയാണതിനു കാരണം. വസ്തുത ഇതായിരിക്കെ റിസർവ്വ് ബാങ്കിന്റെ ഡെപ്യൂട്ടി ഗവർണർ അടക്കമുള്ളവർ ബാങ്കുകളുടെ ആസ്തികൾ വേർതി രിച്ച് നല്ല ആസ്തികൾ സ്വകാര്യമേഖലയ്ക്കു വില്ക്കണമെന്ന് വാദിക്ക യാണ്. ഇങ്ങനെ വിറ്റുകിട്ടുന്ന പണംകൊണ്ട് പൊതുമേഖലാ ബാങ്കു കളുടെ കടബാദ്ധ്യത അവസാനിപ്പിച്ച് അവ ഇല്ലാതാക്കി ചെറിയ തോതിൽ വളർച്ചപോലും നിലനിർത്താൻ വിഷമിക്കുന്ന ഏതാനും

സ്വകാര്യബാങ്കുകൾക്ക് അവസരം തുറന്നു കൊടുക്കാൻ വെമ്പൽ കൊള്ളുകയാണ്.

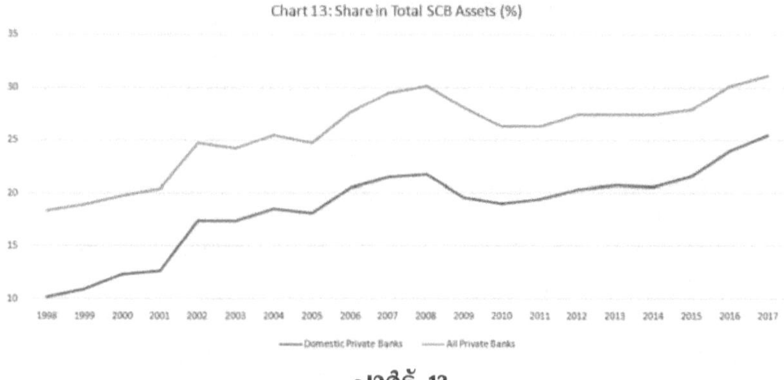

ചാർട്ട് 13

ഫിനാൻഷ്യൽ റെസല്യൂഷൻ ആന്റ് ഡെപ്പോസിറ്റ് ഇൻഷുറൻസ് (FRDI) നിയമം

കിട്ടാക്കടമെന്ന പ്രശ്നം പരിഹരിക്കാനും ബഡ്ജറ്റ് സഹായമില്ലാതെ പൊതുമേഖലാ ബാങ്കുകളുടെ നഷ്ടം സാമൂഹ്യവല്ക്കരിക്കാനും പുതിയ സംവിധാനങ്ങളും അധികാര സ്ഥാപനങ്ങളും സർക്കാർ സൃഷ്ടിക്കയാണ്. 2017 ആഗസ്ത് 10 ന് ഇതിനായി ഫിനാൻഷ്യൽ റെസല്യൂഷൻ അന്ന് ഡെപ്പോസിറ്റ് ഇൻഷുറൻസ് എന്ന ബില് പാർലമെന്റിൽ അവതരിപ്പിച്ചു. ഈ ബില് ഒരു 'സ്വതന്ത്ര' FRDI കോർപ്പറേഷൻ രൂപീകരിക്കാൻ വ്യവസ്ഥ ചെയ്യുന്നു. റിസർവ് ബാങ്കടക്കം മറ്റ് നിലവിലുള്ള ഏജൻസിക ളിൽനിന്ന് സാമ്പത്തിക സ്ഥാപനങ്ങളുടെ പ്രശ്നം പരിഹരിക്കാനുള്ള അധികാരം ഈ സ്ഥാപനം ഏറ്റെടുക്കുന്നു. നടപടികൾ സ്വീകരിക്കാൻ അനിയന്ത്രിതമായ അധികാരങ്ങൾ ഈ സ്ഥാപനത്തിന് കൈമാറുകയും ഇന്ന് നിലവിലുള്ള ഡെപ്പോസിറ്റ് ആന്റ് ക്രെഡിറ്റ് ഗ്യാരന്റി കോർപ്പറേ ഷൻ (DICGC) നടത്തുന്ന പ്രവർത്തനംകൂടി കൈവശപ്പെടുത്തുകയും ചെയ്യുന്നു.

അതിന്റെ ആദ്യപടിയായി ബാങ്കിങ് റെഗുലേഷൻ ആക്ടിൽ മാറ്റം വരുത്താനുള്ള ബാങ്കിങ് റെഗുലേഷൻ അമന്റ്മെന്റ് ബില് 2017 എന്ന ഓർഡിനൻസിറക്കി. അതുപ്രകാരം മോശപ്പെട്ട കടത്തിന്റെ പ്രശ്നങ്ങൾ പരിഹരിക്കാൻ പ്രത്യേക അധികാരം സർക്കാർ റിസർവ് ബാങ്കിന് നല്കുന്നു. തെരഞ്ഞെടുക്കപ്പെട്ട കുടിശ്ശികക്കാരിൽനിന്ന് ബാധ്യത തിരിച്ചുപിടിക്കാൻ ബാങ്കുകൾ ശക്തമായ നടപടിയെടുക്കണം. പ്രശ്ന

ത്തിന് പരിഹാരമുണ്ടാകാത്തപക്ഷം ലിക്വിഡേഷൻ നടപടികൾ സ്വീക രിച്ച് കടക്കാരിൽനിന്ന് സാദ്ധ്യമായിടത്തോളം പണം റിക്കവർ ചെയ്യണം.

തുടക്കത്തിൽ മൊത്തം കിട്ടാക്കടത്തിന്റെ നാലിലൊന്ന് തിരിച്ചട യ്ക്കാനുള്ള 12 വായ്പക്കാർക്കെതിരെ നടപടി ആരംഭിച്ചു. പിന്നീട് കൂടു തൽ പേരെ കണ്ടെത്തി. നാഷണൽ കമ്പനി ലാ ട്രിബ്യൂണലിനു മുന്നിൽ നടന്നു വരുന്ന പ്രവർത്തനത്തിൽനിന്ന് വായ്പാ ബാദ്ധ്യതയ്ക്ക് സമാന മായ ആസ്തി തിരിച്ചുപിടിക്കൽ എളുപ്പമല്ല എന്നാണറിയുന്നത്. വൻതോ തിൽ തുക എഴുതിത്തള്ളേണ്ടിവരും. അത് ബാങ്കുകൾ പാപ്പരാകാനുള്ള സാദ്ധ്യത വർദ്ധിപ്പിക്കും. പരിഹാര പ്രക്രിയ ആ വഴിയിലേക്ക് നീങ്ങും.

സർക്കാർ ഓഹരി വർദ്ധിപ്പിക്കുന്നതിനുപകരമുള്ള ബദൽ എന്ന നില യിലാണ് FRDI വഴിയുള്ള പരിഹാരം മുന്നോട്ടുവയ്ക്കുന്നത്. ബാങ്കു കൾ ഇൻഷുറൻസ് കമ്പനികൾ, പ്രത്യേകിച്ചും. 'സംവിധാനപരമായി പ്രധാ നപ്പെട്ട സാമ്പത്തിക സ്ഥാപനങ്ങളുടെ' (Systematically important Financial Institutions SIFIs) പാപ്പരീകരണം പരിഹരിക്കാനുള്ള പുതിയ മാർഗ്ഗമാണ് ഈ പദ്ധതിക്കൊപ്പം ബാങ്കുകൾ തകരുന്ന പക്ഷം ഒരു നിശ്ചിത തുകവരെയുള്ള ബാങ്കു നിക്ഷേപങ്ങൾക്ക് നിക്ഷേപകർക്ക് നഷ്ട പരിഹാരം (ഇപ്പോൾ ഇത് ഒരു ലക്ഷം രൂപയാണ്) ഉറപ്പാക്കാനും വ്യവ സ്ഥപ്പെടുത്തിയിട്ടുണ്ട്.

പുതിയ കോർപ്പറേഷൻ തകർച്ചയുടെ അപകടസാദ്ധ്യതയ്ക്കനുസ രിച്ച് സാമ്പത്തിക സ്ഥാപനങ്ങളെ ഏറ്റവും താഴെ, അതിനു മുകളിൽ (Low moderate) അതിലും കൂടുതൽ തകർച്ചാ സാദ്ധ്യതയുള്ളതോ പെട്ടെന്നുള്ളതോ (Material imminent) തകർച്ച ആസന്നമായതോ (Critical) എന്ന രീതിയിൽ വേർതിരിക്കണം. മെറ്റീരിയൽ അല്ലെങ്കിൽ ഇമി നന്റ് വിഭാഗത്തിൽപ്പെട്ട സ്ഥാപനങ്ങളുടെ കാര്യത്തിൽ കോർപ്പറേഷൻ (1) അവയുടെ ആസ്തി ബാദ്ധ്യതകൾ സംബന്ധിച്ച രേഖകൾ പരിശോ ധിക്കണം (ii) അവയുടെ പ്രവർത്തനം നിയന്ത്രിക്കണം (iii) കോർപ്പറേ ഷനും മറ്റ് നിയന്ത്രണ സ്ഥാപനത്തിനും പുനപ്രവർത്തനത്തിനും ആവ ശ്യമെങ്കിൽ മെർജർ, അമാൽഗമേഷൻ ഉൾപ്പെടെയുള്ള കാര്യങ്ങൾ ഉൾക്കൊള്ളിച്ച പരിഹാര പദ്ധതി സമർപ്പിക്കണം. ക്രിട്ടിക്കൽ ആയ സ്ഥാപനങ്ങളുടെ ഭരണം കോർപ്പറേഷൻ ഏറ്റെടുത്ത് മെർജർ അക്വി സിഷൻ നടപടി സ്വീകരിച്ച് ആസ്തി ബാദ്ധ്യതകൾ കണക്കാക്കി NCLT യുടെ അനുവാദത്തോടെ ലിക്വിഡേഷൻ നടപ്പിലാക്കണം. മറ്റ് ഇടപെട ലുകൾ ഒഴിവാക്കാൻ NCLT യുടെ നടപടികൾക്കെതിരെ കോടതിയെ സമീപിക്കുന്നതും ഇതര പരിഹാര മാർഗ്ഗങ്ങൾ തേടുന്നതും ഈ നിയമ പ്രകാരം നിരോധിച്ചിരിക്കുന്നു. ലിക്വിഡേഷൻ നടപ്പിലാക്കുമ്പോൾ ലഭ്യ മായ ആസ്തിക്കനുസൃതമായി സീനിയോറിറ്റി പ്രകാരം ഓഹരിയുടമ കൾക്ക് നഷ്ടപരിഹാരം നല്കേണ്ടതുണ്ട്. നിക്ഷേപകരടക്കം ആ ഗണ ത്തിൽപ്പെടുന്നവരെല്ലാം ഇൻഷുറൻസ് പരിരക്ഷയ്ക്കു മേൽവരുന്ന അവർക്ക് ലഭിക്കേണ്ട തുകയിൽ ഒരു വെട്ടിക്കുറവിന് (Hair cut) തയ്യാ

റാകയും വേണമെന്ന് വ്യവസ്ഥപ്പെടുത്തിയിരിക്കുന്നു.

ഈ നിയമത്തിന്റെ അനുരണനങ്ങൾ നിരവധിയാണ്. സ്വതന്ത്ര സ്ഥാപനമായ FRDI കോർപ്പറേഷനും ബന്ധപ്പെട്ട നിയന്ത്രകനുമാണ് (റെഗുലേറ്റർ) കമ്പനികൾ ഏതു വിഭാഗത്തിൽ പെട്ടതെന്ന് തീരുമാനി ക്കുന്നത്. കമ്പനിക്കു സ്വീകാര്യമായ പുനഃക്രമീകരണ, പുനഃസ്ഥാപന പദ്ധതി തയ്യാറാക്കേണ്ടത് ഇതേ കമ്പനി തന്നെയാണ്. നിലനില്പ് പുനഃ സ്ഥാപിക്കാനുള്ള ഉത്തരവാദിത്വം ബാങ്കോ, ഇൻഷുറൻസ് കമ്പനിയോ, SIFI യോ നിർവ്വഹിക്കേണ്ടി വരുമ്പോൾ കമ്പനി തകരാനുള്ള സാദ്ധ്യത കുറഞ്ഞോ ഇല്ലയോ എന്നു നിശ്ചയിക്കുന്നത് റെസല്യൂഷൻ കോർപ്പറേ ഷൻ അധികാരികളാണ്. രണ്ടാമത് തകർച്ച സാദ്ധ്യത മെറ്റീരിയൽ അല്ലെ ങ്കിൽ ഇമിനന്റ് എന്ന് പ്രഖ്യാപിച്ചാൽ ആ വിഭാഗത്തിൽപ്പെട്ട സ്ഥാപന ങ്ങളിൽ നിക്ഷേപിച്ചവർ ബാങ്ക് തകരുമെന്ന ഭയത്തിൽ നിക്ഷേപങ്ങൾ പിൻവലിക്കുന്നത് തകർച്ചാ സാദ്ധ്യത രൂക്ഷമാക്കും. അതുമൂലം പ്രശ്ന പരിഹാരത്തിന്റെ സ്ഥാനത്ത് സംഭവിക്കുന്നത് തകർച്ചാ സാദ്ധ്യതയിലേ ക്കുള്ള വേഗതയാണ്. മൂന്നാമത് പുനഃസ്ഥാപന പരിഹാര നടപടി പ്രാവർത്തികമാകണമെങ്കിൽ നിർബ്ബന്ധപൂർവ്വം അടിച്ചേല്പിക്കുന്ന അമാൽഗമേഷൻ മെർജർ സ്വീകരിക്കപ്പെടണം. ഇത് കുഴപ്പങ്ങൾക്ക് യാതൊരുതരത്തിലും കാരണക്കാരല്ലാത്ത സ്ഥാപനക്കാരുമായി ബന്ധ പ്പെട്ട ഓഫീസർമാർ, ജീവനക്കാർ, പണം തിരികെ കിട്ടാനുള്ളവർ (Credi- tors) ചെറുകിട ഓഹരിയുടമകൾ തുടങ്ങിയവരെയെല്ലാം ബാധിക്കും. ഉദാഹരണത്തിന് മെർജർ/അമാൽഗമേഷൻ നടന്നാൽ അതിന്റെ തുടർച്ച യായി ജീവനക്കാരുടെ പിരിച്ചുവിടലും, പദവികളിലെ തരംതാഴ്ത്തലും പിറകെ വരും. സ്ഥാപനത്തെ രക്ഷിച്ചെടുക്കൽ അഥവാ bailin നടപ്പിലാക്കാൻ ഓഹരിയുടമകളും കടം നല്കിയവരും ചിലപ്പോൾ നിക്ഷേപകരും വില കൊടുക്കണമെന്ന് വന്നാൽ Haircut അഥവാ നഷ്ടം സഹിക്കാൻ അവരൊക്കെ നിർബ്ബന്ധിതരാകും. തകരുന്ന സ്ഥാപനത്തെ രക്ഷിക്കാൻ വേണ്ട ബാദ്ധ്യതയിൽനിന്ന് സർക്കാരും റെഗുലേറ്ററും മാറി നിന്ന് മറ്റുള്ളവരുടെ മേൽ അത് അടിച്ചേല്പിക്കയാണ് ഇതിനു പിന്നിലെ അപ്രഖ്യാപിത ലക്ഷ്യം.

ചുരുക്കത്തിൽ വേദനാജനകമായ പരിഹാരമെന്ന നിലയിൽ ലികി ഡേഷനിലൂടെയും മറ്റും പ്രത്യേകിച്ചും ബാങ്കിങ് മേഖല ഇന്നഭിമുഖീക രിക്കുന്ന തിരികെ കിട്ടാത്ത വായ്പാ പ്രശ്നത്തിനുള്ള ചികിത്സാ വിധി യാണ് FRDI ബില്ലിലൂടെ സർക്കാർ പ്രഖ്യാപിച്ചിട്ടുള്ളത്. ധനമന്ത്രാല യമോ, കേന്ദ്രബാങ്കോ സർക്കാർ നിയമിത റെഗുലേറ്റർമാരോ, പ്രശ്ന പരിഹാരവുമായി ബന്ധപ്പെട്ട ഒരു ബാദ്ധ്യതയും ഏറ്റെടുക്കില്ലെന്നും തൊഴിൽ നഷ്ടമടക്കമുള്ള എല്ലാ അനന്തര പ്രത്യാഘാതങ്ങളും ജീവന ക്കാരുടെയും ഓഫീസർമാരുടെയും ഓഹരിയുടമകളുടെയും ഇൻഷർ ചെയ്ത തുകയ്ക്കുമേൽ വരുന്ന നിക്ഷേപമുള്ള നിക്ഷേപകരുടെയും തല യിൽ കെട്ടിവയ്ക്കുമെന്നുമുള്ള പ്രഖ്യാപനം കൂടിയാണിത്. കൂടുതൽ പാപ്പ

രീകരണ ബാദ്ധ്യത നിലനില്ക്കുന്നത് പൊതുമേഖലാ ബാങ്കിങ് സംവി
ധാനത്തിലായതിനാൽ ഇതുവരെ സർക്കാർ നടത്തിയ നിക്ഷേപം എഴു
തിത്തള്ളി. കൂടുതൽ ഓഹരി നിക്ഷേപിക്കാതെ നോക്കാനാണ് സർക്കാർ
ശ്രമിക്കുന്നത്. അങ്ങനെ സ്വകാര്യ നഷ്ടം ബഡ്ജറ്റിനുപുറത്തായി
സാമൂഹ്യവല്ക്കരിച്ച് അതിന്റെ ദോഷഫലങ്ങൾ 'പൊതുജന'ത്തിന്റെ ചുമ
ലിൽ നേരിട്ട് കെട്ടിയേല്പിക്കയാണ്.

റിസർവ് ബാങ്കിന്റെ വർക്കിങ് ഗ്രൂപ്പാണ് ഇത്തരം പരിഹാരത്തിനാ
നുള്ള റെസലൂഷൻ പ്ലാൻ തയ്യാറാക്കിയത്. ഇതു ഫിനാൻഷ്യൽ സ്റ്റെബി
ലിറ്റി ബോർഡ് (FSB) എന്ന ബേസൽ അധിഷ്ഠിതമായ സ്ഥാപനം പുറ
ത്തിറക്കിയ "Key Attributes of Effective Resolution Regimes for Fi-
nancial Institutions" എന്ന റിപ്പോർട്ടിന്റെ ഇന്ത്യൻ പതിപ്പു മാത്രമാണ്
അമേരിക്കയിലും ഇംഗ്ലണ്ടിലും യൂറോപ്പിലാകെയും വീശിയടിച്ച 2007–08
ലെ സാമ്പത്തിക കുഴപ്പത്തെത്തുടർന്നാണ് FSB എന്ന സ്ഥാപനം രൂപം
കൊണ്ടത്. പക്ഷേ, ആ രാജ്യങ്ങളിലെല്ലാം കുഴപ്പത്തെത്തുടർന്ന് ബാങ്കു
കളുടെ തകർച്ച സാദ്ധ്യത ഒഴിവാക്കിയത് ബാങ്കുകളുടെ ഓഹരി
സർക്കാർ വാങ്ങിയും കേന്ദ്രബാങ്ക് ഫണ്ട് യഥേഷ്ടം ഇത്തരം ബാങ്കു
കൾക്ക് നല്കി അവയുടെ തരളത (liquidity) നിലനിർത്തിയുമാണ്.
ഇവിടെ ഇന്ത്യാ ഗവൺമെന്റും റിസർവ് ബാങ്കും FSB പരിഹാര പ്രക്രിയ
മറയാക്കി സർക്കാർ ഒഴിഞ്ഞുമാറി ബാങ്കു ജീവനക്കാരുടെയും നിക്ഷേ
പകരുടെയും ജനങ്ങളുടെയും ചെലവിൽ ബാങ്കുകൾ നേരിടുന്ന പ്രശ്ന
ത്തിന് പരിഹാരം തേടാനാണ് നോക്കുന്നത്.

സാമ്പത്തിക
ഉൾച്ചേർക്കലിന്റെ പരാജയം

ശക്തവും കാര്യക്ഷമവുമായ ഒരു ബാങ്കിങ് വ്യവസ്ഥ രൂപപ്പെടു ത്തുന്നതിൽ ബാങ്കിങ്-സാമ്പത്തിക പരിഷ്കാരങ്ങൾ പരാജയപ്പെട്ടു എന്ന മാത്രമല്ല. അതിന്റെ പ്രഖ്യാപിതലക്ഷ്യമായ സാമ്പത്തിക ഉൾച്ചേർക്ക ലിലും അത് പരാജയപ്പെട്ടു. അതാണ് അതിന്റെ ഏറ്റവും ദൗർഭാഗ്യകര മായ അവസ്ഥ. 1991 മുതൽ നടപ്പാക്കിവരുന്ന സാമ്പത്തിക പരിഷ്കാര ങ്ങൾ, പൊതുമേഖലാ ബാങ്കുകളുടെ ധനസ്ഥിതി അപകടത്തിലാക്കിയ തിനുപുറമെ മറ്റു പല പ്രത്യാഘാതങ്ങൾക്കും ഇടയാക്കി. ബാങ്കുകളുടെ പ്രവർത്തനം കൂടുതൽ ഉൾച്ചേർക്കലിലൂടെ വിപുലവും വിശാലവുമാ ക്കുക, മേഖലകൾ തിരിച്ച് വായ്പ നൽകുക, ധനസഹായവും സേവ നവും കൂടുതൽ ജനവിഭാഗങ്ങളിലേക്ക് എത്തിക്കുക തുടങ്ങി ദേശ സാല്ക്കരണത്തിന്റെ കേന്ദ്രലക്ഷ്യങ്ങളിൽ വെള്ളം ചേർക്കുകയും ചെയ്തു.

1. "കുറച്ചു ആളുകളിലെ നിയന്ത്രണം നീക്കുക 2. കയറ്റുമതി, ചെറു കിട വ്യവസായം, കൃഷി എന്നീ മേഖലകളിലേക്ക് ആവശ്യാനുസരണം വായ്പ നൽകുക, 3. ബാങ്ക് മാനേജ്മെന്റ് സംവിധാനത്തിൽ പ്രൊഫഷ ണലിസം കൊണ്ടുവരിക 4. നവ സംരംഭകരെ പ്രോത്സാഹിപ്പിക്കുക 5. ബാങ്ക് ജീവനക്കാർക്ക് ന്യായമായ സേവനവ്യവസ്ഥയും മതിയാംവണ്ണ മുള്ള പരിശീലനവും നൽകുക."[3] തുടങ്ങിയ ലക്ഷ്യങ്ങളും ബാങ്ക് ദേശ സാല്ക്കരണത്തിന്റെ പ്രത്യേകതയായിരുന്നു. AIBOC പുറത്തിറക്കിയ മുൻകാല റിപ്പോർട്ടുകളിൽ ചർച്ച ചെയ്ത പോലെ 1969 മുതൽ 1991 വരെ

---

3. ജൂലൈ 19, 1969 ൽ പ്രധാനമന്ത്രി ഇന്ദിരാഗാന്ധി ആൾ ഇന്ത്യ റേഡിയോയിൽ നട ത്തിയ പ്രസംഗത്തിന്റെ ചുരുക്കം. ഷെട്ടിയും റേയും 2015 ഉദ്ധരിച്ചതിൽനിന്ന്

യുള്ള കാലഘട്ടങ്ങളിൽ ഇത്തരം ലക്ഷ്യങ്ങൾ മുന്നോട്ട് കൊണ്ടുപോ കാൻ കഴിഞ്ഞിരുന്നു. അവയിൽ പലതും ലക്ഷ്യപ്രാപ്തിയിലെത്തി ക്കാനും സാധിച്ചു. എന്നാൽ 1991 മുതൽ മുൻഗണനാ വായ്പകളെ നിർവ്വീ ര്യമാക്കി സാമ്പത്തിക ഉൾച്ചേർക്കലിനെ അട്ടിമറിച്ചു. മാത്രമല്ല, ഇതുവരെ ഉൾച്ചേർക്കാൻ കഴിയാത്തവരിലേക്ക് ആധുനികബാങ്കിങ് സേവനങ്ങളുടെ ഗുണഫലങ്ങൾ എത്തിക്കാനുള്ള ഒരു മുഖ്യകാര്യ കർത്താവാണ് (Agency) ഔപചാരിക ബാങ്കിങ് എന്ന ആശയത്തിനും തിരിച്ചടി നേരിട്ടു. ഇതാണ് ലാഭ-ലാഭേതര സ്ഥാപനങ്ങൾ വഴി മൈക്രോഫിനാൻസിന്റെ രംഗപ്രവേശത്തിനും പ്രോത്സാഹനത്തിനും വഴിയൊരുക്കിയത്.

എന്നിരുന്നാലും ഇത്തരം മാറ്റങ്ങൾക്ക് വളരെ ദുർബ്ബലമായ ചലന ങ്ങളെ സൃഷ്ടിക്കാൻ കഴിഞ്ഞുള്ളു. കാരണം ഇതുവരെ ബാങ്കിങ് സേവനം ലഭ്യമല്ലാത്തവരിലേക്ക് വിവിധ സർക്കാർ പദ്ധതികളിലൂടെയാണ് പ്രസ്തുത ഉൾച്ചേർക്കൽ അവർ നടപ്പാക്കിയത്. പാവപ്പെട്ടവർക്ക് വായ്പ ലഭ്യമാക്കുന്നതിന് സ്വകാര്യ മൈക്രോഫിനാൻസ് സ്ഥാപനങ്ങളെയാണ് പ്രോത്സാഹിപ്പിച്ചതെങ്കിലും പരോക്ഷമായി ഇത് ബാങ്കിങ് മേഖലയുടെ ചുമലിലാണ് വന്നുപെട്ടത്. തന്മൂലം ബാങ്കുകളുടെ അരക്ഷിതാവസ്ഥ വർദ്ധിക്കാനിടയായി. നിക്ഷേപവും വായ്പയുമടങ്ങുന്ന ബാങ്ക് അക്കൗ ണ്ടുകൾ, കർഷകർക്ക് വ്യവസ്ഥാപിത വായ്പകളിലേക്കുള്ള പ്രവേശനം, മൈക്രോഫിനാൻസ് എന്നിവയെ പ്രത്യേകം കണക്കിലെടുത്ത് സാമ്പ ത്തിക ഉൾച്ചേർക്കലിനെ പരിഗണിക്കാമെന്ന് ഞങ്ങൾ വിചാരിക്കുന്നു.

6(1) ബാങ്ക് നിക്ഷേപ അക്കൗണ്ടുകൾ

ബാങ്കിങ് കൈകാര്യം ചെയ്യണമെങ്കിൽ ഒരാൾക്ക് നിശ്ചയമായും ബാങ്ക് ശാഖകളിലേക്ക് പ്രവേശനം സാദ്ധ്യമാക്കണം. അക്കൗണ്ട് തുറ ക്കുന്നതിന് മാത്രമല്ല ഇത് നിർണ്ണായകമായിട്ടുള്ളത്. മറിച്ച് വായ്പയട ക്കമുള്ള മറ്റു അനുബന്ധ സേവനങ്ങൾക്കും അത്യന്താപേക്ഷിതമാണ്. എങ്കിലും 1990 കളുടെ ആരംഭത്തിൽ ഇന്ത്യയിൽ നടപ്പാക്കി വരുന്ന നവ ലിബറൽ സാമ്പത്തിക നയങ്ങളുടെ ഫലമായി നിരവധി ഗ്രാമീണ ബാങ്ക് ശാഖകൾ അടച്ചുപൂട്ടുകയും ബാങ്കുകളിലെ ചെറിയ അക്കൗണ്ടുകൾ കുറ യുകയും ചെയ്തു. UPA ഗവൺമെന്റ് നോ ഫ്രിൽ അക്കൗണ്ടുകൾ ആരം ഭിക്കുന്നതിന് മുൻപാണിത് (മിശ്ര 2017). ഇതിൽ അത്ഭുതമില്ല. കൂടുതൽ അക്കൗണ്ടുകളും ശാഖകളും ഉണ്ടാക്കുന്ന നിത്യച്ചെലവുകൾ ഉയരുമെ ന്നതിനാൽ ലാഭം ലക്ഷ്യമാക്കിയുള്ള ബാങ്കുകളുടെ പ്രവർത്തനത്തെ ഇത് അനാകർഷകമാക്കും.

ലക്ഷോപലക്ഷം ഇടപാടുകാരെ നേരിട്ട് ഇടപെടാതെ ദരിദ്രരരിൽ നിന്ന് നിക്ഷേപം സമാഹരിക്കുന്നതിന് മറ്റൊരു ഇടനിലക്കാരനിലൂടെ (Banking Correspondent)യാണ് നിർവ്വഹിച്ചത്. ബാങ്ക് വാടകയ്ക്കെടു ക്കുന്ന ഒരു വ്യക്തിയാണ് (അതിൽ വിരമിച്ച ഉദ്യോഗസ്ഥർ, കടയുടമ

കൾ, പ്രാദേശിക ഡീലർമാർ, അക്ഷരാഭ്യാസം ലഭിച്ച ആരും ഉൾപ്പെടും) ബാങ്കിങ് കറസ്പോണ്ടന്റ് അല്ലെങ്കിൽ ബിസിനസ് കറസ്പോണ്ടന്റ്. അവ സാന വിദൂര ബന്ധവും ഉപയോഗിച്ച് സാമ്പത്തിക ഉൾച്ചേർക്കൽ നട ന്നാൽ പ്രാപ്തിയുള്ള ആളായിരിക്കണമെന്ന് മാത്രം! RBI നിർദ്ദേശമനു സരിച്ച് ബാങ്കുകൾ ചെയ്യുന്ന എല്ലാ പ്രവൃത്തികളും ഇവർ ചെയ്യേണ്ടതാ യിട്ടുണ്ട്. 1. വായ്പക്കാരെ തിരിച്ചറിയുക. 2. അടിസ്ഥാന വിവരങ്ങൾ അടക്കം പരിശോധിച്ച് കൊണ്ടുള്ള വായ്പാ അപേക്ഷ സ്വീകരിക്കൽ 3) സമ്പാദ്യത്തെക്കുറിച്ചും ധനവിനിയോഗത്തെ സംബന്ധിച്ചും മറ്റും ധന ഉല്പന്നങ്ങളെക്കുറിച്ചും ബോധവല്ക്കരണം നടത്തുക. വായ്പ കൗൺസ ലിങ് നടത്തുക 4. പരിശോധിച്ച അപേക്ഷകൾ ബാങ്കിൽ സമർപ്പിക്കുക. 5. സ്വയം സഹായ, കൂട്ടുത്തരവാദിത്ത വായ്പാ ഗ്രൂപ്പുകൾ പ്രോത്സാഹി പ്പിക്കയും പരിരക്ഷിക്കുകയും ചെയ്യുക. 6. വായ്പാ വിതരണത്തിനു ശേഷം അവ നിരീക്ഷിക്കുക 7. വായ്പാ തിരിച്ചടവ് ഉറപ്പാക്കുന്നതിനുള്ള തുടർനടപടികൾ സ്വീകരിക്കുക. 8. ചെറുവായ്പകൾ നല്കുക 9. മുതലും പലിശയും പിരിച്ചെടുക്കുക. 10. ചെറുനിക്ഷേപങ്ങൾ സ്വീകരിക്കുക 11. മൈക്രോഇൻഷുറൻസ്, മ്യൂച്ചൽ ഫണ്ട് പെൻഷൻ, മൂന്നാം പാർട്ടി ഉല്പ ന്നങ്ങൾ എന്നിവ വില്ക്കുക. 12. ചെറുനിക്ഷേപങ്ങൾ, മറ്റ് ഉപകരണങ്ങ ളിലൂടെ പണം നല്കൽ എന്നിവയുടെ സ്വീകരിക്കലും നല്കലും (RBI 2010).

    2015 ലെ ലോകബാങ്ക് റിപ്പോർട്ടനുസരിച്ച് ജനസംഖ്യയെ പ്രായ പൂർത്തിയായ 53 ശതമാനത്തിനുമാത്രമേ ബാങ്ക് അക്കൗണ്ടുകൾ ഉള്ളൂ. അതിൽ പലതും പ്രവർത്തനക്ഷമവുമല്ല (Demirgne - Ketual. 2015). 80% വരുന്ന സ്ത്രീകൾക്കും ബാങ്ക് അക്കൗണ്ടുകൾ ഇല്ല. ഉള്ളവർക്കാ കട്ടെ കുടുംബത്തിലെ പുരുഷനുമായിച്ചേർന്നുള്ള സംയുക്ത അക്കൗ ണ്ടിലെ പങ്കാളിമാത്രമാണുതാനും. ഇന്ത്യയിലെ എല്ലാ ബാങ്ക് അക്കൗ ണ്ടുള്ളവരിലെ 40% ത്തിനു താഴെ മാത്രമാണ് ഡെബിറ്റ്/എ ടി എം കാർഡുള്ളത്.

    ഔപചാരിക സാമ്പത്തിക ഉൾച്ചേർക്കലിനെ ലക്ഷ്യമിട്ടാണ് കൂടു തൽ നോ ഫ്രിൽ അക്കൗണ്ടുകളിലൂടെ എല്ലാ ഇന്ത്യൻ കുടുംബങ്ങളെയും ബാങ്കുമായി ബന്ധിപ്പിക്കാനുള്ള ജൻധൻ യോജന പദ്ധതി ആരംഭിച്ചത്. പ്രധാൻ മന്ത്രി ജൻധൻ യോജന അല്ലെങ്കിൽ പ്രധാനമന്ത്രിയുടെ ജന സമ്പത്ത് പദ്ധതി (സാമ്പത്തിക ഉൾച്ചേർക്കലിനു വേണ്ടിയുള്ള ദേശീയ ദൗത്യം എന്നും വിളിക്കാം) എന്നിവ ലക്ഷ്യമിടുന്നത് സാധാരണക്കാരന് അവന് താങ്ങാൻ കഴിയുന്നവിധം നിക്ഷേപവായ്പാ ബാങ്ക് അക്കൗണ്ടു കൾ അടക്കമുള്ള ധനസേവനങ്ങളിലേക്കുള്ള പ്രവേശനം ഉറപ്പു വരു ത്തലാണ്. ഇതിൽ വായ്പ, റെമിറ്റൻസ്, ഇൻഷുറൻസ് പെൻഷൻ എന്നീ ഉല്പന്നങ്ങളുടെ സേവനങ്ങളും ഉൾപ്പെടുന്നുണ്ട്. അവശ്യം വേണ്ട തിരി ച്ചറിയൽ രേഖകളും മറ്റുമായി നോ ഫ്രിൽ അക്കൗണ്ടുകൾ തുടങ്ങാനാണ് ഇത് കൂടുതലായും ശ്രദ്ധിച്ചത്. ഇതെല്ലാം ആധാറുമായി ബന്ധിപ്പിക്ക

ണമെന്ന ഏറെ വിവാദമായ കാര്യവും നടക്കുകയുണ്ടായി.

രണ്ടായിരത്തിമുന്നൂറ്റി ഇരുപത്തിയൊന്ന് രൂപ ശരാശരി നീക്കിയി രിപ്പ് അക്കൗണ്ടിലുള്ള 30.8 കോടി (308 million) അക്കൗണ്ടുകളാണ് ഡിസംബർ 2017 വരെയുള്ള കണക്കാക്കി ഔദ്യോഗിക വെബ്സൈറ്റിൽ[4] നല്കിയിട്ടുള്ളത്. ഇതിൽ 25%ത്തിലും പൂജ്യം ബാലൻസാണുള്ളത്. മറ്റു അക്കൗണ്ടുകളിലാകട്ടെ ഒരു രൂപയോ അതിൽ കുറച്ച് കൂടുതലോ ആണ് നീക്കിയിരിപ്പ് (സ്വകാര്യ ബാങ്കുകളിലാകെ അത്തരം അക്കൗണ്ടുകൾ മൂന്നു ശതമാനം മാത്രമാണുള്ളത്. 80% പൊതു മേഖലാ ബാങ്കുകളിലും ബാക്കി ഗ്രാമീണ ബാങ്കുകളിലുമാണുള്ളത്). ഇത്തരം അക്കൗണ്ടുകളിൽ ചെക്ക് ബുക്ക് ഓവർ ഡ്രാഫ്റ്റ് തുടങ്ങി സമ്പൂർണ്ണ ബാങ്കിങ് സേവനം അനുവദിക്കുന്നില്ല. ഇത്തരം അക്കൗണ്ടുകൾ ഉള്ള കുടുംബങ്ങളും വ്യക്തി കളും ദൂരപരിധികൊണ്ടും അടുത്തുള്ള ബാങ്കിൽ പ്രവേശനം ലഭ്യമാ കാത്തതുകൊണ്ടും ATM കാർഡുകൾ ഇല്ലാത്തതുകൊണ്ടും അവരുടെ ജീവിതത്തിൽ വ്യവസ്ഥാപിത ബാങ്കിങ് സൗകര്യങ്ങൾ പരിക്ഷിതപ്പെടു കയാണുണ്ടായത് (Venkatesan 2015). തന്മൂലം അവർ ഇടത്തട്ടുകാ രെയും ബാങ്കിങ് കറൻസ്പോണ്ടന്റുകാരെയും ആശ്രയിക്കേണ്ട അവ സ്ഥയിലേക്ക് മാറി.

അതോടൊപ്പം തന്നെ ചെക്ക് ബുക്ക്, ഓവർ ഡ്രാഫ്റ്റ് സൗകര്യമുള്ള സാധാരണ ബാങ്ക് അക്കൗണ്ടുകളും ദരിദ്രർക്ക് ചെലവേറിയതായി മാറി. മിനിമം ബാലൻസ് ഇല്ലാത്തതിന്റെ പേരിൽ ഇത്തരം അക്കൗണ്ടുകളിൽ നിന്ന് വിവിധതരം ചാർജുകളും ഈടാക്കാൻ തുടങ്ങി. സ്വകാര്യ ബഹു രാഷ്ട്ര ബാങ്കുകളെ സംബന്ധിച്ചിടത്തോളം ഇത്തരം ചാർജുകൾ ഈടാ ക്കുന്നത് പുതുമയുള്ള കാര്യമൊന്നുമല്ല. എന്നാൽ ഉദാരവല്ക്കരണ ത്തിന്റെ പേരിൽ ലാഭക്ഷമത കൈവരിക്കുന്നതിനുവേണ്ടി ഈ രീതി അ ലംബിക്കാൻ പൊതുമേഖലാ ബാങ്കുകളും നിർബ്ബന്ധിതരായി. ഈ ഭാരം താങ്ങാൻ കഴിയാത്തവർക്കുപോലും ഇത്തരം ചാർജുകൾ അടിച്ചേല്പി ക്കാൻ തുടങ്ങിയത് വൻപ്രതിഷേധത്തിന് ഇടയാക്കി.

ഇന്ത്യയിലെ സാധാരണ ജനങ്ങൾ ഏറ്റവുമധികം ആശ്രയിക്കുന്ന സ്റ്റേറ്റ് ബാങ്കിനെ ഉദാഹരണമായി എടുത്തു നോക്കൂ. മേയ് 2012 ൽ കൂടു തൽ ദരിദ്രവിഭാഗങ്ങളുടെ അക്കൗണ്ടുകൾ ആരംഭിച്ച് ഇടപാടുകാരുടെ അടിത്തറ വിപുലീകരിക്കുന്നതിന്റെ ഭാഗമായി സ്റ്റേറ്റ് ബാങ്ക് മിനിമം ബാലൻസ് ചാർജ്ജ് പിൻവലിച്ചു. എന്നാൽ മിനിമം ബാലൻസിന് താഴെ ബാലൻസ് സൂക്ഷിക്കുന്നവരിൽ നിന്ന് ചാർജ് ഈടാക്കാൻ 2017 ഏപ്രിൽ മുതൽ റിസർവ്വ് ബാങ്ക് ബാങ്കുകൾക്ക് അനുമതി നല്കിയതോടെ SBI ഈ പിഴ ഈടാക്കൽ പുനരാരംഭിച്ചു. അതിന്റെ ഫലമായി 2017 ഏപ്രിൽ- നവംബർ മാസങ്ങൾക്കിടയിൽ മിനിമം ബാലൻസ് സൂക്ഷിക്കുന്ന അക്കൗ ണ്ടുകളിൽ നിന്ന് ഈടാക്കിയ പിഴ Rs 1771 കോടിയാണ്. ഏപ്രിൽ

---

4. https://pmgdy.gov.in./account last accted on jan 2018

സെപ്തംബർ 2017 അർദ്ധവർഷത്തിലെ സ്റ്റേറ്റ് ബാങ്കിന്റെ ലാഭത്തിന്റെ പകുതിയോളം വരും ഈ തുക. സമൂഹത്തിൽ ഏറ്റവും അനിശ്ചിതമായ വരുമാനവും സാമ്പത്തിക പ്രയാസങ്ങൾ അനുഭവിക്കുന്നവരുമായ ജന വിഭാഗങ്ങൾ അവരുടെ നിലനില്പിനു വേണ്ടി പണം പിൻവലിക്കാൻ നിർബ്ബന്ധിതമായതിന്റെ പേരിലാണ് പരമ ദരിദ്രരായ ഇവരിൽനിന്നും പിഴ ഈടാക്കിയത്. ബോധപൂർവ്വം വായ്പ തിരിച്ചടയ്ക്കാൻ വീഴ്ച വരുത്തിയ വൻകിട വായ്പക്കാരുടെ 55000 കോടി രൂപ പൊതുമേഖലാ ബാങ്കുകൾ എഴുതിത്തള്ളിയതും ഇതേകോലയളവിലാണെന്നുള്ളതും ചേർത്ത് വായി ക്കേണ്ട ഒന്നാണെന്ന് കരുതുന്നു.

ദരിദ്രർക്ക് ബാങ്കിങ് സേവനം ഉറപ്പു വരുന്ന കടം സാമൂഹ്യ ബാങ്കിങ് നടപ്പാക്കുകയുമാണ് പൊതുമേഖലാ ബാങ്കുകളുടെ ഏറ്റവും പരമപ്രധാ നമായ ലക്ഷ്യം. എന്നാൽ ഇടപാടുകാരെ അറിയുക, (knew your cus-tomer Kyc) ആധാറുമായി ബന്ധിപ്പിക്കുക തുടങ്ങി അനുബന്ധ ച്ചെല വുകൾ വർദ്ധിച്ചു വരുന്ന സാഹചര്യത്തിലായിരിക്കണം ദരിദ്ര ഇടപാടു കാരിൽനിന്നു കൂടി ഇത്തരം ചാർജ്ജുകൾ ഈടാക്കേണ്ടി വന്നത്. ഒരഭി മുഖത്തിൽ സ്റ്റേറ്റ് ബാങ്ക് മാനേജിങ് ഡയറക്ടർ രജനീവ് കുമാർ പറ ഞ്ഞത് ഇപ്രകാരമാണ്.

> ഇടപാടുകാരെ അറിയുക എന്ന ആവശ്യവും സേവിങ്സ് ബാങ്കു കളുടെ നടത്തിപ്പും ഒരെളുപ്പമുള്ള ജോലിയല്ല. ഇപ്പോൾ ഗവൺമെന്റ് ആവശ്യപ്പെട്ടിരിക്കുന്നത് ഡിസംബർ 31 നകം എല്ലാ അക്കൗണ്ടുകളും ആധാറുമായി ബന്ധിപ്പിക്കണമെന്നാണ്. അതു കൊണ്ട് SBI യുടെ 40 കോടി സോവിങ് ബാങ്ക് അക്കൗണ്ടുകളും ഇത്തരത്തിൽ കൈകാര്യം ചെയ്യുക എന്നത് ചെലവുള്ള കാര്യമാ ണ്. പിഴ ഈടാക്കുന്ന തുക ATM നടത്തിപ്പിനുവേണ്ട ചെലവി ലേക്ക് മാറ്റും. ബിസിനസ് കറസ്പോണ്ടന്റ് വഴിയുള്ള ഇടപാടുമൂ ലമുള്ള ബാങ്കിന്റെ നഷ്ടവും 400 കോടി രൂപയ്ക്ക് മേൽ വരും. ATM ബിസിനസ് കറസ്പോണ്ടന്റു വഴി 2000 കോടി രൂപ പ്രതി വർഷ ചെലവ് ബാങ്കിനാണ്. ചുരുങ്ങിയ പക്ഷം അതെങ്കിലും ഈടാക്കാൻ കഴിയണമല്ലോ.[5]

ചെറുവായ്പാ അക്കൗണ്ടുകൾ

മൊത്തം വായ്പാ അക്കൗണ്ടുകളുടെ എണ്ണം സൂചിപ്പിക്കുന്ന പ്രവ ണത മൊത്തത്തിലും ചെറുവായ്പാ അക്കൗണ്ടുകളും എടുത്തുപറ യേണ്ട ഒന്നാണ്. ദേശസാല്ക്കരണത്തിനു ശേഷവും അടുത്ത രണ്ടു ദശ കങ്ങളിലും ചെറുവായ്പാ അക്കൗണ്ടുകളുടെ എണ്ണത്തിൽ ഒരെടുത്തു ചാട്ടം തന്നെയുണ്ടായി. 1968 നും 1983 നുമിടയിൽ ഇന്ത്യയിലെ

---

5.   http://www.firstpost.com....

ഷെഡ്യൂൾഡ് വാണിജ്യ ബാങ്കുകൾ 2.44 (244 million) വായ്പാ അക്കൗ
ണ്ടുകളാണ് അധികമായി തുറന്നത്. ഇതിൽ 2.27 കോടിയും (93%) പതി
നായിരം രൂപയോ അതിൽ താഴെയോ വായ്പാ നല്കിയ അക്കൗണ്ടുക
ളായിരുന്നു.

Table 4:
Trends in Small Borrowal *vis-à-vis* Total Bank Loan Accounts

Period-End Borrowal	Total Bank Accounts (In lakh)		Small Borrowal Accounts	
	Number (lakh)	Amt outstanding (Rs Cr)	Number (lakh)	Amt outstanding (Rs Cr)
Credit limits of Rs 10,000 and less				
March 1968	11.27	-	10.02	-
June 1975	61.8	9,011	56.07	831
June 1983	255.64	35,020	236.82	5,089
Credit limits of Rs 25,000 and less				
June 1984	295.37	43,326	282.11	8,897
March 1992	658.61	1,36,706	625.48	29,945
March 1998	535.84	3,29,944	468.28	41,095
Credit limits of Rs 2,00,000 and less				
March 1999	523.05	3,82,425	509.97	88,282
March 2005	771.51	11,52,468	711.06	1,99,880
March 2010	1186.48	33,45,169	1026.32	3,60,745
March 2016	1623.74	75,22,645	1249.44	6,20,732

പണപ്പെരുപ്പം കണക്കിലെടുത്ത് റിപ്പോർട്ടിങ്ങിനു വേണ്ടി ചെറുവാ
യ്പകളുടെ ചുരുങ്ങിയ തുകയായി 25000 രൂപയായി 1983 ഡിസംബർ
മുതൽ റിസർവ്വ് ബാങ്ക് ഉയർത്തി. ജൂൺ 1984 നും മാർച്ച് 1992 നുമിട
യിൽ 3.63 കോടി അധിക വായ്പാ അക്കൗണ്ടുകളും തുടങ്ങി. 25000
രൂപയോ താഴെയോ ഉള്ള വായ്പാ അക്കൗണ്ടുകൾ 3.43 കോടിയായി
(ഷൊത്തം വർദ്ധനയുടെ 95%) വർദ്ധിച്ചു. അതിനുശേഷം കാര്യങ്ങൾ
മാറാൻ തുടങ്ങി. 1992 മാർച്ചിനും 1998 മാർച്ചിനുമിടയിൽ 1.23 കോടി വായ്പ
അക്കൗണ്ടുകൾ കുറയുകയാണുണ്ടായത്. 25000 രൂപയോ താഴെയുള്ള

വയോ 1.57 കോടിയായയും ചുരുങ്ങി. തുടർന്ന് ചെറുവായ്പാ പരിധി രണ്ടു ലക്ഷം രൂപയാക്കി ഗവൺമെന്റ് ഉയർത്തി. എല്ലാ പ്രായോഗിക അർത്ഥത്തിലും ചെറുവായ്പകൾ എന്ന ആശയത്തെ അർത്ഥമില്ലാതാക്കി എന്ന് ചുരുക്കം. അതിന്റെ ഫലമായി ബാങ്കിങ് വ്യവസ്ഥ പ്രധാനഘടകമായി കരുതിപ്പോന്ന ഉൾപ്പെടുത്തൽ എന്ന ആശയത്തിന് 1991 നുശേഷം പ്രാധാന്യം നഷ്ടപ്പെട്ടു.

കാർഷികമേഖലയ്ക്കുള്ള വായ്പകൾ

കമ്പോള വ്യവസ്ഥയിൽ ഒരു പക്ഷേ, ഏറ്റവും പരിമിതമായ ബാങ്കിങ് പ്രവർത്തനമാണ് സേവിങ്സ് (സമ്പാദ്യം). കമ്പോള സമ്പദ് വ്യവസ്ഥയുടെ ജീവാത്മാവ് വായ്പയാണ് (CREDIT). വായ്പാ ലഭ്യതയാണ് അതിന്റെ സാമ്പത്തിക അതിജീവനത്തിന്റെ സുപ്രധാന ഘടകം. ഈ അടിസ്ഥാനത്തിൽ ഇന്ത്യയിലെ ബാങ്കിങ് വ്യത്യസ്ത ഘട്ടങ്ങളിലൂടെ കടന്ന് പോയതായി ഫാണാം. കൃഷി, മറ്റ് അനുബന്ധ പ്രവർത്തനങ്ങൾ എന്നിവയിലേർപ്പെട്ടിട്ടുള്ള രാജ്യത്തെ ചെറുകിട ഉല്പാദകർക്ക് ലഭിക്കുന്ന വായ്പകളിൽ ഗണ്യമായ ഇടിവും നിശ്ചലതയും സംഭവിച്ചുകൊണ്ടിരിക്കുന്നു എന്നതാണ് സമീപ കാലത്തെ ഏറ്റവും വേദനാത്മകമായ അവസ്ഥ. രാജ്യത്തെ പകുതിയോളം വരുന്ന ജനവിഭാഗങ്ങൾ ഇന്നും ഔപചാരിക ബാങ്കിങ് പരിധിക്ക് പുറത്താണ്. അതുകൊണ്ടുതന്നെ അവർ ഏറ്റവും കൂടുതൽ ആശ്രയിക്കുന്നത് അനൗപചാരിക വായ്പാ ഏജൻസികളെയാണ്. നേരിട്ട് പണമിടപാട് നടത്തുന്ന രീതിയാണ് കൂടുതലും കണ്ടുവരുന്നത്. ദേശസാല്ക്കരണ സമയത്ത് ബാങ്ക് വായ്പകളിൽനിന്ന് കാർഷികമേഖല പരിപൂർണ്ണമായി ഒഴിവാക്കപ്പെട്ടതിനാലാണ് കാർഷിക വായ്പാ നയം തന്നെ രൂപം കൊണ്ടത്. ആഭ്യന്തര ഉല്പാദനത്തിൽ മൂന്ന് ഭാഗം നിർണ്ണായക സംഭാവന ചെയ്യുന്ന മൊത്തം തൊഴിലിന്റെ മുന്നിൽ രണ്ട് ഭാഗം തൊഴിലെടുക്കുന്ന കാർഷികമേഖലയ്ക്ക് ലഭിച്ചിരുന്നത് മൊത്തം ബാങ്ക് വായ്പയുടെ രണ്ടു ശതമാനം മാത്രം. കാർഷിക മേഖല ബാങ്കു വായ്പകളിൽ നിന്ന് ഒഴിവാക്കപ്പെടാൻ കാരണമായ ബിസിനസ് ഗ്രൂപ്പുകളുടെ നിയന്ത്രണത്തിൽനിന്നും വിമുക്തമാക്കിയത് ബാങ്ക് ദേശസാല്ക്കരണമാണ്. ഇവർ വായ്പ നല്കിയത് കൂടുതലും കോർപ്പറേറ്റ് മേഖലയ്ക്കായിരുന്നു. ലാഭം മാത്രമല്ല രാജ്യ പുരോഗതിയും ദേശസാല്ക്കരണ ലക്ഷ്യങ്ങളിലൊന്നായിരുന്നു.

ഈ തന്ത്രം വിജയമായിരുന്നു. കർഷകർക്ക് നേരിട്ടു നല്കുന്ന വായ്പകളിലടക്കം കാർഷിക അക്കൗണ്ടുകളിലും ബാലൻസിലും ക്രമാതീതമായ വർദ്ധനവിനാണ് 1972 മുതൽ 1991 വരെയുള്ള കാലഘട്ടം സാക്ഷ്യം വഹിച്ചത്. കാർഷിക അക്കൗണ്ടുകളിലെ വർദ്ധനവ് (മൊത്തം അക്കൗണ്ടുകളും കാർഷികേതര അക്കൗണ്ടുകളെടുത്താലും) കർഷക കുടുംബങ്ങളിലോട്ട് ബാങ്ക് സേവനം ലഭ്യമല്ലാത്ത ഇടങ്ങളിലേക്കും

ബാങ്കിങ് വ്യാപിപ്പിച്ചതിന്റെ സൂചനയായി മനസ്സിലാക്കാം. നേരിട്ടല്ലാത്ത വായ്പകളെക്കാൾ കാർഷിക മേഖലയ്ക്ക് നേരിട്ട് നല്കുന്ന വായ്പക ളിലാണ് അധിക വർദ്ധനവ് കാണുന്നത്. ഭൂരിപക്ഷം സംസ്ഥാനങ്ങളിലും ഇത് സത്യമായിരുന്നു. മാത്രമല്ല സംസ്ഥാനങ്ങൾ തമ്മിലുള്ള അസമത്വം കുറയ്ക്കാനും സാധിച്ചു. നവലിബറൽ നയങ്ങൾ ആവിഷ്കരിച്ചതോടു കൂടി ഈ സൂചകങ്ങളെല്ലാം പരിപൂർണ്ണായും തകിടം മറിക്കപ്പെട്ടു. മൊത്തം വായ്പയിൽ കാർഷിക വായ്പയുടെ പങ്ക് കുറഞ്ഞു. മുൻഗ ണനാ വായ്പാ അനുപാതം നിലനിർത്താൻ നിലവിലെ വായ്പക്കാർ ക്കുള്ള വായ്പാ പരിധി ഉയർത്തിയും നഗര ശാഖകളിലൂടെ പരോക്ഷ മായ കാർഷിക വായ്പ നല്കിയും ശ്രമിച്ചു. അക്കൗണ്ടുകളിലും നീക്കി യിരിപ്പ് തുകയിലും വർദ്ധനവ് ഉണ്ടാക്കി. കാർഷിക മേഖലയിലേക്കുള്ള വായ്പാ ഒഴുക്ക് മെച്ചപ്പെടുത്താൻ 2005 മുതൽ 2012 വരെയുള്ള കാലയ ളവിൽ സാധിച്ചിട്ടുണ്ട്. എന്നാൽ കാർഷിക വായ്പകൾക്കിടയിലെ അസ ന്തുലിതാവസ്ഥ പരിഹരിക്കാൻ പരാജയപ്പെടുകയാണുണ്ടായത്. ഇക്കാ ലയളവിൽ പരോക്ഷമായ വായ്പകളിലുണ്ടായ ഉയർന്ന വർദ്ധനവാണ് ഇതിന് കാരണം.

40 ശതമാനം മുൻഗണനാവായ്പയും അതിനു പുറമെ കാർഷിക മേഖലയ്ക്ക് 18 ശതമാനവും നല്കണമെന്ന വ്യവസ്ഥ ലക്ഷ്യം കണ്ടത് ഗവണേഴ്സ് ഉടമസ്ഥത മൂലമാണെന്ന് കണക്കുകൾ തെളിയിക്കുന്നുണ്ട്. ഉടമസ്ഥതയിൽ വന്ന മാറ്റം ബാങ്കുകളുടെ പെരുമാറ്റത്തിലും ദൃശ്യമായ തുകൊണ്ട് ആഗ്രഹിച്ച ഫലം നേടിയെടുക്കാൻ കഴിഞ്ഞു. എന്നിട്ടും 1991 ലെ നരസിംഹം കമ്മിറ്റി നിർദ്ദേശിച്ചത് ബാങ്കുകൾ നേരിട്ട് നല്കുന്ന മുൻഗ ണനാവായ്പകൾ പടിപടിയായി ഇല്ലാതാക്കണമെന്നാണ്. മുൻഗണനാ വായ്പ പുനർനിർവ്വചനം ചെയ്ത് അതിന്റെ മൊത്തം വായ്പയിലെ പങ്ക് 40% ൽനിന്ന് പത്തു ശതമാനമാക്കി കുറയ്ക്കാനും നിർദ്ദേശിച്ചു. ബാങ്കിങ് മേഖലയിലെ നിഷ്ക്രിയ ആസ്തികൾ വർദ്ധിക്കുന്നതും ലാഭക്ഷമത കുറ യ്ക്കുന്നതും പ്രസ്തുത വായ്പകൾ നല്കുന്നതു മൂലമാണെന്ന ന്യായ മാണ് അവർ നിരത്തിയത്.

നരസിംഹം കമ്മിറ്റിയുടെ പ്രസ്തുത നിർദ്ദേശം ഗവൺമെന്റും റിസർവ്വ് ബാങ്കും സ്വീകരിച്ചില്ലെങ്കിലും ബാങ്ക് ലൈൻസിങ് നയങ്ങൾ ഉദാരമാക്കിയതുമൂലം ഗ്രാമീണ ശാഖകളുടെ എണ്ണത്തിൽ 1991 നുശേഷം ഗണ്യമായ കുറവുണ്ടായി. മൊത്തം കാർഷിക വായ്പയിൽ വാണിജ്യ ബാങ്കുകളുടെ പങ്ക് 1990-91 ലെ മൊത്തം കാർഷിക വായ്പയുടെ 61% ൽ നിന്ന് 1990-2000 ത്തിൽ 26 ശതമാനമായി ചുരുങ്ങി. അതുവരെ തുടർന്നു വന്ന നയങ്ങളിൽനിന്ന് പിന്തിരിയാൻ പരിഷ്കാരങ്ങൾ ബാങ്കുകളെ പ്രേരി പ്പിച്ചു എന്ന് സാരം.

2004 നു ശേഷം ഈ നിലയിൽ ഗണ്യമായ മാറ്റമുണ്ടായി. കാർഷിക വായ്പ നല്കുന്നതിൽ ബാങ്കുകളുടെ പങ്ക് ഒരിക്കൽക്കൂടി വർദ്ധിച്ചതായി

കാണാം. 2010-2011 ൽ ഇത് 58% മായിരുന്നു. എന്നാൽ പല്ലവി ചവാൻ അടിവരയിടുന്നതുപോലെ, 2004 ന് മുൻപ് നല്കിയിരുന്നതിൽ നിന്ന് തീർത്തും വ്യത്യസ്തമാണിത്. 1973-74 മുതൽ 1997-98 വരെ ആഭ്യന്തര ഉല്പാദനത്തിലെ കാർഷിക വായ്പാ തോത് 10 ശതമാനത്തിൽ നിന്ന് 25% മായി വർദ്ധിച്ചു. കാർഷിക മേഖലയിലെ മൂലധന സ്വരൂപണവും ആഭ്യന്തര ഉല്പാദനവുമായയുള്ള കാർഷിക വായ്പയുടെ തോതും തമ്മി ലുള്ള അനുപാതവും മൊത്തം ആഭ്യന്തര ഉല്പാദനത്തിന്റെ 6.5% ത്തിൽ നിന്ന് 8 ശതമാനമായി വർദ്ധിച്ചു. ഈ രണ്ട് അനുപാതങ്ങളും വർദ്ധിക്കു ന്നതിൽ വൈജാത്യമുണ്ടെങ്കിലും വായ്പയിലെ വർദ്ധനവ് കാർഷിക മേഖലയിൽ കൂടുതൽ നിക്ഷേപത്തിന് വഴിയൊരുക്കി. എന്നാൽ 1990 ലെ അവസാനത്തിൽ നിന്ന് നോക്കുകയാണെങ്കിൽ കാർഷിക ആഭ്യ ന്തര ഉല്പാദനവും കാർഷിക വായ്പയും തമ്മിലുള്ള അനുപാതം 25% ത്തിൽനിന്ന് 75% മായി വർദ്ധിച്ചു. അതേസമയം കാർഷിക ആഭ്യന്തര ഉല്പാദനവും കാർഷിക മേഖലയിലെ മൂലധന സ്വരൂപണവും തമ്മിലുള്ള അനുപാതം 8% ത്തിൽ നിന്ന് 17 ശതമാനം മാത്രമാണ് വർദ്ധിച്ചത്. ഈ വൈജാത്യത്തിലെ വർദ്ധനവ് സൂചിപ്പിക്കുന്നത് കൂടുതൽ പണവും ഉല്പാദന ഇതര ആവശ്യങ്ങൾക്കായാണ് ഉപയോഗിച്ചതെന്നാണ്. കാർഷിക ആഭ്യന്തര ഉല്പാദനം ഏറ്റവും വേഗത കുറഞ്ഞ നിരക്കായ പ്രതിവർഷം 2.8% മാത്രമാണ്. കാർഷിക മേഖലയിലേക്കുള്ള വായ്പ മൂലധന സ്വരൂപണത്തിനും വളർച്ചയ്ക്കും ഭാഗികമായേ ഉപയോഗപ്പെ ട്ടിരുന്നുള്ളൂ എന്ന് ചുരുക്കം.

ഇതിനൊരു പ്രധാന കാരണം നരസിംഹം കമ്മിറ്റി നിർദ്ദേശങ്ങൾ തന്നെയാണ്. മുൻഗണനാവായ്പ പുനർ നിർവ്വചിക്കുക എന്നയടിസ്ഥാ നത്തിൽ പുതിയ പലതും കൂട്ടിച്ചേർക്കപ്പെട്ടു. വിത്ത് വില്ക്കുന്നവർ, പെയർ ഹൗസുകൾ, മൈക്രോഫിനാൻസ് സ്ഥാപനങ്ങൾ എന്നിവ കാർഷിക മേഖലയ്ക്കുള്ള പരോക്ഷ വായ്പകളിൽ ഉൾപ്പെടുത്തി. കാർഷികമേഖല പരോക്ഷവായ്പ 18 ശതമാനം കാർഷികവായ്പയുടെ 25 ശതമാനം മാത്രമാണ് (അതായത് മൊത്തം വായ്പയുടെ 4.5%) എന്നാൽ 4.5 ശതമാനത്തിന് മുകളിൽ വരുന്ന വർദ്ധനവ് 40% മുൻഗ ണനാ വായ്പ ലക്ഷ്യം കൈവരിക്കുന്നതിലേക്ക് വകയിരുത്താൻ കഴി യും. ഇത് പല ആദായകരമായ വായ്പകളെയും മുൻഗണനാ വായ്പാ ലക്ഷ്യം കൈവരിക്കുന്നതിന് ഉപയോഗിക്കാനിടയാക്കി. ചവാൻ പറയു ന്നതുപോലെ മൊത്തം കാർഷിക വായ്പയിൽ പരോക്ഷവായ്പകളുടെ പങ്ക് 1991-92 ലെ 21.5% ത്തിൽ നിന്ന് രണ്ടിരട്ടിയായി 2007-08 ൽ 48.1% മായി വർദ്ധിച്ചു. അങ്ങനെ നോക്കുമ്പോൾ ഗവൺമെന്റിന്റെ ഇടപെടലല്ല മറിച്ച് ഉദാരവല്ക്കരണമാണ് കാർഷിക വായ്പയിൽ വ്യതിയാനങ്ങൾ സൃഷ്ടിച്ചതെന്ന് ബോധ്യമാകും.

കാർഷിക മേഖലയുള്ള ബാങ്ക് വായ്പയിൽ വർദ്ധനവുണ്ടായെ

ങ്കിലും ഗ്രാമീണ ജനതയ്ക്ക് ബാങ്കുകൾ വഴി വായ്പ കിട്ടാനുള്ള മാർഗ്ഗം പരിമിതപ്പെട്ടു. നാഷണൽ സാംപിൾ സർവ്വേ നടത്തിയ ആൾ ഇന്ത്യ ക്രെഡിറ്റ് ആന്റ് ഇൻവെസ്റ്റ്മെന്റ് സർവ്വേ പ്രകാരം 30.6.2012 ൽ ഗ്രാമീണ ഇന്ത്യയിലെ 31.4% കുടുംബങ്ങൾ മാത്രമാണ് കടം വാങ്ങിയവരായിട്ടു ള്ളത്. 2002 ൽ ഇത് 26.5% മായിരുന്നു. കൂടാതെ ഗ്രാമീണ കുടുംബ ങ്ങൾക്ക് നല്കിയ വായ്പയുടെ 19 ശതമാനവും സ്ഥാപനേതര മാർഗ്ഗങ്ങ ളിലൂടെയാണ്. 17% മാത്രമാണ് ബാങ്കുകളടക്കമുള്ള ധനകാര്യ സ്ഥാപന ങ്ങളിൽ നിന്ന് ലഭ്യമായത്. ഗ്രാമീണ കുടുംബങ്ങൾ കടക്കാരായി മാറിയ തിന്റെ പിന്നിൽ ചുരുങ്ങിയ പലിശയ്ക്ക് ബാങ്കുകൾ നല്കുന്ന വായ്പകളാ ണെന്ന വാദം അതിരുവിട്ടതാണെന്ന് വ്യക്തമാക്കുന്നു.

എന്തിനധികം പറയുന്നു. 83 ശമതാനം ചെറുകിട കർഷകർക്കും 77 ശതമാനം നാമമാത്ര ഭൂമിയുള്ളവർക്കും അവരുടെ കാർഷിക ആവ ശ്യങ്ങൾക്ക് വാണിജ്യ ബാങ്കുകളിൽനിന്ന് വായ്പ ലഭ്യമായിരുന്നില്ല. സഹ കരണസ്ഥാപനങ്ങൾ, ഭൂപണയബാങ്കുകൾ, സർക്കാർ തുടങ്ങി എല്ലാ ധനകാര്യസ്ഥാപനങ്ങളും ചേർന്ന് വൻകിട ചെറുകിട കർഷകർക്ക് 2012 -13 ൽ നല്കിയ വായ്പ യഥാക്രമം 29% (Marginal), 45% (small), 49% (Large), എന്ന നിരക്കിലാണ് (മിശ്ര 2017).

ഒരു തരംതിരിച്ചുള്ള വിശകലനം നോക്കിയാൽ ഏറ്റവും കുറഞ്ഞ ഭൂമി കൈവശം വെച്ചവരുടെ 19.7% - 27.5% കടം 40000 രൂപ മുതൽ 50000 രൂപയാണ്. അതേസമയം വൻ ഭൂവുടമകൾക്ക് ലഭിച്ചതാകട്ടെ 2.7 ലക്ഷം രൂപയും. ഇത്തരം കുടുംബങ്ങൾ 41.3% വരും. സ്ഥാപനങ്ങളിൽ നിന്ന് കടമെടുത്തത് നോക്കിയാൽ ദരിദ്ര വിഭാഗത്തിൽപ്പെട്ട ഭൂമിയുള്ളവർ യഥാക്രമം 7.9% വും 7.4% വുമാണ്. അതേസമയം ധനിക കൃഷിക്കാർ 32.6% വരും. ദരിദ്ര കൃഷിക്കാർ വട്ടിപ്പലിശക്കാരെ ആശ്രയിക്കേണ്ട സ്ഥിതി സംജാതമായി. 2002 നും 2013 നുമിടയിൽ ഇവരുടെ എണ്ണം ക്രമാതീത മായി വർദ്ധിച്ചു.

മുൻഗണനാവായ്പയിൽ വെള്ളം ചേർത്തതു മൂലം ഉദാരവല്ക്കരണ കാലത്ത് കാർഷിക മേഖലയിലേക്കുള്ള മൊത്തം വായ്പ കുറഞ്ഞതായി കാണാം. കർഷകരുടെ അക്കൗണ്ടുകൾ എടുത്താലും അവർക്ക് നല്കിയ തുക കണക്കിലെടുത്താലും ഇത് വ്യക്തമാകും. 2004 നുശേഷം കാർഷിക വായ്പയിൽ കണ്ട വീണ്ടെടുപ്പ് പരോക്ഷകാർഷിക വായ്പ യിലെ വർദ്ധനവ് മൂലമാണെന്ന് കാണാം. കാർഷികമേഖലയ്ക്കുള്ള പരോക്ഷ വായ്പയിൽ കാർഷിക ഉപകരണങ്ങൾ, വിത്ത്, അഗ്രി ബിസി നസ് കേന്ദ്രങ്ങൾ, സ്റ്റോറേജുകൾ അഗ്രോ പ്രോസസിങ് യൂണിറ്റുകൾ അനുബന്ധ മേഖലയായ കോഴിവളർത്തൽ, ആടുമാടുകൾ വളർത്തൽ ഡയറി, മത്സ്യം എന്നീ മേഖലകൾക്ക് നല്കുന്ന വായ്പകളും പരോക്ഷ കാർഷിക വായ്പകളായി പരിഗണിക്കാമെന്ന് റിസർവ്വ് ബാങ്ക് നിർദ്ദേശി ച്ചു. 2014 മേയ് മുതൽ കാർഷികമേഖലയ്ക്ക് നല്കുന്ന പരോക്ഷ വായ്പ

കൾ സെക്യൂരിറ്റി ആസ്തികളായി മാറുന്നതും പരോക്ഷ കാർഷിക വായ്പകളായി പരിഗണിച്ചു (രാംകുമാർ 2013). തന്മൂലം ക്രോപ്പ് ലോണു കൾ ഗണ്യമായി കുറഞ്ഞു. അതിൽ തന്നെ കാർഷിക കാലാവധി വായ്പ കളും കുറയാനിടയായി. പല വാണിജ്യ ബാങ്കുകളും മുൻഗണനാ വായ്പ ലക്ഷ്യം കൈവരിക്കുന്നതിന് നേരിട്ട് വായ്പ നല്കാതെ നബാർഡിന്റെ RIDF ൽ നിക്ഷേപിക്കുകയാണ് ചെയ്തത്. മൊത്തം കാർഷിക വായ്പ യിൽ ദീർഘകാല കാർഷിക വായ്പയുടെ പങ്ക് 1990 കളുടെ ആദ്യഘട്ട ത്തിൽ മൂന്നിൽ രണ്ടായിരുന്നെങ്കിൽ 2010 എത്തിയതോടെ അത് പകുതി യിൽ താഴെയായി.

ക്രോപ്പുലോണായി നല്കിയതിൽപ്പോലും വൻകിടക്കാർക്കുള്ള വൻ വായ്പകളാണ് സിംഹഭാഗവും. മൊത്തം ക്രോപ്പ് വായ്പയുടെ വളരെ തുച്ഛമായ പങ്കേ ചെറുകിട ഇടത്തരം കർഷകർക്ക് ലഭ്യമായിരുന്നുള്ളൂ. തന്മൂലം അവർക്ക് വട്ടിപ്പലിശക്കാരിൽനിന്നും ബന്ധുക്കളിൽനിന്നും വായ്പ എടുക്കേണ്ടിവന്നു. അതുകൊണ്ടാണ് 2013 ലെ ആൾ ഇന്ത്യാ ക്രെഡിറ്റ് ആന്റ് ഇൻവെസ്റ്റ്മെന്റ് സർവ്വേ ഇപ്രകാരം ചൂണ്ടിക്കാണിച്ചത്. അതായത് സ്ഥാപനയിതര ഏജൻസികളാണ് ഗ്രാമീണ കുടുംബങ്ങൾക്ക് കൂടുതൽ വായ്പ നല്കിയത്. വ്യവസ്ഥാപിത ഏജൻസികൾ നല്കിയ വായ്പ 17 ശതമാനം കുടുംബങ്ങൾക്കായിരുന്നെങ്കിൽ 19 ശതമാനവും വായ്പയെടുക്കാൻ നിർബ്ബന്ധിതമായത് വട്ടിപ്പലിശക്കാരിൽനിന്നാണ്. മൊത്തം ഗ്രാമീണ വായ്പയിൽ പ്രൊഫഷണൽ വട്ടിപ്പലിശക്കാരുടെ പങ്ക് 2002 ൽ 19.6% ആയിരുന്നുവെങ്കിൽ 2013 ലത് 28.2% ആയി വർദ്ധിച്ചു. 2013 ൽ ഗ്രാമീണ കടത്തിന്റെ 44% വും നല്കിയത് സ്ഥാപനയിതരകേന്ദ്രങ്ങ ളാണ്. തന്മൂലം കർഷകർക്ക് ഉയർന്ന പലിശ നല്കേണ്ടതായി വന്നു. ബാങ്കുകളും സഹകരണ സ്ഥാപനങ്ങളും ഈടാക്കുന്നതിനേക്കാൾ 4 മടങ്ങധികം ധനകാര്യ സ്ഥാപനങ്ങൾ പ്രതിവർഷം 6 മുതൽ 15% വരെ പലിശയാണ് ഈടാക്കിയിരുന്നത്. 89 ശതമാനം വായ്പകളും 15% ന് താഴെ യാണ് പലിശ. അതേസമയം വട്ടിപ്പലിശക്കാർ നല്കിയ 68% വായ്പ കൾക്ക് 20% മുകളിലും 34% വായ്പകൾക്ക് 30% ന് മേലും ആണ് പ്രതി വർഷം പലിശ ഈടാക്കിയിരുന്നത്. ചിലപ്പോൾ അത് പ്രതിവർഷം 48% ന് മുകളിലും ഉയർന്നുപോകാറുണ്ട്. ഇതെല്ലാം ചെറിയ കർഷകരിൽ നിന്നാണ് ഈടാക്കിയിരുന്നത് എന്നോർക്കണം.

ചുരുക്കത്തിൽ ഗ്രാമീണ ഇന്ത്യക്കാർക്ക് കൂടുതൽ വായ്പ നല്കി യതുമൂലമുണ്ടായ കിട്ടാക്കടം എഴുതിത്തള്ളിയതിനാലല്ല ബാങ്ക് ബാലൻസ് ഷീറ്റുകൾ തകരാറിലായത്. മറിച്ച് ഉയർന്ന ജീവിതച്ചെലവും ഉല്പാദനച്ചെലവും വരുമാനത്തകർച്ചയും സൃഷ്ടിച്ച കാർഷികമേഖല യിലെ പ്രതിസന്ധിഘട്ടത്തിൽ വായ്പ നല്കാൻ തയ്യാറാകാതിരുന്നതാണ് കർഷകരുടെ ദയനീയ സ്ഥിതിക്ക് കാരണമെന്ന് തെളിവുകളുടെ അടി സ്ഥാനത്തിൽ വിശദീകരിക്കാൻ കഴിയും. ഗ്രാമീണ വായ്പ പുനസംഘ

ടിപ്പിക്കുകയാണെങ്കിൽ വായ്പ നല്കുന്നത് വിപുലമാക്കുകയാണ് വേണ്ടത്. അല്ലാതെ കടക്കെണിയാണെന്ന് പറഞ്ഞ് വായ്പ ചുരുക്കു കയല്ല വേണ്ടത്. ബാങ്കുകൾക്ക് കൂടുതൽ സ്വാതന്ത്ര്യം നല്കുമ്പോൾ കൂടുതൽ വായ്പ നല്കുന്നതിനുപകരം അവർ മൂലധന സ്വരൂപണത്തി നാവശ്യമായതിനേക്കാൾ കുറവ് വായ്പയാണ് നല്കുന്നത്. വായ്പക ളുടെ വലുപ്പം പരിഗണിക്കുമ്പോൾ കോർപ്പറേറ്റ് വായ്പകളേക്കാൾ തുലോം കുറവാണ്. കോർപ്പറേറ്റ് വായ്പകളിൽ കൂടുതൽ ബോധപൂർവ്വം വീഴ്ചവരുത്തുന്നവരാണ്.

വട്ടിപ്പലിശക്കാരിൽ നിന്ന് ഉയർന്ന പലിശയ്ക്ക് വായ്പയെടുത്ത കർഷകർക്ക് ഗവൺമെന്റ് പ്രഖ്യാപിക്കുന്ന വിവിധ കടാശ്വാസ പദ്ധതി കളുടെ ആനുകൂല്യം ലഭിക്കുന്നില്ല (Agriculture Debt waiver and debt relief scheme 2008-ADWDRS 2008). 31.3. 2007 വരെ നല്കിയ കാർഷിക വായ്പകൾ 2007 ഡിസംബർ 31 ന് കുടിശ്ശിക ആയതും 29 ഫെബ്രു. 2008 വരെ തിരിച്ചടക്കാത്തവയെ മാത്രമേ പരിഗണിക്കുകയു ള്ളൂ. ഇടത്തരം ചെറുകിടകർഷകരുടെ 100% വും എഴുതിത്തള്ളും. മറ്റു കർഷകർ 75% കുടിശ്ശികയടച്ചാൽ 25% റിബേറ്റ് ലഭിക്കും. ഈ പദ്ധതി വഴി 3.45 കോടി കർഷകരുടെ 52000 കോടി കടം അടുത്ത നാലുവർഷ മായി എഴുതിത്തള്ളുമെന്നാണ് കണക്കാക്കിയിട്ടുള്ളത്. ധനകാര്യ സ്ഥാപ നങ്ങളിൽ നിന്നെടുത്ത കർഷകരുടെ കടത്തിനു മാത്രമാണ് ഈ ആനു കൂല്യം. കർഷകത്തൊഴിലാളികൾ എടുത്ത ക്രോസ് ലോണുകൾപോലും പരിഗണിക്കപ്പെട്ടില്ല. പരിഗണിക്കപ്പെട്ടവരിൽ അർഹതയില്ലാത്തവരും അർഹതപ്പെട്ടവർ പരിഗണിക്കാതെ പോയതിന്റെയും കണക്കുകൾ CAG റിപ്പോർട്ട് കണ്ടെത്തിയിട്ടുണ്ട് (CAG 2013) അർഹതപ്പെട്ട 13.5% ഓളം കർഷകർക്ക് ആനുകൂല്യം കിട്ടിയില്ല. എന്നാൽ അനർഹരായ 8.5% പേർക്കും ലഭിക്കുകയും ചെയ്തു. മൂന്നിലൊന്ന് കർഷകർക്ക് അവരുടെ വായ്പ എഴുതിത്തള്ളിയതിന്റെ സർട്ടിഫിക്കറ്റ് ലഭിക്കാത്തത് മൂലം പുതിയ വായ്പയ്ക്ക് അപേക്ഷിക്കാൻ കഴിഞ്ഞില്ല. അതുകൊണ്ട് അവരും വട്ടിപ്പലിശക്കാരെ ആശ്രയിക്കേണ്ട ഗതികേടിലായി.

ദൗർഭാഗ്യവശാൽ കൂടുതൽ കർഷകർക്കും എഴുതിത്തള്ളൽ ആനു കൂല്യം ലഭിക്കാതെപോയത് അവരെല്ലാം വട്ടിപ്പലിശക്കാരിൽ നിന്ന് കട മെടുത്തതുകൊണ്ടായിരുന്നു. ഈ പദ്ധതിമൂലം ബാങ്കുകളുടെ നിഷ്ക്രിയ ആസ്തികൾ വർദ്ധിക്കാനിടയാക്കിയതുകൊണ്ട് അത് കാർഷികമേഖ ലയ്ക്ക് നല്കേണ്ട വായ്പയെ പ്രതികൂലമായി ബാധിച്ചു.

സഹകരണബാങ്കുകൾ

മറ്റ് ഏതൊരു സ്ഥാപനങ്ങളാണോ കൂടുതൽ ശക്തിപ്പെടുത്തി പ്രവർത്തിപ്പിക്കേണ്ടത് അവയെ നിർവ്വീര്യമാക്കുകയാണ് നവ ഉദാരവ ല്ക്കരണം ചെയ്തത്. അതിലൊന്നാണ് സഹകരണമേഖല. സ്വാതന്ത്ര്യ

ത്തിനുശേഷം ഇന്ത്യക്ക് പാരമ്പര്യമായി കിട്ടിയ സഹകരണ ഘടനയിൽ 14 പ്രൊവിൻഷ്യൽ ബാങ്കുകളും 5 കേന്ദ്രഭൂപണയ ബാങ്കുകളും 271 പ്രൈമറി പണയബാങ്കുകളും പ്രൈമറി സൊസൈറ്റികളുമാണ്. 2014 മാർച്ച് കണക്കനുസരിച്ച് ബോധപൂർവ്വമായ വെട്ടിക്കുറവിനുശേഷവും രാജ്യത്ത് 992 ശാഖകളുള്ള 32 സംസ്ഥാന സഹകരണബാങ്കുകളും 14907 ശാഖകളുള്ള 371 ജില്ല കേന്ദ്ര സഹകരണബാങ്കുകളും, 92996 പ്രൈമറി കാർഷിക ക്രെഡിറ്റ് സൊസൈറ്റികളുമുണ്ട്. കേരളമടക്കമുള്ള ചില സംസ്ഥാനങ്ങളിലൊഴിച്ചാൽ ബാങ്കിങ് മേഖലയ്ക്കകത്ത് സഹകരണ സ്ഥാപനങ്ങളുടെ പങ്ക് വളരെ കുറവാണ്. ധനമേഖലാ ഉൾപ്പെടുത്തൽ വിപുലപ്പെടുത്താനുള്ള ഒരു ഉപകരണമെന്ന നിലയ്ക്ക് ഗ്രാമീണ ബാങ്കു കളെ ശക്തിപ്പെടുത്താനുള്ള നീക്കം ദേശസാൽക്കരണത്തിനുശേഷമു ണ്ടായ സാമൂഹ്യ വികസന ബാങ്കിങ് കാലഘട്ടത്തിലുണ്ടായി. എന്നാൽ 1991 ന് ശേഷം ലാഭകരമായി എന്ന് കാരണം പറഞ്ഞ് സഹകരണമേഖ ലയെ ശുഷ്ക്കീകരിക്കാനുള്ള നീക്കം ആരംഭിച്ചു. മാത്രമല്ല വാണിജ്യബാങ്കുക ളുടെ ഘടനയിൽ സഹകരണമേഖലയെ ഉടച്ചുവാർക്കാനും തീരുമാനി ച്ചു. ഈ ലക്ഷ്യം വെച്ച് സംസ്ഥാനങ്ങളുടെ പ്രാധാന്യം കുറച്ചുകൊണ്ടുള്ള ഒരു ഏകമാന നിയമം കൊണ്ടുവരാനും ആലോചനയുണ്ടായി. ഏതൊരു മേഖലയാണോ വികേന്ദ്രീകൃത അടിസ്ഥാനത്തിൽ പ്രവർത്തിക്കേണ്ടത് അവയെയാണ് കേന്ദ്രീകരിക്കാൻ ശ്രമിക്കുന്നത്.

സാമൂഹ്യ ലക്ഷ്യങ്ങളെ ലാഭത്തിനു കീഴ്പ്പെടുത്തി സഹകരണമേ ഖലയെ ലാഭാധിഷ്ഠിതമാക്കുക എന്നതാണ് സുപ്രധാന ലക്ഷ്യം. നല്ലൊരു ശതമാനം സഹകരണ സ്ഥാപനങ്ങളും അടച്ചു പൂട്ടപ്പെടും എന്നാണ് ഇതിന്റെ പ്രത്യാഘാതം. സഹകരണ സൊസൈറ്റികളുടെ എണ്ണം 1993–94 ലെ 91592 ൽ നിന്ന് 2002–03 ൽ 112309 ആയി വർദ്ധിച്ചു. എന്നാലിത് 2013–14 ൽ എത്തിയപ്പോൾ 93042 ആയി ചുരുങ്ങുകയും ചെയ്തു. വൈദ്യനാഥൻ കമ്മിറ്റി റിപ്പോർട്ട് നടപ്പാക്കിയതുമൂലമാണ് ഇങ്ങനെ സംഭവിച്ചത്. സംസ്ഥാനവിഹിതം കുറയ്ക്കുക, ബാങ്ക് പ്രവർത്ത നങ്ങളെ കേന്ദ്രീകരിക്കുക, മൂലധനപര്യാപ്തത നടപ്പാക്കുക എന്നീ നിർദ്ദേ ശങ്ങൾ ആണ് സഹകരണസ്ഥാപനങ്ങളുടെ വിഭവങ്ങളുടെ അടിത്തറ ശോഷിപ്പിച്ചത്.

സഹകരണ ബാങ്കിങ് മേഖലയെ ഉടച്ചുവാർക്കുന്നതിന്റെ ഫലമായി നല്കിയ നിർദ്ദേശങ്ങളും അധികാര പരിധിയും ബാങ്കുകളുടെ ലാഭക്ഷ മതയെയും ചെലവിനേയും കാര്യമായി തടസ്സപ്പെടുത്തി. CRR, മൂലധന പര്യാപ്തത തുടങ്ങി മാനദണ്ഡങ്ങൾ പാലിക്കാൻ സഹകരണ ബാങ്കു കൾക്ക് കൂടുതൽ ലാഭകരമായ ധന ഉല്പന്നങ്ങളിൽ നിക്ഷേപിക്കാൻ കാരണമായി. തന്മൂലം കാർഷിക മേഖലയിലേക്കുള്ള സഹകരണബാ ങ്കുകളുടെ വായ്പാ തോത് 1992–93 ലെ 62 ശതമാനത്തിൽ നിന്ന് 2013–14 ലെത്തുമ്പോൾ കേവലം 16% മായി ചുരുങ്ങി.

മൈക്രോഫിനാൻസ്

കാർഷിക മേഖലയിലേക്കുള്ള ബാങ്ക് വായ്പകൾക്ക് പകരമായി മൈക്രോഫിനാൻസിനെ പ്രതിഷ്ഠിക്കാനുള്ള ഒരു താല്പര്യം സമീപ കാലത്ത് ഗവൺമെന്റ് കാണിക്കുകയുണ്ടായി. കാർഷിക മേഖല യിൽനിന്നും പരിപൂർണ്ണമായി ബാങ്കുകളെ പിൻവലിക്കാൻ ഇതുതന്നെ ന്യായീകരണമായി അവതരിപ്പിക്കുകയും ചെയ്തു. ഇന്ത്യയിൽ മൈക്രോ ഫിനാൻസ് ആരംഭിക്കുന്നത് സന്നദ്ധ സംഘടനകളുടെ നേതൃത്വത്തി ലാണ്. വികസനത്തിലും ദാരിദ്ര്യ നിർമ്മാർജ്ജനത്തിലും ദരിദ്രരെ സ്വയം പര്യാപ്തമാക്കുക എന്നതായിരുന്നു ലക്ഷ്യമിട്ടത്. സ്വയം സഹായ സംഘ ങ്ങൾ രൂപീകരിച്ച് അവയെ ബാങ്കുകളുമായി ബന്ധിപ്പിച്ച് നല്കുന്ന വായ്പാ പദ്ധതികൾക്കാണ് സന്നദ്ധ സംഘടനകൾ നേതൃത്വം നല്കി യത്. സ്വയം സഹായ സംഘങ്ങൾ ഇടനിലക്കാരായി അവരിലൂടെ വായ്പ നല്കുന്ന രീതിയാണ് ബാങ്കുകൾ തുടർന്നത്.

ഇന്ത്യയിലെ വാണിജ്യ മൈക്രോഫിനാൻസിന്റെ അടിസ്ഥാന ആശയം ഗ്രാമീൺ ബാങ്കിൽ നിന്നെടുത്തതാണ്. പിന്നീടത് വിവിധ ഏജൻസികൾ സ്വയം പരിഷ്കരിച്ചെങ്കിലും മൂന്ന് പടികളാണിതിലുള്ളത് 1. ദാരിദ്ര്യം അളവുകോലായി ഇടപാടുകാരെ കണ്ടെത്തുക. 2. അവരെ സ്വയം സഹായസംഘങ്ങളാക്കുക 3. നിലവാരമുള്ള ഉല്പന്നങ്ങൾ ഉണ്ടാ ക്കുക, അവയെ ഒരേ മാനദണ്ഡത്തിൽ പ്രവർത്തിപ്പിക്കുക, കുറയറ്റ അച്ച ടക്കത്തോടെ. ഗ്രാമീണ മാതൃകയിൽനിന്ന് കുറച്ച് വ്യത്യാസങ്ങളുണ്ട് പ്രത്യേകിച്ച് സ്വയം സഹായ ഗ്രൂപ്പിന്റെ കാര്യത്തിൽ. 10 മുതൽ 20 അംഗ ങ്ങൾ വരെയുള്ളവർ അടങ്ങുന്നതാണ് സ്വയം സഹായ ഗ്രൂപ്പുകൾ. എല്ലാ വരും ഒരു സംഖ്യ സമ്പാദ്യമായി കരുതിവെക്കും. അങ്ങനെ സ്വരൂപിക്കുന്ന തുക വായ്പയായി നല്കും. ഇങ്ങനെ സ്വയം സമാഹരി ക്കുന്ന തുകയ്ക്കു പുറമെ പുറത്തുനിന്ന് കടമെടുക്കുകയും ചെയ്യാം. വാണിജ്യ ബാങ്കിൽ നിന്നോ sponsor ചെയ്യുന്ന സന്നദ്ധ സംഘടനക ളിൽ നിന്നോ ഇങ്ങനെ ഗ്രൂപ്പിന്റെ വായ്പാ ആവശ്യത്തിന് കടമെടുക്കാം. ബാങ്കുകൾ SHG യുടെ ഗ്രൂപ്പ് അക്കൗണ്ടിലാണ് വായ്പ നല്കുക. സ്വയം സഹായ ഗ്രൂപ്പംഗങ്ങൾ അവരുടെ വ്യക്തിപരമായ അക്കൗണ്ടുകൾ SHG യിലാണ് ആരംഭിക്കുക. ഇന്ത്യയിൽ SHG ഒരു ചില്ലറ വില്പനക്കാരന്റെ റോളിലാണ് പ്രവർത്തിക്കുന്നത്. മറിച്ച് ബംഗ്ലാദേശിൽ മൈക്രോഫിനാ ൻസ് സ്ഥാപനം തന്നെയാണ് റീട്ടെയിലർ.

1992 ൽ ആരംഭിച്ച SHG - Bank Linkage പദ്ധതി വളരെ പെട്ടെന്നു തന്നെ വൻ വളർച്ചനേടി. 2010 ൽ 9.7 കോടി കുടുംബങ്ങൾ വ്യത്യസ്ത ബാങ്കുകളുമായി ലിങ്ക് ചെയ്ത 74.6ലക്ഷം SHG കളിലൂടെ അവരുടെ നിത്യമുള്ള സമ്പാദ്യം കൈകാര്യം ചെയ്തു. (NABARD 2011) ഉദ്ദേശം 47.89 ലക്ഷം SHG കാർക്ക് നേരിട്ടുള്ള വായ്പ ബാങ്കുകളിൽ കിട്ടിയിരു

ന്നു. ഇതിൽ 82% SHG കളും പരിപൂർണ്ണമായും സ്ത്രീകളാൽ കൈകാര്യം ചെയ്യുന്നവയാണ്.

ഇന്ത്യയിലെ മൈക്രോ ഫിനാൻസ് രംഗത്ത് സ്ത്രീകളാണ് ഏറ്റവും കൂടുതൽ വായ്പകർ (Borrowers). സ്ത്രീകളുടെ സാമ്പത്തിക ശാക്തീകരണത്തിനുള്ള ഒരു ഉപകരണമായി മൈക്രോഫിനാൻസിനെ പൊതു മണ്ഡലത്തിൽ ഉയർത്തിക്കാണിക്കുകയും ചെയ്തു. എന്നാൽ കല്പന (2006) ചൂണ്ടിക്കാണിച്ചപോലെ ഈ ലിങ്കേജും പലപ്പോഴും പരമ്പരാഗത ലിംഗവിവേചനത്തെ ത്വരിതപ്പെടുത്തിയിട്ടുണ്ട്. ഇത്തരം സ്ത്രീ ഗ്രൂപ്പുകൾ പലപ്പോഴും ബന്ധങ്ങളാൽ ബന്ധിതമാണ്. അവർ വായ്പാ ആവശ്യവുമായി ബാങ്കിനെ സമീപിക്കുമ്പോൾ പലപ്പോഴും സ്ഥാപന താല്പര്യങ്ങളും അഴിമതിയും രാഷ്ട്രീയ സമ്മർദ്ദങ്ങളും ഗ്രാമീണ വികസന ഉദ്യോഗസ്ഥരുടെയും ബാങ്ക് അധികാരികളുടെയും സ്വഭാവരൂപീകരണത്തിൽ പ്രതിഫലിക്കുന്നത്. വായ്പാ തിരിച്ചടവിന് വേണ്ടിയുള്ള ബാങ്കുകളുടെ ഭാഗത്തു നിന്നുവരുന്ന സമ്മർദ്ദങ്ങൾ മൈക്രോവായ്പ പദ്ധതിയിൽനിന്ന് തന്നെ സ്ത്രീകളെ പിൻവാങ്ങാൻ നിർബ്ബന്ധിക്കുന്നു. ബാങ്കുകളുടെ സമ്മർദ്ദം ഗ്രൂപ്പുകളിൽ പിരിമുറുക്കം സൃഷ്ടിക്കുന്നതുകൊണ്ട് അവർ തമ്മിൽ തമ്മിലുള്ള സാഹോദര്യവും കൂട്ടായ്മയും നഷ്ടപ്പെടുന്നു. സാമ്പത്തിക സമ്മർദ്ദം അനുഭവപ്പെട്ട സ്ത്രീകൾക്ക് SHG കളിൽ അംഗത്വം നിഷേധിക്കുന്നത് നിത്യസംഭവമാണ്. ഇത് പാർശ്വവല്ക്കരിക്കപ്പെട്ട വിഭാഗങ്ങളെ കൂടുതൽ ബാധിക്കുന്നു. പലപ്പോഴും പട്ടികജാതി പട്ടികവർഗ്ഗ വിഭാഗങ്ങളിലെ സ്ത്രീകൾക്കും മറ്റു പിന്നോക്ക വിഭാഗങ്ങളിലെ സ്ത്രീകൾക്കും SHG കളിൽ പ്രവേശനം നല്കാതെ ഒഴിവാക്കുകയാണ് ചെയ്യുന്നത്. ഇത് അത്തരം വിഭാഗങ്ങൾക്ക് പ്രത്യേകം ഗ്രൂപ്പുകൾ ഉണ്ടാക്കേണ്ട അവസ്ഥയിലെത്തി. ചുരുക്കത്തിൽ മൈക്രോ ഫിനാൻസ് സ്ഥാപനങ്ങളും ദുർബ്ബലവിഭാഗത്തിൽപ്പെടുന്ന സ്ത്രീകൾക്ക് അവകാശം നിഷേധിക്കുന്ന സ്ഥാപനങ്ങളായി ചില സന്ദർഭങ്ങളിലെങ്കിലും വന്നുപോകുന്നുണ്ട് (Noranter 2008).

ലോകത്തെ മറ്റ് സമാന സ്ഥാപനങ്ങളെ ഗ്രാമീണ ബാങ്കിനേയും അപേക്ഷിച്ച് അവർക്ക് സ്വന്തം വായ്പക്കാരിൽ നിന്നും അംഗങ്ങളല്ലാത്തവരിൽനിന്നും നിക്ഷേപം സ്വീകരിക്കാം. ഇന്ത്യൻ മൈക്രോ ഫിനാൻസ് സ്ഥാപനങ്ങൾ നിക്ഷേപം സ്വീകരിക്കുന്നതിന് നിയമം അനുവദിക്കുന്നില്ല. തന്മൂലം ഇന്ത്യൻ മൈക്രോഫിനാൻസ് സ്ഥാപനങ്ങൾക്ക് നിയമപരമായ ചട്ടക്കൂടില്ലാത്തതുകൊണ്ട് അവരിൽ ഉടമസ്ഥാവകാശമുള്ള ഒരുകമ്മ്യൂണിറ്റിയെ ബന്ധപ്പെടുത്താൻ കഴിയുന്നില്ല (Sri Ram 2010 page 5) ലാഭം പങ്കുവയ്ക്കാൻ സാധിക്കാത്തതുകൊണ്ട് സ്വകാര്യ നിക്ഷേപകരെ ഫണ്ടിനായി സമീപിക്കാൻ കഴിയില്ല. അതേസമയം വികസന ഫണ്ടുകളോ സംഭാവന ഫണ്ടുകളോ വരുന്ന ലക്ഷണവും കാണുന്നില്ല.

ഇതെല്ലാം കൊണ്ട് വിപുലീകരണത്തിനാവശ്യമായ മൂലധനം ലഭ്യമാ കുന്നില്ല. ഇത് മൈക്രോഫിനാൻസ് വ്യവസായത്തിന്റെ ദിശമാറ്റി. ലാഭ ത്തിനല്ല (Not for profit) എന്നതിൽ നിന്ന് ലാഭത്തിലേക്ക് (for profit) പ്രവർത്തനം മാറ്റി. 1990 കളിൽ പൊതു താല്പര്യത്തെ മുൻനിർത്തി സന്നദ്ധ സംഘടനകൾ ആരംഭിച്ച ഈ സംരംഭം 2000 ങ്ങളിൽ ലാഭാധി ഷ്ഠിത സ്ഥാപനങ്ങളായി പരിണമിച്ചും മാത്രമല്ല ലാഭം മാത്രം ലക്ഷ്യ മാക്കിയ പുതിയ സ്ഥാപനങ്ങളും വന്നുചേർന്നു. 2009 ഓടെ Sa-Dhan എന്ന സ്ഥാപനത്തിന്റെ കീഴിൽ പ്രവർത്തിക്കുന്ന 233 മൈക്രോഫിനാൻസ് സ്ഥാപനങ്ങൾ ബാങ്കുകളുമായി ലിങ്ക് ചെയ്യാതെ സ്വതന്ത്രമായി പ്രവർത്തിച്ച് 2.26 കോടി ഇടപാടുകാരെ സേവിച്ചു. ഇതിൽ മൂന്നിൽ രണ്ടു ഭാഗവും പ്രവർത്തിച്ചത് ലാഭത്തിനുവേണ്ടിയാണ് (For Profit MFs) (Sa-dhan 2009 quoted in Loksabha 2010).

ഈ പ്രക്രിയയെ പൊതുമേഖല സ്ഥാപനമായ SIDBI (Small Industries Development Bank of India) കൈയയച്ച് സഹായിച്ചു. കൂടാതെ മുൻവികസന ധനകാര്യസ്ഥാപനമായിരുന്ന ഇപ്പോൾ വാണിജ്യ ബാങ്കായി പ്രവർത്തിക്കുന്ന ICCI യും ഇവരെ സഹായിക്കുന്നുണ്ടായി രുന്നു. ലാഭം ഉണ്ടാക്കാനുള്ള പുതിയ അവസരങ്ങൾതേടി അവർ 2003 ൽ സെക്യൂരിറ്റൈസേഷൻ ഉല്പന്നം കൊണ്ടുവന്നു. അതിൻപ്രകാരം മൈക്രോ ഫിനാൻസ് സ്ഥാപനങ്ങൾ വില്ക്കുന്ന security കൾ ഇവർ വാങ്ങിക്കും. പകരം ലോണിന്റെ തിരിച്ചടവ് ഇവർക്ക് പലിശയായി നല്ക ണമെന്ന കരാറുണ്ടാക്കി. ഓരോ സെക്യൂരിറ്റി വാങ്ങിക്കുമ്പോഴും MFI കൾക്ക് കൂടുതൽ വായ്പ നല്കാനുള്ള പണം ലഭിക്കും.

ആദ്യഘട്ടത്തിൽ ഈ ഇടപാടുകൾ എല്ലാവർക്കും ജയം നല്കുന്ന (win-win) ഒന്നായിരുന്നു. സാമ്പത്തിക ഉൾപ്പെടുത്തൽ ലാഭം ലക്ഷ്യമാ ക്കിയായിരുന്നല്ലോ. അതുവരെ പുറംതള്ളപ്പെട്ടവരുടെ ഇടയിലേക്കാണ ല്ലോ. ഔപചാരിക ധനസ്ഥാപനങ്ങൾ എത്തപ്പെട്ടത്. എന്നാൽ ലാഭം ലക്ഷ്യമാക്കിയ ഈ മോഡലിൽ ഴണങ്ങൾ ഉയരാൻ തുടങ്ങി. ഉയർന്ന പലിശ നിരക്കും പണം പിരിച്ചെടുക്കലിനുപയോഗിക്കുന്ന സമ്മർദ്ദതന്ത്ര ങ്ങളും കാരണം ഈ സ്ഥാപനങ്ങളും വട്ടിപ്പലിശക്കാരും തമ്മിൽ വ്യത്യാ സമില്ല എന്ന നിലയിൽ ജനങ്ങൾ വിലയിരുത്താൻ ആരംഭിച്ചു. പ്രതി വർഷം 30% മുതൽ 60% വരെ പലിശയാണ് മിക്കവാറുമെല്ലാ മൈക്രോ സ്ഥാപനങ്ങളും ഈടാക്കിയിരുന്നത്. വായ്പാ തിരിച്ചടവ് വൈകിയാൽ പിഴപ്പലിശയും മറ്റ് ചാർജുകളും ഈടാക്കിയിരുന്നു. വട്ടിപ്പലിശക്കാരിൽ നിന്നും ഒട്ടും വിഭിന്നമായിരുന്നില്ല ഇവരുടെ നിരക്കുകളും എന്ന് ചുരു ക്കം.

പെട്ടെന്ന് ധനികനാകാനുള്ള മുലാളിത്ത ഉപായങ്ങൾ സർവ്വസാധാ രണമായി ഉപയോഗിച്ചിരുന്നതായി Sriram (2010) സൂചിപ്പിക്കുന്നുണ്ട്.

ഇന്ത്യയിലെ നാല്പതോളം മൈക്രോ സ്ഥാപനങ്ങളെ മുൻനിർത്തി നട
ത്തിയ പഠനത്തിൽ SKI Micro finance & share microfin, Asmitha,
spandana വിവിധ മാർഗ്ഗങ്ങളിലൂടെ ഈ സ്ഥാപനങ്ങളുടെ പ്രമോട്ടർമാർ
സ്വകാര്യ ധനസമ്പാദനം നടത്തി സമ്പന്നരായ കാര്യങ്ങൾ വിശദീകരി
ക്കുന്നുണ്ട്. കമ്പനിയുടെ ഉയർന്ന മാനേജ്മെന്റ് ഉദ്യോഗസ്ഥർക്ക് (ഇവർ
പലപ്പോഴും കമ്പനി പ്രൊമോട്ടർ തന്നെയാകും) പെരുപ്പിച്ച ശമ്പളവും
സ്റ്റോക് ഓപ്ഷനും നല്കി. ഏറ്റവും രസകരമായ നിയമ കണ്ടുപിടിത്ത
മാണ് മ്യൂച്ചൽ ബെനിഫിറ്റുകളുടെ രൂപീകരണവും അവർക്ക് G^D കളിൽ
അംഗത്വം നല്കിയതും. മൈക്രോ ക്രെഡിറ്റിന്റെ വികസനത്തിനായി
നല്കുന്ന ഗ്രാന്റ് മണി ഉപയോഗിച്ച് MBT യിൽ നിക്ഷേപം നടത്തു
കയും അവ പിന്നീട് ലാഭാധിഷ്ഠിത MFI രൂപീകരണത്തിന് ഉപയോഗി
ക്കുകയും ചെയ്യുന്നു. രണ്ട് കമ്പനികളുടെ കാര്യത്തിൽ Share Microfin
and Asmitha ഈ വിഷയം കൂടുതൽ ഗൗരവമായി. കാരണം രണ്ട് കമ്പ
നികളുടെയും പ്രൊമോട്ടർമാർ ഒരേ കുടുംബത്തിലെ അംഗങ്ങളായിരുന്നു.

MFI കളുടെ വ്യാപനം പ്രത്യേകിച്ച് ലാഭാധിഷ്ഠിത MFI കൂടുതൽ
പ്രകടമായത് ആന്ധ്രാപ്രദേശ്, തമിഴ്നാട് സംസ്ഥാനങ്ങളിലാണ്. 2010
ലെ കണക്കനുസരിച്ച് വായ്പകരുടെ (Borrowers) വായ്പാ സംഖ്യയുടെ
കണക്കെടുത്താലും 90% വും ഈ പ്രദേശങ്ങളിൽനിന്നാണ്. ആദ്യഘട്ട
ത്തിൽ സന്നദ്ധസംഘടനകൾ പടുത്തുയർത്തിയ SHU net work
(ശൃംഖല) ഉപയോഗിച്ചാണ് ലാഭം ലക്ഷ്യമാക്കിയുള്ള ന്യായമായ MFI
കൾ രംഗപ്രവേശനം ചെയ്തത്. അപ്പോഴേക്കും MFI വായ്പകളുടെ തിരി
ച്ചടവിന് ഉണ്ടാക്കിയ സമ്മർദ്ദംമൂലം 200 പേർ ആത്മഹത്യ ചെയ്തതാ
യുള്ള വാർത്തകൾ മാധ്യമങ്ങൾ വഴി പ്രചരിക്കാൻ തുടങ്ങി. SKG
microfinance നടത്തിയ ആഭ്യന്തര പഠനത്തിലും (Kinter 2010) MFI
കൾ നല്കിയ വായ്പമൂലമുണ്ടായ ആത്മഹത്യകൾക്ക് സാധുതയു
ണ്ടെന്ന് കണ്ടെത്തിയിരുന്നു.

മൈക്രോഫിനാൻസ് കുഴപ്പങ്ങളുടെ ഒരുപാം പുസ്തകംതന്നെ
യാണ് ആന്ധ്രാപ്രദേശ്. ഗവൺമെന്റിന്റെ കാർമ്മികത്വത്തിൽ നിയന്ത്ര
ണമില്ലാതെ പ്രവർത്തിച്ച MFI കൾക്ക് ഏതെല്ലാം രീതിയിൽ തെറ്റായി
പ്രവർത്തിക്കാമെന്നതിന്റെ ഉദാഹരണമത്രെ ഈ സംസ്ഥാനം. അരുണാ
ചലം (2011) ഈ കുഴപ്പങ്ങൾക്ക് ഒട്ടേറെ കാരണങ്ങൾ ഉണ്ടെന്ന് കണ്ടെ
ത്തിയിട്ടുണ്ട്. മൾട്ടിപ്പിൾ ലെൻസിങ്ങാണ് പ്രധാന കാരണമായി പറയു
ന്നത്. വ്യത്യസ്ത സ്രോതസ്സുകളിൽനിന്ന് ദരിദ്ര കുടുംബങ്ങൾ വായ്പ
യെടുത്തു. പലപ്പോഴും ഈ തുക ഒരു സ്ഥാപനത്തിൽ നിന്നെടുത്ത
വായ്പ തിരിച്ചു നല്കാനായിരിക്കും ഉപയോഗിക്കുക. എല്ലാ ഏജൻസി
കളും ഒരേ സമയം വായ്പാ തിരിച്ചടവിനുള്ള സമ്മർദ്ദം ഉണ്ടാക്കി. വ്യക്തി
കളുടെ പങ്കാളിത്തത്തെക്കുറിച്ച് പറയുമ്പോഴും വായ്പ നല്കുന്നതിനുള്ള

മാനദണ്ഡം കൂട്ടായ്മയുടെ ഐക്യദാർഢ്യം തന്നെയാണ് അടിസ്ഥാനം. മാത്രമല്ല ധാരാളം ഏജന്റുകളെയും ഉപയോഗിച്ചിരുന്നു. ഈ പ്രക്രിയ അഭംഗുരം തുടരുന്നതിനും പ്രവർത്തിക്കുന്നതിനും ഇവർ അത്യന്താപേ ക്ഷിതമാണ്. പണം തിരിച്ചടവിൽ എന്തെങ്കിലും ക്രമക്കേടുകളിൽ വരെ ഉൾപ്പെടുത്താൻ കഴിയാത്തവിധം ഒരു കൈ അകലത്തിലാണ് ഇവർ പ്രവർത്തിച്ചുപോന്നത്. അതിന്റെ ഫലമായി MFI കൾ ബഹുമുഖ വായ്പ കൾ നല്കുക മാത്രമല്ല ചെയ്തത് അതേവായ്പാ കുടുംബത്തെക്കൊണ്ട് ഉപഭോഗവസ്തുക്കൾ വാങ്ങുന്നതിലും സഹകരിച്ചു (Priya darshes and Ghalain 2011). തന്മൂലം ദരിദ്ര കുടുംബങ്ങൾ ഉപഭോഗവായ്പകളുടെ മോഹവലയത്തിൽ കുടുങ്ങി കടക്കെണിയിലകപ്പെടുകയാണുണ്ടായത്. ഇത് വായ്പാ തിരിച്ചടവിലും പ്രതിഫലിച്ചു. പല MFIകളും വായ്പാ തിരിച്ചടവിന് ബലപ്രയോഗമാർഗ്ഗങ്ങൾ അവലംബിച്ചു. ഇവരുടെ അതി ശക്തമായ, സമ്മർദ്ദം വായ്പകരെ വട്ടിപ്പലിശക്കാരെ സമീപിക്കുന്നതി നിടയാക്കി. MFI വായ്പ തിരിച്ചടയ്ക്കാൻ മാത്രം ഉയർന്ന നിരക്കിൽ അവർ വട്ടിപ്പലിശക്കാരിൽ നിന്ന് വായ്പയെടുക്കാൻ നിർബ്ബന്ധിതമായി. സ്ഥിതി ഗതികൾ നിയന്ത്രണാതീതമാകുകയും പുതിയ വായ്പകൾ ലഭ്യമല്ലാ താകുകയും ചെയ്തതോടെ വായ്പകർ പലരും ആത്മഹത്യയിൽ അഭയം തേടി. ഇതിന് വൻ മാദ്ധ്യമ ശ്രദ്ധ ലഭിക്കുകയുംചെയ്തു.

അമിത കടഭാരം വരുത്തിവെച്ചതിന് ആന്ധ്രാപ്രദേശത്ത് MFI കളെ കുറ്റപ്പെടുത്തിയെങ്കിലും വായ്പയെടുത്തവരിൽ തിരിച്ചടവിന് സമ്മർദ്ദം ചെലുത്തിയതുമൂലം അവരിൽ പലരും ജീവനൊടുക്കാൻ തീരുമാനിച്ചു. ഇതാണ് MFI കൾക്ക് മീതെ നിയന്ത്രണം കൊണ്ടുവരാൻ നിർബ്ബന്ധിത മാക്കിയത്. ദരിദ്ര വായ്പകരിൽ നിന്ന് വായ്പാ തിരിച്ചടവിന് ബലം പ്രയോ ഗിക്കുന്നത് നിയമപരമായിത്തന്നെ തടഞ്ഞു. The Andhra pradesh microfinance institution (Regulation of Money leanding) Ordinance ഒക്ടോബർ 15, 2010 മുതൽ പ്രാബല്യത്തിൽ കൊണ്ടുവന്നു. ഗവേ ണ്മേഴ്സിൽ MFIകൾ രജിസ്റ്റർ ചെയ്യുന്നത് നിർബ്ബന്ധമാക്കി അവരുടെ പ്രവർത്തന പരിധി നിശ്ചയിച്ചു. പ്രവർത്തനപദ്ധതിയും പലിശയും തിരി ച്ചടവിനും വ്യവസ്ഥയുണ്ടാക്കി. വായ്പ തിരിച്ചവിന് ബലപ്രയോഗം നട ത്തിയാൽ MFIകൾക്ക് പിഴ ചുമത്താനും തീരുമാനിച്ചു. ഒരേ വായ്പ കന് മറ്റ് വായ്പകൾ നല്കുന്നത് നിരോധിച്ചു. വായ്പയുടെ Principal സംഖ്യക്ക് തുല്യമായ പലിശ മാത്രമെ പരമാവധി ഈടാക്കാൻ കഴിയൂ. വായ്പാ തിരിച്ചടവിലുണ്ടായ വീഴ്ചകളുടെ (defalut) പെരുപ്പവും ഗവേ ണ്മേഴ്സ് നിയന്ത്രണങ്ങളും MFIകളെ കുഴപ്പത്തിലേക്ക് നീക്കി. പലതും ലാഭകരമല്ലാതായി. ഇതിൽ നിന്നും ഒരു കാര്യം വ്യക്തമാക്കുന്നു. ദരിദ്ര വിഭാഗങ്ങൾക്ക് ധനസേവനം നല്കാനുള്ള മൈക്രോഫിനാൻസ് സ്ഥാപ നങ്ങളുടെ പ്രഖ്യാപിത ഗുണവശങ്ങളും മേന്മകളുമാണ് അവർക്കു മേൽ ഉത്തരവാദിത്വമില്ലാതെ വായ്പ നല്കുന്നതിലും തിരിച്ചടവിന് ബലപ്ര

യോഗം നടത്തുന്നതിലും നിയന്ത്രണങ്ങൾ കൊണ്ടു വന്നപ്പോൾ അപ്ര
ത്യക്ഷമായത്.

ദേശീയ തലത്തിൽ നിയന്ത്രണം ഏർപ്പെടുത്തുന്നത് ലക്ഷ്യമിട്ടാണ്.
The Microfinance institution (Development and regulation act) കൊണ്ടു
വന്നത് ഇത് രണ്ടുതരം MFI കൾക്കും വീണ്ടും പ്രവർത്തനം ആരംഭി
ക്കാൻ അവസരം നല്കി. എന്നാൽ ഈ നിയമം മൈക്രോഫിനാൻസ്
മേഖലയ്ക്ക് കൂടുതൽ പ്രോത്സാഹനം നല്കുന്ന ഒന്നാണെന്നും കൂടു
തൽ വായ്പ നല്കുന്നതിലും തിരിച്ചടവിന് ബലപ്രയോഗം നടത്തുന്ന
തിനുള്ള നിരോധനവും അടങ്ങുന്ന നിയന്ത്രണങ്ങൾ ശക്തമാക്കുകയ
ല്ലെന്നുമുള്ള ഒരാശങ്ക നിലനില്ക്കുന്നുണ്ട്.

അടുത്തകാലത്തുണ്ടായ ഈ മേഖലയുടെ ഘടനയും ചാർട്ടും 12
ലുണ്ട്.

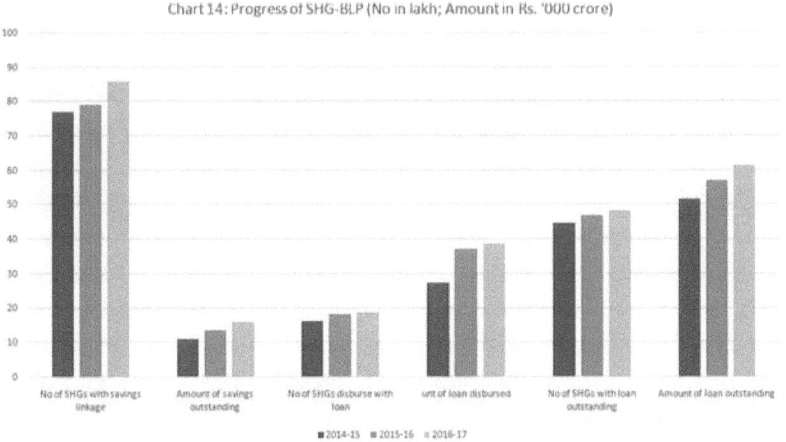

ചാർട്ട് 14

ബാങ്കിങ് മേഖലയിൽ ഏറ്റവും ഉയർന്ന നിഷ്ക്രിയ ആസ്തികളുടെ
വർദ്ധനവും ആസ്തികളുടെ മൂല്യശോഷണവും നിലനില്ക്കുന്ന 2016
-17 വർഷത്തിൽ തന്നെയാണ് മൈക്രോ ഫിനാൻസിന്റെ വ്യാപനം ആരം
ഭിക്കുന്നത് എന്നത് തമാശയായി തോന്നുന്നു. Savings limited
SHG കളുടെ എണ്ണത്തിൽ കഴിഞ്ഞ വർഷത്തേക്കാൾ 8.5% വർദ്ധനവും
SHG 225 സേവിങ്സ് നീക്കിയിരിപ്പിൽ 17.7% വർദ്ധനവും ഉണ്ടായി. SHG
കൾക്ക് നല്കിയ വായ്പയിൽ 4% വർദ്ധനവുണ്ടായി. നവംബർ 2016 ലെ
നോട്ട്ഫിൻ പലിശകാലത്ത് SHG കാർക്ക് ബാങ്കുകൾ നല്കിയ വായ്പ

7.8% വർദ്ധിച്ചു. അതേസമയം SHGകൾക്ക് ബാങ്കുകൾ നല്കിയ വായ്പ യിലെ മൊത്തം നിഷ്ക്രിയ ആസ്തി 6.5% മായി വർദ്ധിച്ചു. MFI കളെ ബാങ്കിങ് മേഖലയുമായി ബന്ധിപ്പിച്ചത് ബാങ്കുകളെ കൂടുതൽ ദുർബ്ബല മാക്കാനുള്ള മറ്റൊരു വഴിയാണ്. സാമ്പത്തിക ഉൾപ്പെടുത്തലിന്റെ പേരിൽ ചെറു സംരംഭങ്ങളിലേക്കും ഇടത്തരം കർഷകരിലേക്കും ദരിദ്ര വായ്പ കരിലേക്കും എത്താനുള്ള വിവിധ പരീക്ഷണങ്ങളാണ് നടക്കുന്നത്. ചില തെല്ലാം വ്യക്തമാണ്. ബിസിനസ് കറസ്പോണ്ടന്റ് മാരെയും ബാങ്ക് വെസ്റ്റിലേറ്റർമാരെയും ഉപയോഗിച്ചുള്ള ബാങ്ക് പ്രവർത്തനം ഇല്ലാഞ്ചി ടത്ത് ബാങ്കിങ് വ്യാപിക്കാനാണ് നീക്കം. പ്രാദേശിക സ്വഭാവമുള്ളതു കൊണ്ട് ഈ ഏജന്റുമാർക്ക് അവരുടെ വിവരങ്ങൾ എളുപ്പം ലഭ്യമാക്കാൻ കഴിയും. ഈ ഏജന്റുമാർ പ്രൈമറി വായ്പകൾക്കും വായ്പ വിതരണം ചെയ്യും. ഈ മേഖലയെ ബാങ്കുകൾ സഹായിക്കും. അതുവഴി ചെറുവാ യ്പകരിലേക്ക് വായ്പ എത്തിക്കാനും കഴിയും. ഉല്പാദന ആവശ്യ ങ്ങൾക്കു മാത്രമല്ലല്ലോ വായ്പകൾ. ഉപഭോഗച്ചെലവിനും ആരോഗ്യച്ചെ ലവ് തുടങ്ങിയവയ്ക്കും വായ്പ ആവശ്യമായി വന്നേക്കാം.

ബാങ്കുകൾക്ക് ഇതൊരു ലാഭ പ്രവർത്തനം മാത്രം. പ്രാദേശിക ഏജന്റുമാരായി പ്രവർത്തിക്കുന്നവർ വായ്പാ തുകയുടെ ഒരു ഭാഗത്തിന് ഗ്യാരന്റി കൂടി നല്കാറുണ്ട്. വൻതോതിൽ തിരിച്ചടവ് വീഴ്ച വന്നാൽ മാത്രമേ ബാങ്കുകൾക്ക് അപകട സാദ്ധ്യത. കൂടുകയുള്ളൂ. ഈയൊരു വഴി മാത്രമല്ല. ബാങ്കുകൾ അവരെ തന്നെ സംരക്ഷിക്കുന്നത്. മൈക്രോ ഫിനാൻസ് ലോകത്ത് കൂട്ടായ വായ്പ നല്കുന്നതുകൊണ്ട് കടത്തിന്റെ കാര്യത്തിൽ പരസ്പരബന്ധിതമാണ് എല്ലാവരും. അതുതന്നെ ഒരു ഗ്യാര ണ്ടിയാണ് മാത്രമല്ല തിരിച്ചടവ് സുരക്ഷിതമാക്കുകയും ചെയ്യുന്നു. ബാങ്കു കൾ ഇത്തരം ഗ്രൂപ്പുകൾക്ക് നേരിട്ടും MFI വഴിയും വായ്പ നല്കുന്നുണ്ട്. ഒരു സ്വയം തെരഞ്ഞെടുക്കൽ പ്രക്രിയ നിലനില്ക്കുന്നതുകൊണ്ട് ഓരോ വ്യക്തികളുടെയും വായ്പ എടുക്കാനുള്ള കഴിവും തിരിച്ചടവ് മുടങ്ങാ നുള്ള സാദ്ധ്യതകളും മുൻകൂട്ടി അറിയാനാകും. കൂടാതെ ചങ്ങാത്ത സമ്മർദ്ദം വഴി വ്യക്തിഗത വീഴ്ചകൾ കുറയ്ക്കാനാകും. കാരണം വ്യക്തി കൾ വരുത്തുന്ന വീഴ്ച മൊത്തം ഗ്രൂപ്പിന് അപമാനമുണ്ടാക്കുന്ന കാര്യ മാണ്. ഇത് ഉയർന്ന തിരിച്ചടവ് ഉറപ്പുവരുത്തും.

ഇത്തരം സ്ഥാപനങ്ങൾ കൊണ്ടുവരുന്ന നൂതനരീതികൾ സെക്യൂ രിറ്റൈസേഷൻ പോലുള്ള നൂതന ഉല്പന്നങ്ങൾ കൊണ്ടുവരുന്നതുമൂല മാണ്. ഇവയെല്ലാം വരുന്നത് മൈക്രോ ഫിനാൻസ് എന്ന ലോകത്തുനി ന്നാണ്. ഇത് വായ്പ നല്കുന്നതിന്റെ അളവ് വർദ്ധിപ്പിക്കാൻ സഹായി ക്കും. മൈക്രോഫിനാൻസ് വായ്പകളെ വ്യത്യസ്ത ബണ്ടിലുകളാക്കി മാറ്റുന്നതാണ് സെക്യൂരിറ്റൈസേഷൻ. ഇതിന്റെ പ്രഭവ സ്ഥാനം MFI

കളാണ്. അത് ഒരു Special purpose vehicle ലേക്ക് മാറും. പിന്നീട് അത് കമ്പോളത്തിൽ നിന്ന് വാങ്ങാവുന്നതാണ്. വ്യത്യസ്ത വായ്പകൾക്ക് നല്കിയ വായ്പകളാണ് ചെറിയ ബണ്ടിലുകളാകുന്നത് എന്നതുകൊണ്ട് അപകടസാദ്ധ്യത കുറവാണ്. ഓരോ വായ്പകന്റെയും സ്വഭാവ വൈശിഷ്ട്യങ്ങൾ വ്യത്യസ്തമായതുകൊണ്ട് വായ്പാ തിരിച്ചടവിൽ കുറവ് വരാനുള്ള സാദ്ധ്യത കുറവാണ്. ഇത് സെക്യൂരിറ്റികളുടെ അപകടസാദ്ധ്യതയും കുറയ്ക്കുന്നു. തന്മൂലം നിക്ഷേപകർക്ക് ഇവ കൂടുതൽ സ്വീകാര്യമാകും. മാത്രമല്ല MFI കൾ ഇവ ആകർഷകമാക്കാൻ അധിക ഗ്യാരണ്ടിയും നല്കാൻ തയ്യാറാകും. ഉദാഹരണത്തിന് അവർ തന്നെ ആദ്യ വീഴ്ച വരുന്ന വായ്പകളുള്ള സെക്യൂരിറ്റികൾ വാങ്ങും. ആദ്യഘട്ടത്തിൽ വരുന്ന നഷ്ടത്തിന് പ്രൊവിഷൻ കരുതുകയും ചെയ്യും.

ധനപരവും സ്ഥാപനപരവുമായ നൂതനരീതികൾ സമന്വയിപ്പിക്കുന്നതുകൊണ്ട് MFI കൾ പല സന്ദർഭങ്ങളിലും വളരെയധികം വിജയം കണ്ടിട്ടുണ്ട്. ഇന്ത്യയിൽ, ഉദാഹരണത്തിന് ഒരു എസ്റ്റിമേറ്റ് പ്രകാരം 2009/ 10 ൽ ഇത്തരത്തിലുള്ള 8.7 മില്ല്യൺ രൂപയുടെ സെക്യൂരിറ്റികളാണ് വിറ്റത് (ഒരു ട്രില്ല്യൺ ഒരുലക്ഷം കോടി). മൈക്രോ ഫിനാൻസ് സെക്യൂരിറ്റികൾ ഇന്ത്യയിൽ വിജയിക്കുന്നതിന് മറ്റൊരു കാരണം കൂടിയുണ്ട്. ബാങ്കുകൾക്ക് മുൻഗണനാ വായ്പാലക്ഷ്യം കൈവരിക്കുന്നതിന് ഇത്തരം സെക്യൂരിറ്റികളിൽ നിക്ഷേപിക്കാനുള്ള അനുമതിയുണ്ട്. നേരിട്ട് വായ്പ നല്കണമെന്നില്ല എന്നർത്ഥം. അതുകൊണ്ടുതന്നെ ഇത്തരം സെക്യൂരിറ്റികൾക്ക് നല്ല ഡിമാന്റ് കമ്പോളത്തിലുണ്ട്.

എന്നിരുന്നാലും മൈക്രോ ഫിനാൻസ് വായ്പകളും അത്തരം വായ്പകളുടെ സെക്യൂരറ്റൈസേഷനും തമ്മിൽ വലിയ വ്യത്യാസമുണ്ട്. പ്രത്യേകിച്ച് സംഘടിത ക്രെഡിറ്റ് കമ്പോളത്തിൽ. Danial rozes and vinnetu Kothari (2011) ചൂണ്ടിക്കാണിക്കുന്നതുപോലെ സെക്യൂരിറ്റൈസേഷൻ വഴി സൃഷ്ടിക്കുന്ന ഇൻസ്ട്രുമെന്റുകൾ ഗുണമേന്മയുള്ളതും സുരക്ഷിതവുമാവണമെങ്കിൽ "ഇത് തുടങ്ങുന്ന സ്ഥലത്ത് തന്നെ തിരിച്ചടവിൽ അപകടസാദ്ധ്യത ഇല്ലാതാക്കിയവയും തുടങ്ങുന്ന സ്ഥാപനത്തിൽ നിന്ന് ആസ്തി വേർതിരിച്ചവയാകണമെന്നും" ഉറപ്പുവരുത്തണം. അങ്ങനെയുള്ള വേർപെടുത്തൽ സെക്യൂരിറ്റി കൈവശം വയ്ക്കുന്ന ആളിനോ സ്ഥാനത്തിനോ അതിന്റെ സർവ്വീസിങ് മൂന്നാമതൊരു പാർട്ട് ഔട്ട് നേഴ്സ് ചെയ്യാൻ കഴിയും. മൈക്രോ ഫിനാൻസ് സ്ഥാപനങ്ങളെ സംബന്ധിച്ചിടത്തോളം വായ്പകരും തുടങ്ങി വെക്കുന്ന സ്ഥാപനങ്ങളും തമ്മിലുള്ള ബന്ധം മുതലും പലിശയും ഈടാക്കുന്നതിൽ നിർണ്ണായകമാണ്. മറ്റൊരർത്ഥത്തിൽ തുടങ്ങിവെക്കുന്ന സ്ഥാപനങ്ങളും സർവ്വീസിങ്ങും വേർപെടുത്തുന്നത് ബുദ്ധിമുട്ടാകും. സത്യത്തിൽ കടം തിരി

ച്ചെടുക്കുന്ന കണ്ണിയിൽ MFI ഒരു നിർണ്ണായകബന്ധമാണ്. അതുകൊണ്ട് തന്നെ കടക്കാരിൽ നിന്നും പൂർണ്ണമായും പുറത്തുപോകാൻ കഴിയില്ല. മൈക്രോഫിനാൻസ് പിന്തുണയ്ക്കുന്ന സെക്യൂരിറ്റികൾക്കുള്ള അപകട സാദ്ധ്യത കുറയ്ക്കുന്നതിന് MFIകൾ കുറച്ച് വായ്പയ്ക്ക് ഈടു് അധി കമായി നല്കേണ്ടതുണ്ട്. അത് നിഷ്ക്രിയ ആസ്തികൾ പരിഹരിക്കാൻ ഉപയോഗിക്കാവുന്നതാണ്.

നോട്ട് പിൻവലിക്കലും റിസർവ്വ് ബാങ്കിന്റെ പങ്കും

നോട്ട് പിൻവലിക്കൽ നടപടി

രണ്ടായിരത്തിപ്പതിനാറ് നവംബർ 8 രാത്രിയിലാണ് പ്രധാനമന്ത്രി നരേന്ദ്രമോദി 500ന്റെയും ആയിരത്തിന്റെയും കറൻസിനോട്ടുകളുടെ നിയമപരമായ വിനിമയം പിൻവലിച്ചത്. പ്രചാരത്തിലുള്ള കറൻസിമൂല്യത്തിന്റെ 86% ലധികവും അംഗീകൃതമല്ലാതായി. കേവലം നാല് മണിക്കൂർ നോട്ടീസിൽ ഒറ്റയടിക്കാണ് ഈ നയം നടപ്പിലാക്കിയത്. പിൻവലിച്ച നോട്ടുകൾ റിസർവ്വ് ബാങ്കിലൂടെയോ ബാങ്കുകളിലൂടെയോ മാറ്റിയെടുക്കാൻ ജനങ്ങൾക്ക് ഡിസംബർ 30 2016 വരെ സമയം നല്കി. മാറ്റിയെടുക്കുന്ന സംഖ്യ അതാത് അക്കൗണ്ടുകളിൽ വരവ് വെക്കും. പെട്ടെന്നുള്ള പണമാവശ്യത്തിന് പഴയ നോട്ടുകൾ മാറ്റിയെടുക്കാനും അനുവാദം ഉണ്ട്. എന്നാലിതിന് പരിധി നിശ്ചയിച്ചിരുന്നു. തുടക്കത്തിൽ 4000 പിന്നീട് 4500 തുടർന്ന് 2000 മാക്കി കുറച്ചു. പിന്നെ തീർത്തും നിർത്തലാക്കി. ഒരു നിശ്ചിത ഫോറം പൂരിപ്പിച്ച് ഒരു തിരിച്ചറിയൽ രേഖയും നല്കേണ്ടതുണ്ട്. ഇത് ഒറ്റത്തവണ രീതിയിൽ. പണം മാറ്റിയെടുത്തവരുടെ കൈയിൽ മാറ്റിയെടുത്തതിന്റെ തെളിവായി മഷി പുരട്ടുകയുണ്ടായി. പിൻവലിച്ച നോട്ടുകൾ അക്കൗണ്ടിലടയ്ക്കാനുള്ള സമയപരിധി ഡിസംബർ 30, 2016 ആയിരുന്നു.

Specified Bank Notes (lessation of liabilities) ordinance 2016 ഡിസംബർ 31, 2016 മുതൽ പ്രാബല്യത്തിൽ വന്നു. പിൻവലിച്ച കറൻസി നോട്ടുകൾക്കുമേലുള്ള RBI യുടെ ബാദ്ധ്യത ഇതുവഴി ഇല്ലാതായി. അങ്ങനെയുള്ള പത്ത് നോട്ടുകൾക്ക് മേൽ കൈവശം വയ്ക്കുന്നവരിൽ നിന്ന് 10000 രൂപ പിഴ ഈടാക്കാനും നിശ്ചയിച്ചു. കണ്ടുകെട്ടുന്ന പണത്തിന്റെ 5 മടങ്ങ് പിഴയീടാക്കാനും വ്യവസ്ഥ ചെയ്തിരുന്നു. നവംബർ 10 നും

ഡിസംബർ 30 നുമിടയിൽ ഇന്ത്യയിൽ ഇല്ലാതിരുന്നവർക്കും വിദേശ ഇന്ത്യാക്കാർക്കും നോട്ടുകൾ RBI യിൽ നിന്ന് മാറ്റിയെടുക്കാൻ കുറച്ചു കൂടി മാസത്തെ സമയം നല്കിയിരുന്നു. ഭാവിയിൽ നിയമനടപടികൾ ഒഴിവാക്കാനാണ് ഇങ്ങനെ ചെയ്തത്. ഉപയോഗശൂന്യമായ അത്തരം നോട്ടുകൾ കൈവശം വെച്ചാൽ പിഴയീടാക്കുന്നത് എന്തിനാണെന്ന് വ്യക്തമായിരുന്നില്ല.

ഇന്ത്യൻ സമ്പദ് വ്യവസ്ഥ കൂടുതലും റൊക്കം പണമിടപാടുകളെ ആശ്രയിച്ചാണ് പ്രവർത്തിക്കുന്നത്. മൊത്തം ഇടപാടുകളുടെ 95 ശതമാ നവും റൊക്കം പണത്തിന്റെ അടിസ്ഥാനത്തിലാണ് നടക്കുന്നത്. നോട്ട് പിൻവലിച്ച് ഒൻപത് മാസം കഴിഞ്ഞിട്ടും പിൻവലിച്ച നോട്ടുകളുടെ 85% മൂല്യം മാത്രമാണ് പ്രചാരത്തിലെത്തിയത്. പകരം പണം കൊണ്ടുവരു ന്നത് കുറച്ചും മെല്ലെയുമായിരുന്നു. പുതിയനോട്ടടിക്കുന്നതിലും വിതര ണത്തിലുമുണ്ടായ അമാന്തം ബാങ്ക് അക്കൗണ്ട് വഴിയും ATM വഴിയും പണം പിൻവലിക്കുന്നതിൽ തടസ്സം സൃഷ്ടിച്ചു. ഇത് 31.12.2016 നു ശേഷവും തുടർന്നുവെന്നതാണ് വസ്തുത. തന്മൂലം മാസങ്ങളോളം പണ ത്തിന്റെ ലഭ്യതക്കുറവ് അനുഭവപ്പെട്ടു. ഇത് സമ്പദ് ഘടനയിലും പ്രതി ഫലിച്ചു. അനൗപചാരികമേഖലയിൽ മാത്രമല്ല മൊത്തം സമ്പദ് ഘടന യിലും പണലഭ്യതയുടെ കുറവ് നല്ല രീതിയിൽ അനുഭവപ്പെട്ടു. അതു കൊണ്ട് ഇത് നേരിട്ടും അല്ലാതെയും ജനങ്ങളുടെ സൗകര്യങ്ങളെ മാത്ര മല്ല ബാധിച്ചത്. മൊത്തം സമ്പദ് വ്യവസ്ഥയെയും ബാധിച്ചു. ബാങ്ക് അക്കൗണ്ടുകൾ ഇല്ലാത്തവർക്കും ബാങ്കിൽ പണമടയ്ക്കണമെന്ന വ്യവ സ്ഥയും ഗണ്യമായ തടസ്സങ്ങളുണ്ടാക്കി. ഇത്തരത്തിലുള്ളവർ ജനസം ഖ്യയിൽ നല്ലൊരു വിഭാഗമാണ്. അതുകൊണ്ടുതന്നെ അവർക്ക് പഴയ നോട്ടുകൾ മാറ്റിയെടുക്കുന്നതിന് കരിഞ്ചന്തയെ ആശ്രയിക്കേണ്ടിവന്നു.

കള്ളപ്പണം, അഴിമതി, കള്ളനോട്ട് ഇവയെല്ലാം ഉപയോഗിച്ച് നട ത്തുന്ന തീവ്രവാദപ്രവർത്തനം എന്നിവ തുടച്ചു നീക്കുക എന്നതായി രുന്നു ഈ നടപടിയുടെ ലക്ഷ്യം. ഇതിൽ ഒരെണ്ണത്തിൽപോലും ലക്ഷ്യം കാണാൻ കഴിഞ്ഞില്ല. സമ്പത്ത് പണമാക്കി സൂക്ഷിക്കുന്നതാണ് കള്ളപ്പ ണമെന്ന തെറ്റായ ധാരണയിൽ നിന്നാണ് കള്ളപ്പണം ഇല്ലാതാക്കണ മെന്ന ലക്ഷ്യം ഇതിന് വന്നത്. എന്നാൽ ഇവ സൂക്ഷിക്കപ്പെടുന്നത് കൂടു തലും അനധികൃത ഇടപാടുകളിലൂടെയും അർദ്ധനിയമപരമായ ഇടപാ ടുകളിലൂടെയുമാണ്. ഇനി അഥവാ ആരെങ്കിലും അങ്ങനെ പണമായി സൂക്ഷിക്കുന്നുണ്ടെങ്കിൽ പിടിക്കപ്പെടുമോ എന്ന ഭയത്താൽ വെളിപ്പെ ടുത്തുകയുമില്ല. അങ്ങനെയൊരു സാഹചര്യത്തിൽ ശുഭാപ്തി വിശ്വാസം പരിപൂർണ്ണമായും അസ്ഥാനത്താണ്. നീണ്ട ഒമ്പത് മാസത്തിനുശേഷം ബാങ്കിൽ സ്വീകരിച്ച നോട്ടുകൾ എണ്ണി തിട്ടപ്പെടുത്തി. 99% ശതമാനം പിൻവലിച്ച നോട്ടുകളും ബാങ്ക് വഴി എത്തിക്കഴിഞ്ഞുവെന്ന് റിസർവ് ബാങ്ക് സമ്മതിക്കുകയുണ്ടായി. ബാക്കിവരുന്ന ഒരു ശതമാനം നേപ്പാ ളിലും ഇന്ത്യയിലെ സഹകരണ ബാങ്കുകളിലുമാണ്. അത് ഇനിയും

എണ്ണിത്തിട്ടപ്പെടുത്തണം (RBI 2017). അതേസമയം പുതിയതായി ഇറ ക്കിയ നോട്ടുകളിൽ അധികം സുരക്ഷിത സവിശേഷതകൾ ഇല്ലാത്തതു മൂലം കള്ളനോട്ടുകൾ ഉണ്ടാക്കുന്നതിന് വശംവദമായി. അഴിമതിയിലും കാര്യമായ ചലനമൊന്നും ഉണ്ടാക്കാൻ കഴിഞ്ഞില്ല. ഒരു പക്ഷേ, റൊക്കം പണമടിച്ചാലല്ലോ ഇതു നടക്കുന്നത്.

നോട്ട് പിൻവലിക്കൽ നടപടി അതിന്റെ പ്രഖ്യാപിത ലക്ഷ്യം നേടി യില്ലെന്ന് മാത്രമല്ല സമ്പദ്ഘടനയിൽ ധാരാളം ഗുരുതരമായ പ്രശ്നങ്ങൾ സൃഷ്ടിക്കുകയും ചെയ്തു. വരുമാനത്തിലും തൊഴിലിലും നഷ്ടം സംഭ വിച്ചു. വലിയ തോതിലുള്ള ഭൗതിക പ്രതിസന്ധിയും ഉണ്ടാക്കി (Ghoshetal 2017, Reddy 2017). പണദൗർല്ലഭ്യം സാമ്പത്തിക പ്രക്രി യയെ തളർത്തിയെന്നും ഗ്രാമീണ തൊഴിൽ പദ്ധതിയിലുൾപ്പെടാൻ വള രെയധികം ആളുകൾ എത്തിച്ചേർന്നത് ഉദാഹരണമായും ഗവൺമെന്റി ന്റെ സാമ്പത്തിക സർവ്വെ (Ministry of Finance 2017) തന്നെ ചൂണ്ടി ക്കാണിക്കുന്നുണ്ട്.

ഔദ്യോഗികമായി കണക്കാക്കുന്ന ആഭ്യന്തര ഉല്പാദനത്തിന്റെ വേഗത്തിൽ എടുക്കുന്ന എസ്റ്റിമേറ്റിൽ അനൗപചാരിക മേഖലയുടെ പ്രവർത്തനങ്ങൾ നിഴലിക്കാറില്ല. അവിടെയാണ് തൊഴിൽ ശക്തിയുടെ 85 ശതമാനവും തൊഴിലെടുക്കുന്നത്. സാമ്പത്തിക പ്രവർത്തനത്തിൽ പിറകോട്ടടിയുണ്ടായി എന്ന് അവർ തന്നെ സമ്മതിക്കുന്നു. 2016 ജൂലൈ സെപ്തംബറിലെ വാർഷിക വളർച്ച 7.5% മായിരുന്നെങ്കിൽ ഏപ്രിൽ ജൂൺ 2017 ൽ അത് 5.7% ആയി ചുരുങ്ങി (CSO 2017). ജീവിത നിലവാ രത്തിലും തൊഴിലിലും ഉണ്ടായ യഥാർത്ഥ പ്രത്യാഘാതം തൊഴിൽ കണ ക്കിന്റെ വിശാല സർവ്വേ കണക്ക് പുറത്തുവരുമ്പോഴേ അറിയാൻ കഴി യുകയുള്ളൂ. 2018 അവസാനത്തിൽ അത് പ്രതീക്ഷിക്കുന്നു. എന്നാൽ സ്വകാര്യ ഏജൻസികൾ വേഗത്തിലെടുത്ത സർവ്വേ പ്രകാരം വൻതോ തിലുള്ള തൊഴിൽ നഷ്ടം സംഭവിച്ചിട്ടുണ്ടെന്നാണ് കണക്കാക്കുന്നത്.

ഈ നടപടിയുടെ രൂപത്തിന്റെയും പ്രവർത്തനത്തിന്റെയും നിരവധി ഘടകങ്ങൾ ദൗർഭാഗ്യകരമായ സാമൂഹ്യ സാമ്പത്തിക പ്രയാസങ്ങൾക്ക് വഴിവെച്ചും രഹസ്യമായും പെട്ടെന്ന് നടപ്പാക്കിയതുമൂലം വൻതകർച്ച ഒഴിവാക്കി. സമ്പദ് ഘടനയ്ക്കോ ജനങ്ങൾക്കോ അതുമായി സാവകാശം പൊരുത്തപ്പെടാൻ സാധിച്ചില്ല. ബാങ്കിങ് ഘടനയിലെ അപര്യാപ്തമായ തയ്യാറെടുപ്പുമൂലം പകരം നല്കാനുള്ള നോട്ടുകളിൽ വൻ കുറവിനിട യാക്കി. പണമെടുക്കുന്നതിനും പഴയ നോട്ടുകൾ കൈമാറുന്നതിനും ഉള്ള നിയന്ത്രണങ്ങളും നിയമങ്ങളും അടിക്കടി മാറ്റിയതും ജനങ്ങൾക്കിടയിൽ പരിഭ്രാന്തി സൃഷ്ടിച്ചു. എന്നാൽ സത്യനിഷ്ഠയില്ലാത്തവർ ഇപ്പോഴും വ്യവ സ്ഥയെ വളരെ വിജയകരമായി കബളിപ്പിക്കുന്നു. ചില പ്രത്യേക മേഖ ലകളിലും സ്ഥാപനങ്ങളിലും നീതി പൂർവ്വകമല്ലാത്തതും ഏകപക്ഷീയ വുമായ ഇടപെടൽമൂലം അനീതി നടമാടുന്ന സ്ഥിതിയുണ്ടായി. വർദ്ധിച്ച അസമത്വം കൂടുതൽ സാമ്പത്തിക ഒഴിവാക്കലിന് കാരണമായി.

സാമ്പത്തിക ഉൾച്ചേർക്കലിനു മേൽ നിഷേധ ആഘാതം

നോട്ട് പിൻവലിക്കൽ പ്രക്രിയയിൽ പഴയതും പുതിയതുമായ ഉപ കരണങ്ങളെയും സ്ഥാപനങ്ങളെയും വിവേചനപരമായി പരിഗണിച്ചതു മൂലം മുൻ ഗവണ്ണേസുകളും ഇപ്പോഴത്തെ ഗവണ്ണേസും ചെയ്ത സാമ്പ ത്തിക ഉൾച്ചേർക്കലിന് വേണ്ട പ്രത്യേക ശ്രമങ്ങൾ അട്ടിമറിക്കപ്പെട്ടു. വാണിജ്യ ബാങ്കുകളിലെ നിക്ഷേപകർക്ക് അക്കൗണ്ടുകളിൽ നിന്ന് ആഴ്ച യിൽ 24000 രൂപ പിൻവലിക്കാൻ അനുവാദം നല്കിയപ്പോൾ തൊഴിൽ ജൻധൻ ചോരുന്ന അക്കൗണ്ടുകളിൽ നിന്ന് മാസത്തിൽ 10000 രൂപ മാത്രം പിൻവലിക്കാനാണ് അനുമതി നല്കിയത്. ഇതൊരു പ്രത്യക്ഷ ഉദാഹരണം മാത്രം. യഥാർത്ഥ അക്കൗണ്ടുകൾ ഇല്ലാത്തവർ ഇത്തരം അക്കൗണ്ടുകളിൽ പണമടയ്ക്കുമെന്ന സംശയമാണ് ന്യായമായി പറ ഞ്ഞത്. പ്രധാനമന്ത്രി ജൻധൻ യോജന അടക്കമുള്ള വൻകിട സാമ്പത്തിക ഉൾച്ചേർക്കൽ പദ്ധതിയെ കേവലം നോക്കുകുത്തിയാക്കി. പാവപ്പെട്ടവരിലേക്ക് ധനസേവനം എത്തിക്കുക എന്നത് മാത്രമായിരു ന്നില്ല ജൻധൻയോജനയുടെ ലക്ഷ്യം. വ്യത്യസ്ത ജനവിഭാഗങ്ങൾക്കുള്ള ഗവൺമെന്റ് ആനുകൂല്യങ്ങൾ എത്തിക്കാനുള്ള ഉപകരണം കൂടിയാണ്. നോട്ട് പിൻവലിക്കലിനുശേഷം ഇത്തരം അക്കൗണ്ടുകളെ പെട്ടെന്ന് ദുരു പയോഗിക്കപ്പെടുന്ന അക്കൗണ്ടുകൾ എന്ന രീതിയിൽ വ്യാഖ്യാനിക്കുക യാണ് ഭരണാധികാരികൾ ചെയ്തത്. കണക്കിൽപ്പെടാത്ത പണമെല്ലാം പിൻവലിച്ച നോട്ടുകളുടെ രൂപത്തിൽ ചെറിയ ചെറിയ നിക്ഷേപങ്ങളായി ഇതിലടയ്ക്കുകയാണ് എന്നായിരുന്നു പ്രചാരണം.

നോട്ട് പിൻവലിക്കൽ സമയത്ത് 25.8 കോടി ജൻധൻ അക്കൗണ്ടുക ളായിരുന്നു. 8.11.2016 ന് ഈ അക്കൗണ്ടുകളിലെ മൊത്തം നിക്ഷേപം 46000 കോടി രൂപ. ഇതിലെ പല അക്കൗണ്ടുകൾ പ്രവർത്തനരഹിതവും പൂജ്യം ബാലൻസ് അക്കൗണ്ടുകളുമായിരുന്നു. എന്നാൽ ചില വൻ നിക്ഷേപം വന്നത് ഗവൺമെന്റിന്റെ ശ്രദ്ധയിൽപ്പെട്ടു. പിൻവലിക്കപ്പെട്ട നോട്ടുകൾ പൂർണ്ണമായും ബാങ്കിലെത്തിയില്ല എന്നാണ് അവർ കരുതി യത്. 31.12.2016 ലെ കണക്കനുസരിച്ച് സജീവമായ ജൻധൻ അക്കൗണ്ടു കളിൽ ശരാശരി ബാലൻസ് കേവലം 7193 രൂപമാത്രമായിരുന്നു. ശരാ ശരി വർദ്ധനവ് 3429 രൂപയാണ്. പൂജ്യം ബാലൻസ് ഏതാണ്ട് അതുപോ ലെതന്നെയായിരുന്നു. ഉദ്ദേശം 23%. അതുകൊണ്ട് ഇത്തരം അക്കൗണ്ടു കൾ ദുരുപയോഗം ചെയ്ത് കള്ളപ്പണം വെളുപ്പിച്ചു എന്നത് വ്യാപകമാ യിരുന്നില്ല എന്നർത്ഥം. പിൻവലിക്കപ്പെട്ട നോട്ടുകളുടെ ഒരുചെറിയ ശത മാനം മാത്രമാണ് ഇത്തരം അക്കൗണ്ടുകളിൽ നിക്ഷേപിക്കപ്പെട്ടത്. എന്നിട്ടും 30-11-16 ന് KYC ബാധകമായ ജൻധൻ അക്കൗണ്ടുകളിൽ നിന്ന് പണം പിൻവലിക്കാനുള്ള പരിധി പ്രതിമാസം 10000 രൂപയാക്കി പരിമിതപ്പെടുത്തി. KYC ഇല്ലാത്ത അക്കൗണ്ടുകളിൽ നിന്ന് 5000 രൂപയും. ബാങ്ക് അക്കൗണ്ടുകൾ തുടങ്ങാൻ മോഹിപ്പിക്കപ്പെട്ട പാവങ്ങൾക്ക് അവ

രുടെ സ്വന്തം പണം പിൻവലിക്കാൻ സാധിക്കാതെയായി. ജൻധൻ അക്കൗണ്ടുകളെ സാമ്പത്തിക ഉൾച്ചേർക്കലിന്റെ ഉപകരണമായി കരുതുന്ന നയത്തിന്റെ തിരിച്ചുപോക്കല്ലാതെ മറ്റെന്താണിത്. കള്ളപ്പണവുമായോ കള്ളനോട്ടുമായോ യാതൊരു ബന്ധവുമില്ലാത്ത നിരവധി സാധാരണദരിദ്രർ ഇത്തരം ഒരു വികലന നയത്തിന്റെ ഇരകളായി മാറി.

ബാങ്കിങ്ങിനു മേൽ ആഘാതം

നോട്ട് പിൻവലിക്കൽ നടപടി ബാങ്കുകൾക്ക് മേലും വൻ സമ്മർദ്ദം ഉണ്ടാക്കി എന്നത് വ്യക്തമാണ്. മറ്റ ബാങ്ക് ജോലികൾ എല്ലാം മാറ്റിവച്ച് ജീവനക്കാരെല്ലാം പിൻവലിച്ച നോട്ടുകൾ സ്വീകരിക്കുന്നതിലും എണ്ണി തിട്ടപ്പെടുത്തുന്നതിലുമാണ് വ്യാപൃതരായത്. പിൻവലിച്ചവ സ്വീകരിച്ച് പുതിയനോട്ടുകൾ വിതരണം ചെയ്യുന്ന ജോലി മൂലം ജീവനക്കാരും ഓഫീസർമാരും വളരെ അത്യദ്ധ്വാനം ചെയ്യേണ്ടിവന്നു. ഇതിന്റെ ഫല മായിന്നി വായ്പാ വളർച്ചയിൽ ഗണ്യമായ കുറവ് വന്നു. ഇത് സംബന്ധിച്ച് മൂന്നാം അദ്ധ്യായത്തിൽ വിശദമായി ചർച്ച ചെയ്തിട്ടുണ്ട്. എന്നാൽ ഈ നടപടിയും അതിന്റെ നടത്തിപ്പും ബാങ്കിങ് നയത്തിൽ പ്രത്യാഘാതമുണ്ടാക്കി.

വായ്പ നല്കാനുള്ള ബാങ്കുകളുടെ കഴിവിനെ ഉത്തേജിപ്പിക്കുന്നതിനു പകരം നോട്ട് പിൻവലിക്കൽ നടപടി യഥാർത്ഥത്തിൽ ബാങ്കുകളുടെ വിശ്വാസ്യതയാണ് നശിപ്പിച്ചത്. ഈ നടപടിക്കെതിരെ പല രീതിയിലുള്ള വിമർശനങ്ങൾ ഉയർന്നുവന്നെങ്കിലും ബാങ്കുകളുടെ കീർത്തിക്കും അവരുടെ ബാക്കിപത്രത്തിനും വരുത്തിയ പരിക്കുകൾവേണ്ടത്ര ശ്രദ്ധിക്കപ്പെടാതെ പോയിട്ടുണ്ട്. ദീർഘനേരം ബാങ്ക് വാതിൽക്കലിലും ATM ന് മുമ്പിലും വരി നിന്നവർ ദുരിതമനുഭവിക്കുന്ന ബാങ്ക് ജീവനക്കാരോടല്ല മറിച്ച് ഗവൺമെന്റിനോടാണ് പൊറുക്കാൻ തയ്യാറായത്. വാസ്തവത്തിൽ പുതിയ നോട്ടുകളുടെ അഭാവം മൂലം എല്ലാ ഇടപാടുകാരെയും ഒരുപോലെ പരിഗണിക്കേണ്ടിവന്നതുകൊണ്ടാണ് ജീവനക്കാർക്ക് നോട്ടു റേഷൻ ഏർപ്പെടുത്തേണ്ടി വന്നത്. ബാങ്ക് ജീവനക്കാരും ഓഫീസർമാരുമാണ്. ചില ആഭാസന്മാരുടെ കൈയിൽ പറഞ്ഞു ബോദ്ധ്യപ്പെടുത്താൻ പറ്റാത്തവിധം വലിയ സംഖ്യ പുത്തൻ നോട്ടുകൾ കണ്ടെത്തിയതിന് സംശയത്തിന്റെ നിഴലിൽ വരാനിടയായത്. മിന്റിനിൽ നിന്ന് കറൻസി ചെസ്റ്റ് വഴി ബാങ്ക് ശാഖകളിലെത്തി അവസാനം പണമെടുക്കുന്നവർവരെയുള്ള ശൃംഖല വളരെ വലുതാണ്.

നോട്ട് പിൻവലിക്കൽ ബാങ്കുകളുടെ കീർത്തിക്ക് വരുത്തിയ പരിക്കുകൾ മുൻപ്തന്നെ ബാങ്കുകളുടെ ബാലൻസ് ഷീറ്റിലും ലാഭനഷ്ടക ണക്കുകളിലും പ്രകടമാക്കി. ലാഭത്തെ പ്രതികൂലമായി ബാധിക്കുന്നതോടൊപ്പം നോട്ട് പിൻവലിക്കൽ ബാങ്കുകളുടെ നിഷ്ക്രിയ ആസ്തികൾ കൈകാര്യം ചെയ്യുന്നതിനെയും ബാധിച്ചു. ഇത് പൊതു മേഖലാ ബാങ്കു

കളെയും വലിയ വിമർശനത്തിന് വിധേയമാക്കുകയും ചെയ്തു.

പിൻവലിക്കപ്പെട്ട നോട്ടുകൾ ബാങ്കുകളുടെ കൈമാറ്റം ചെയ്യ പ്പെട്ടപ്പോൾ ബാങ്ക് നിക്ഷേപത്തിൽ വൻ വർദ്ധനവുണ്ടായി. മാത്രമല്ല ഇത്തരം നോട്ടുകൾക്ക് പകരമായി പുതിയ നോട്ടുകൾ സാവകാശത്തി ലാണ് വന്ന് ചേരുന്നത്. ഇതിന്റെ ഫലമായി പലർക്കും പുതിയ നോട്ടു കൾക്കു വേണ്ടി പണം പിൻവലിക്കാൻ പറ്റാത്ത സ്ഥിതിയായി. ഇതിന്റെ ഫലമായി ബാങ്കുകളിലെ നിക്ഷേപം ഉയർന്ന നിലയിലായി. ബാങ്കുകൾക്ക് ഈ നിക്ഷേപം ഒരു ഭാരമാണ്. കാരണം നിക്ഷേപം വന്നത് മുറയ്ക്ക് പിൻവലിക്കാൻ നിയന്ത്രണമുള്ളതുകൊണ്ട് പിൻവലിക്കൽ നടക്കാത്തതു മൂലം ഇത്തരം നിക്ഷേപങ്ങൾക്ക് പലിശ നല്കാൻ ബാങ്കുകൾ ബാദ്ധ്യ സ്ഥരാണ്. നിയന്ത്രണങ്ങൾ പിൻവലിക്കുന്നതോടെ നിക്ഷേപം പിൻവ ലിക്കാൻ സാദ്ധ്യതയുള്ളതുകൊണ്ട് ബാങ്കുകൾക്ക് ഇവ ഫലപ്രദമായ രീതിയിൽ വായ്പ കൊടുക്കാനോ പുനർ നിക്ഷേപം നടത്താനോ കഴി യുമായിരുന്നില്ല. മാത്രമല്ല കിട്ടാക്കടങ്ങളുടെ പ്രതിസന്ധി നിലനില്ക്കുന്ന സാഹചര്യത്തിൽ ഏതു സമയവും പിൻവലിക്കാൻ സാദ്ധ്യതയുള്ള ഈ ഹ്രസ്വകാല സ്വഭാവമുള്ള നിക്ഷേപം ഉപയോഗിച്ച് വായ്പ നല്കുന്നത് ബാങ്കുകളെ കൂടുതൽ അപകടത്തിലാക്കും. അതുകൊണ്ട് പലിശ ലഭി ക്കുന്നവിധത്തിൽ കേന്ദ്രബാങ്കിൽ നിക്ഷേപിക്കുകയാണ് കരണീയം. ക്യാഷ് റിസർവ്വ് റേഷ്യോയ്ക്ക് മാത്രമാണ് പലിശ ലഭിക്കാത്തത്.

ഇത്തരത്തിൽ പണം റിസർവ്വ് ബാങ്കിലേക്കു മാറ്റുന്നതുകൊണ്ട് കേന്ദ്രബാങ്കിന്റെ ബാലൻസ് ഷീറ്റിനേയും ഇത് ബാധിക്കും. മാത്രമല്ല ലാഭ നഷ്ടക്കണക്കിനെയും ബാധിച്ച് ലാഭം കുറയ്ക്കാനോ ചിലപ്പോൾ നഷ്ടം തന്നെ സംഭവിക്കാനോ സാദ്ധ്യതയുണ്ട്. ഇത് കണ്ടുകൊണ്ട് റിസർവ്വ് ബാങ്ക് ബാങ്കുകളിലേക്ക് എത്തുന്ന അധിക നിക്ഷേപത്തിന് 100 ശതമാനം താല്ക്കാലിക CRR ചുമത്തി. ബാങ്കുകൾക്ക് യാതൊരു വിധ പലിശയും ലഭിക്കില്ല എന്നു മാത്രമല്ല ബാങ്കുകൾ അവരുടെ നിക്ഷേ പകർക്ക് പലിശ നല്കേണ്ട ബാദ്ധ്യതയുമായി നോട്ട് പൻവലിക്കൽ നട പടി മാറി. ഈ സാദ്ധ്യതയും നിലനില്ക്കുന്ന ഒന്നായിരുന്നില്ല. അതു കൊണ്ട് കേന്ദ്ര ബാങ്കിന് പണത്തിന്റെ ലഭ്യത കൈകാര്യം ചെയ്യുന്ന തിന് ഗവൺമെന്റും റിസർവ്വ് ബാങ്കും 2004 ൽ കൊണ്ടുവന്ന Market sterilisation scheme നടപ്പാക്കി.

2004 ൽ വിദേശ നിക്ഷേപത്തിന്റെ ആധിക്യത്തിൽ രൂപയുടെ മൂല്യം ശക്തിപ്പെട്ട് കയറ്റുമതിയെ ബാധിക്കാതിരിക്കാനാണ് വിദേശ വിനിമയ നിരക്ക് നിയന്ത്രണവിധേയമാക്കാൻ ഈ നടപടി കൊണ്ടുവന്നത്. രൂപ കൂടുതൽ മൂല്യവത്താകുന്നത് (Appreciate) തടയാൻ വിദേശനാണ്യക മ്പോളത്തിൽ നിന്ന് വാങ്ങാനാണ് റിസർവ്വ് ബാങ്ക് തീരുമാനിച്ചത്. വിദേശ വിനിമയ ആസ്തികളുടെ വർദ്ധനവ് റിസർവ്വ് ബാങ്കിനെ അത്രതന്നെ ബാദ്ധ്യതയുണ്ടെന്ന് കാണിക്കാനും നിർബ്ബന്ധിതമായി. തന്മൂലം വിചാ രിക്കാത്ത വിധം പണത്തിന്റെ സപ്ലൈ വർദ്ധിച്ചു. ഇത് നിർവ്വീര്യമാക്കാൻ

റിസർവ്വ് ബാങ്കിന് sterilisation നടപടിയായി മുന്നോട്ടുവരേണ്ടിവന്നു. തന്മൂലം ഗവൺമെന്റ് സെക്യൂരിറ്റികളാണ് വിദേശ നാണ്യത്തിന് പകരം വിറ്റത്. എന്നാൽ ഗവൺമെന്റിന്റെ ധനവിനിയോഗ പരിഷ്കാരങ്ങൾ മൂലം റിസർവ്വ് ബാങ്കിൽനിന്നും ഗവൺമെന്റിന്റെ കടമെടുപ്പിന് നിയന്ത്രണമുണ്ട്. ഇത് ഗവൺമെന്റ് സെക്യൂരിറ്റികൾ വാങ്ങുന്നതിൽ കുറവ് വരുത്തി. അതുകൊണ്ട് RBI യുടെ പക്കൽ വേണ്ടത്ര സെക്യൂരിറ്റികൾ വില്ക്കാനുണ്ടായിരുന്നില്ല. ഇതാണ് Market sterilisation statement വഴി തുറന്നത്. ഈ പദ്ധതി അനുസരിച്ച് റിസർവ്വ് ബാങ്കിന് ഗവണേഴ്സ് സെക്യൂരിറ്റി ഇറക്കി പണത്തിന്റെ ലഭ്യത കൈകാര്യം ചെയ്യാൻ അനുവാദം നല്കി. വ്യവസ്ഥയിലെ അധികപണം പിൻവലിക്കാൻ ഇത്തരം സെക്യൂരിറ്റികൾ ഉപയോഗപ്പെടുത്തി. ഇത്തരം സെക്യൂരിറ്റികളുടെ പരിധി കാലാകാലങ്ങളിൽ റിസർവ്വ് ബാങ്കും ഗവണേഴ്സും കൂടി ആലോചിച്ച് തീരുമാനിക്കും.

ഇങ്ങനെ ഇറക്കുന്ന സെക്യൂരിറ്റികൾ റിസർവ്വ് ബാങ്കിൽ ഗവൺമെന്റ് നിക്ഷേപമായി സൂക്ഷിക്കും അതുകൊണ്ട് റിസർവ്വ് ബാങ്കിന്റെ ബാലൻസ് ഷീറ്റിൽ ഇത് Liabilities വിഭാഗത്തിൽ വരും. മാത്രമല്ല കേന്ദ്രഗവൺമെന്റിന് റിസർവ്വ് ബാങ്ക് നല്കുന്ന മൊത്തം കടത്തിൽ കുറവ് ഉണ്ടാക്കുകയയും ചെയ്യും. ഇങ്ങനെ പരിധിയോടെ അങ്ങനെയുള്ള Liabilities വർദ്ധിപ്പിക്കാനും അതുവഴി അതിന്റെ ആസ്തികളിൽ വ്യത്യസ്ത മാനങ്ങളിൽ വർദ്ധനവ് വരുത്താനും അങ്ങനെ ആസ്തിയുടെ പരിധി നിയന്ത്രിക്കാനും കഴിയും. ഇങ്ങനെ റിസർവ്വ് ബാങ്കിലെത്തുന്ന പണം ഗവൺമെന്റിന് ചെലവ് ചെയ്യാൻ ലഭ്യമാവില്ല. അതു ഇതേ സെക്യൂരിറ്റികൾ തിരിച്ച് വാങ്ങുന്നതിന് പ്രത്യേക അക്കൗണ്ടിൽ സൂക്ഷിക്കും. കേന്ദ്ര ഗവണ്മെന്റിനെ സംബന്ധിച്ചാണെങ്കിൽ ഇത്തരം സെക്യൂരിറ്റികൾ Capital liabilty യും കേന്ദ്ര ബാങ്കിലെ നിക്ഷേപം ആസ്തിയുമാണ്. അതുകൊണ്ട് ഇങ്ങനെ ഇറക്കുന്ന സെക്യൂരിറ്റികൾ ഗവൺമെന്റിന്റെ ധനക്കമ്മിയെ ഒരുവിധത്തിലും ബാധിക്കുകയുമില്ല. അതേസമയം ഇതിന് നല്കുന്ന പലിശ ഗവൺമെന്റ് ചെലവിലാണ് വരുക. മൊത്തം പലിശ ബാദ്ധ്യതയായി ബഡ്ജറ്റിൽ പ്രത്യക്ഷപ്പെടുകയും ചെയ്യും. അങ്ങനെ കേന്ദ്രബാങ്ക് എത്രത്തോളം ഇത്തരം സെക്യൂരിറ്റികൾ ഇറക്കുന്നുവോ അത്രത്തോളം പലിശ സാദ്ധ്യത ഗവണ്മെന്റിനുണ്ടാകും. അങ്ങനെ ഗവൺമെന്റിന്റെ വരുമാനത്തിൽ നിന്നൊരു സിംഹഭാഗം ഇതിനായി നീക്കിവെക്കേണ്ടിവരും. ചുരുക്കത്തിൽ ബാങ്കുകളിൽ വന്നു നിറയുന്ന പണം റിസർവ്വ് ബാങ്കിൽ സൂക്ഷിക്കുന്നതിന് ഗവൺമെന്റ് പലിശ നല്കേണ്ടിവരുന്നു. ഗവൺമെന്റാകട്ടെ അതിന്റെ ബഡ്ജറ്റ് ആവശ്യത്തിന് യാതൊരു വിധത്തിലുള്ള അധിക കടം എടുക്കുന്നുമില്ല

റിസർവ്വ് ബാങ്കിന്റെ ജോലിയും നിയമവശങ്ങളും

പെട്ടന്നുണ്ടായ നോട്ട് പിൻവലിക്കലും അത് മാറ്റാനുണ്ടായ അവ

കാശ നിഷേധവും നിയമപരമായി വിലയിരുത്തേണ്ട ഒന്നാണ്. ഒരുവാദ ഗതി ഉയർന്നുവന്നത് ഇങ്ങനെയാണ്. ഒരു പ്രത്യേക പരിധിക്ക് മുകളിൽ വിനിമയം നിഷേധിക്കുക. മതിയായ നീക്കിയിരിപ്പ് അക്കൗണ്ടുകളിൽ ഉണ്ടായിട്ടും പുതിയ നോട്ട് നല്കുന്നതിൽ റേഷൻ അടിച്ചേല്പിക്കുക എന്നിവ സ്വന്തം സ്വത്തിന്മേലുള്ള ഒരു പൗരന്റെ അവകാശം നിഷേധി ച്ചതും പൊതുജനരോഷത്തിന് വഴിവെക്കുന്നതാണ്. ഉചിതമായ ഒരു നിയമനിർമ്മാണത്തിലൂടെയല്ലാതെ ഗവൺമെന്റിനോ റിസർവ്വ് ബാങ്കിനോ ഇങ്ങനെയൊരു തീരുമാനം എടുക്കാൻ കഴിയില്ല. പണമടക്കമുള്ള സ്വത്തിന് ഭരണഘടന നല്കുന്ന അവകാശം ആർട്ടിക്കിൾ 300 എ പ്രകാരം ഇങ്ങനെ പറയുന്നു. "നിയമാധികാരം വഴിയല്ലാതെ സ്വന്തം സ്വത്ത് ഒരാൾക്കും നിഷേധിച്ചുകൂടാ. "പിൻവലിച്ച നോട്ടിന് തുല്യമായി പുതിയ നോട്ടുകൾ നല്കിയിരുന്നുവെങ്കിൽ നോട്ടു പിൻവലിക്കൽ നടപടി നിയമ വിരുദ്ധമായിരുന്നില്ല. എന്നാൽ നിക്ഷേപം പിൻവലിക്കാനും പണം മാറ്റി യെടുക്കാനും എല്ലാം പരിധി നിശ്ചയിച്ചത് അവകാശം ലംഘിച്ചതിന് തുല്യമാണ്. റിസർവ്വ് ബാങ്ക് നവംബർ 8 2016 ന് ഇറക്കിയ വിജ്ഞാപനം ഇതിനുദാഹരണമാണ്. പിൻവലിക്കപ്പെട്ട നോട്ടുകൾ പരിധിക്കപ്പുറം അട യ്ക്കാൻ ആഗ്രഹിച്ചവരുടെയും കെ വൈ സി ഇല്ലാത്ത ജൻധൻ അക്കൗ ണ്ടുകളും ബാങ്ക് അക്കൗണ്ടില്ലാതെ നോട്ട് മാറ്റിയെടുക്കാൻ കഴിയാത്ത വരുടെയും പണം യഥാർത്ഥത്തിൽ നിയമവിരുദ്ധമായി കണ്ടുകെട്ടുക യായിരുന്നു എന്നു വേണം പറയാൻ.

ഇത്തരം നിയമപരമായ വശങ്ങൾ സുപ്രീംകോടതിയുടെ പരിഗണ നയിലുണ്ട്. അതിന്റെ വിധിപ്രസ്താവം എന്തുമാകട്ടെ. ഇതുവരെ നടന്ന തെല്ലാം സാമാന്യനീതിക്ക് നിരക്കാത്തതാണ്. ഒരു സാമാന്യ നിയന്ത്ര ണത്തിനപ്പുറം ഇപ്പോഴത്തെ നോട്ട് പിൻവലിക്കൽ നടപടി ഒരു നിർബ്ബ ന്ധിത കണ്ടുകെട്ടലിന് സമാനമാണ്. കള്ളപ്പണം സൂക്ഷിക്കുന്നവരെ മാത്രം നേരിടാൻ ഒരു നിയമമോ നികുതിയോ ആരംഭിക്കുകയാണെങ്കിൽ രാജ്യതാല്പര്യം സംരക്ഷിക്കാനുള്ള ഒരു നടപടിയാകുമായിരുന്നു. അങ്ങ നെയെങ്കിൽ അധികാരം പ്രയോഗിച്ചത് സാധുവാകും. എന്നാൽ ഇക്കാ ര്യത്തിൽ ബാങ്ക് അക്കൗണ്ട് ഇല്ലാത്തവർക്ക് പിൻവലിച്ചവനോട് മാറ്റാൻ കഴിയാതെ വന്നത് അവർക്ക് പണം നിഷേധിക്കുന്നതിന് തുല്യമായി കണക്കാക്കാം. അത് വെള്ളപ്പണമോ കള്ളപ്പണമോ അവർ പിഴയടയ് ക്കുമോ ഇല്ലയോ എന്തുമാകട്ടെ. ഇതിന്റെ നിയമവശങ്ങൾ ഒരുപക്ഷേ, മനസ്സിലാക്കിയിട്ടാകാം ഡിസംബർ അവസാനം ഒരു ഓർഡിനൻസ് ഇറ ക്കാൻ ഗവൺമെന്റ് നിർബ്ബന്ധിതമായത്. ഗവൺമെന്റ് നടപടികളെ മുൻകാല പ്രാബല്യത്തോടെ നീതീകരിക്കാൻ തന്മൂലം കഴിഞ്ഞു. മറ്റൊന്ന് വ്യവസ്ഥയിൽ നിലനില്ക്കുന്ന ബാക്കി പിൻവലിച്ചനോട്ടുകളുടേതു റിസർവ്വ് ബാങ്കിന്റെ ലയബലിറ്റി കുറയ്ക്കാനും കഴിഞ്ഞു. ഓർഡിനൻസ് ഇറക്കിയതിന്റെ നിയമസാധുത ചോദ്യം ചെയ്യപ്പെടേണ്ടതാണ്. സുപ്രീം കോടതിയുടെ ഭരണഘടനാ ബഞ്ചിന്റെ പരിഗണനയിലാണിപ്പോൾ. ജനു

വരി 2017 ആദ്യം സുപ്രീംകോടതി വിധി വന്നാൽ അത് സാർത്ഥകമായി. കാരണം ഓർഡിനൻസ് പാർലമെന്റിൽ കൊണ്ടുവന്ന് നിയമമാക്കണം. എന്നാലെ അത് ബാധകമാകൂ.

റിസർവ്വ് ബാങ്കിന്റെ നിലപാടും വിമർശനവിധേയമാക്കേണ്ടതുണ്ട്. റിസർവ്വ് ബാങ്കിന് സമ്പൂർണ്ണമായി സ്വതന്ത്രമാകാനോ ആകാൻ പാടില്ല എന്നുള്ളതും സുവ്യക്തമാണ്. കാരണം രാജ്യത്തിന്റെ മൊത്തം മാറ്റോ ഇക്കോണമിയുടെ ഭാഗമായ പണനയം കേന്ദ്രബാങ്കിലാണ് നിക്ഷിപ്ത മായിട്ടുള്ളത്. ഈ സന്ദർഭത്തിൽ ഈ പ്രക്രിയ വ്യക്തമായും താഴോട്ട് പോയി പാർലിമെന്ററി കമ്മിറ്റി മുൻപാകെ റിസർവ്വ് ബാങ്ക് ഗവർണർ വെളിപ്പെടുത്തിയതിന് നന്ദി പറയണം. റിസർവ്വ് ബാങ്കിന്റെ സമ്പൂർണ്ണ ബോർഡ് യോഗമാണ് നോട്ട് പിൻവലിക്കൽ നടപടി തീരുമാനിച്ചത്. അത് പ്രധാനമന്ത്രി രാജ്യത്തോട് പ്രഖ്യാപിക്കുന്നതിന് മൂന്ന് മണിക്കൂർ മുൻപാ യിരുന്നു യോഗം വിളിച്ചു ചേർത്തത്. തലേദിവസം ഗവണ്മെന്റിന്റെ നോട്ട് പിൻവലിക്കൽ നിർദ്ദേശത്തോടുള്ള പ്രതികരണമായിട്ടാണ് യാതൊരുവിധ ഗൗരവപരമായ ആലോചനയും ചർച്ചയും കൂടാതെ കെയൊപ്പ് ചാർത്തുക മാത്രമായിരുന്നു റിസർവ്വ് ബാങ്കിന്റെ പണി. ഇതിലെ പല തീരുമാനങ്ങളും പിന്നീട് കൊണ്ടുവന്ന നയ നിയമമാറ്റങ്ങളും സൂചിപ്പി ക്കുന്നത് ഇത്തരമൊരു തീരുമാനം പ്രൊഫഷണൽ ബാങ്കർമാർക്കോ ബാങ്കുകളെക്കുറിച്ചും കറൻസിവ്യവസ്ഥകളെക്കുറിച്ചും അതിന്റെ പ്രവർത്തനങ്ങളെക്കുറിച്ചും കൃത്യമായ ധാരണയുള്ളവർക്കോ എടുക്കാൻ കഴിയില്ല എന്നുതന്നെയാണ്. അങ്ങനെ കേന്ദ്രഗവൺമെന്റിന്റെ ഒരു രാഷ്ട്രീയ ഉപകരണമായി റിസർവ്വ് ബാങ്ക് തരം താണു എന്നർത്ഥം. ഈ പ്രക്രിയയിൽ അതിന്റെ സ്വന്തം വിശ്വാസ്യതയും നിയമസാധുതയും നശി പ്പിച്ചു. ഇതെല്ലാം സമൂഹത്തിൽ നാണയം പുറത്തിറക്കുന്ന ഒരു സ്ഥാപ നത്തിൽ പൊതുജനങ്ങൾക്കുള്ള വിശ്വാസം തീർച്ചയായും അത്യന്താപേ ക്ഷിതമാണ്.

മൊത്തം ഈ പരിപാടിയുടെ ഔദ്യോഗിക നടത്തിപ്പുകാരനാണ് റിസർവ്വ് ബാങ്ക് ഗവർണർ. ഇത് പ്രഖ്യാപിച്ചതിനുശേഷം ഒരു മാസക്കാലം അദ്ദേഹം പുലർത്തിയ സ്പഷ്ടമായ നിശ്ശബ്ദത ഭഞ്ജിക്കപ്പെടേണ്ടതാ ണ്. പിന്നീട് അദ്ദേഹം മുഖം കാണിക്കുന്നത് ഡിസംബർ 7 ന് മോണി റ്ററി പോളിസി കമ്മിറ്റി യോഗത്തിനുശേഷമുള്ള പത്രസമ്മേളനത്തിലാണ്. ഇത് പ്രഖ്യാപിച്ചതിനുശേഷമുള്ള മാസങ്ങളിൽ റിസർവ്വ് ബാങ്കിന്റെ ഔദ്യോഗിക വിശദീകരണങ്ങളെല്ലാം ഗവൺമെന്റിന്റെ സ്വന്തം നിലപാ ടുകൾ നിഴലിക്കുന്നവയായിരുന്നു. ഡിമാന്റ് അനുസരിച്ച് വേണ്ടത്ര പണ ലഭ്യത ഉറപ്പ് വരുത്തുന്നുണ്ടെന്ന റിസർവ്വ് ബാങ്കിന്റെ അവകാശവാദ ങ്ങൾ അവരുടെതന്നെ വിശ്വാസ്യതയ്ക്ക് ക്ഷമമേല്പിച്ചു. റിസർവ്വ് ബാങ്ക് മാനേജുമെന്റിന്റെ ഈ കീഴടങ്ങൽ അവരുടെ തന്നെ ഓഫീസർമാർ നല്കിയ പരാതിയിൽ വ്യക്തമായി. റിസർവ്വ് ബാങ്കിന്റെ മുഖ്യജോലി യായ ബാങ്കുകൾ അടയ്ക്കുന്ന പണമെണ്ണൽ നിരീക്ഷിക്കുന്നതും നിയ

ന്ത്രിക്കുന്നതും ഏകോപിപ്പിക്കുന്നതും ധനമന്ത്രാലയത്തിലെ ഒരു ഓഫീ സറാണെന്നാണ് അവർ വെളിപ്പെടുത്തിയത്. എല്ലാ നിയമങ്ങളും കാറ്റിൽ പറത്തിയാണ് അവരത് ചെയ്യുന്നത്. റിസർവ് ബാങ്ക് ജീവനക്കാരുടെ കത്തിൽ ഇങ്ങനെ പറയുന്നു: "ജീവനക്കാരുടെ അത്യാദ്ധ്വാനത്തിലും യുക്തിഭദ്രതമായ നയരൂപീകരണത്തിലൂടെയും കഴിഞ്ഞുപോയ ദശക ങ്ങളിലൂടെ പടുത്തുയർത്തിയ സ്വാതന്ത്ര്യത്തിന്റെയും കാര്യക്ഷമതയു ടെയും പ്രതിച്ഛായ അടിച്ചുതകർത്തു പൊരികളായി അന്തരീക്ഷത്തിൽ വിലയം പ്രാപിച്ചു."

വെല്ലുവിളിയെ നിർവ്വചിക്കൽ

ഇന്ത്യൻ ബാങ്കിങ് മേഖല അഭിമുഖീകരിക്കുന്ന വെല്ലുവിളികൾ നിർവ്വചിക്കുന്നതിന് ഇപ്പോൾ നടത്തിയ ചർച്ചകൾ നമ്മളെ സഹായിക്കും. അഞ്ച് ഘടകങ്ങളായി അവയെ വേർതിരിക്കാം. സാധാരണ ധനകാര്യ സേവനങ്ങളും വായ്പാ സമ്പ്രദായമെന്ന ഉത്തരവാദിത്വവും തുടരുന്നതി നായി NPA പ്രശ്നത്തിലുള്ള അടിയന്തര തീരുമാനങ്ങളാണ് ആദ്യ ത്തേത്. ലാഭമെന്ന ലക്ഷ്യം വികസന ലക്ഷ്യങ്ങളെ മറികടക്കാതിരിക്കാ നുള്ള അന്തരീക്ഷം പുനഃസ്ഥാപിക്കുകയാണ് രണ്ടാമത്തേത്. പൊതു മേഖലാ ബാങ്കുകൾ വികസന ഉപാധികളാണെന്നും ഏതാനും ചിലരെ സമ്പന്നരാക്കുകയല്ല ഉദ്ദേശ്യമെന്നുമുള്ള സങ്കല്പത്തിന്മേലുള്ള മടക്ക യാത്ര. മൂന്നാമത്തേത് ആഭ്യന്തര വൈദേശിക സ്വകാര്യ മൂലധനത്തിന്റെ പങ്ക് വർദ്ധിപ്പിക്കുകയെന്ന 1991 ലെയും 1998 ലെയും നരസിംഹ കമ്മിറ്റി റിപ്പോർട്ട് ചുരുട്ടിവെക്കുകയും ചെയ്യുക ബേസൽ മാതൃകയിലെ വിപണി ഇടപെടൽ ക്രമീകരണത്തിലേക്ക് മാറ്റുകയും ചെയ്യുക എന്നതാണ്. Brick-and mortar ബാങ്കുകളുടെയും അവയുടെ സബ്സിഡിയറികളെയും (മേഖലാ ഗ്രാമീണ ബാങ്കുകൾ പോലെ) പ്രധാന ധനകാര്യ ഉൾക്കൊ ള്ളൽ ഉപാധികളായി പുനഃസ്ഥാപിക്കുക എന്നതാണ്. ലഘു ധനകാര്യ സ്ഥാപനങ്ങളുടെ ബാങ്കിങ് കറസ്പോണ്ടന്റുകൾ പേമെന്റ് ബാങ്കുകൾ തുടങ്ങിയവയുടെ രൂപത്തിൽ സ്വകാര്യ മേഖലയെ ഉൾക്കൊള്ളൽ (in-clusion) അജണ്ട ശക്തിപ്പെടുത്താനുള്ള നീക്കം ഉപേക്ഷിക്കുകയും വേണം. നവ ഉദാരീകരണ പരിഷ്കരണങ്ങൾ പുനർ നിർമ്മിക്കുകയാണ് അഞ്ചാമത്തേത്. ഈ പരിഷ്കരണത്താൽ 1991 നുശേഷം സൃഷ്ടിച്ച സാമ്പ ത്തികാന്തരീക്ഷം മാറ്റിയെടുത്തില്ലെങ്കിൽ ബാങ്കുകളുടെ പുനർ നിർമ്മാണ ശ്രമങ്ങളും ധനകാര്യ വളർച്ചയും ഭദ്രമായും ഉൾക്കൊള്ളൽ ശ്രമങ്ങളും പരാജയപ്പെടും.

ബാങ്കിങ് നയം അടിയന്തരമായി അനുവർത്തിക്കേണ്ട കാര്യങ്ങൾ

ബാങ്കുകളുടെ ജീവനക്ഷമത വീണ്ടെടുക്കുകയാണ് ബാങ്കിങ് മേഖല നേരിടുന്ന പ്രധാന നയപരമായ വെല്ലുവിളി. നവലിബറൽ സംവിധാന ത്തിൻകീഴിൽ സർക്കാർ നടപടികളിലെ അപാകതകളാണ് ഈ രംഗത്തെ പ്രതിസന്ധിക്ക് മുഖ്യകാരണം. ബാങ്കുകളെ ബെയിൽ ഔട്ട് ചെയ്യാതിരി ക്കാൻ സർക്കാരിന് മറ്റു മാർഗ്ഗമില്ലായിരിക്കാം. ഈ പ്രതിസന്ധിക്ക് നിക്ഷേ പകർ ഉത്തരവാദികളല്ല. Share holders would have been too powerful to resist ബാങ്കുകളുടെ പരാജയം വികസ്വര രാജ്യങ്ങളിൽ 2008 ലുണ്ടായ ബാങ്ക് പ്രതിസന്ധിപോലെ സാമ്പത്തിക വ്യവസ്ഥയെ വിനാശകരമായി ബാധിക്കും. ഇന്ത്യൻ ബാങ്കിങ് പ്രധാനമായും പൊതുമേഖലയിലാണ്. അതുകൊണ്ടുതന്നെ സ്വന്തം ആസ്തി സംരക്ഷിക്കുന്നതിനായി ഗവൺമെന്റിന് ഇടപെടേണ്ടതുണ്ട്.

പുനർ മൂലധനവല്ക്കരണ ആവശ്യങ്ങളും ബേസൽ 111 ന്യായീകര ണങ്ങളും ഉപയോഗപ്പെടുത്തി ഗവൺമെന്റുകൾ സ്വകാര്യവല്ക്കരണത്തെ യാണ് സ്വീകരിക്കുന്നതെങ്കിൽ ഉദ്ദേശ്യം വ്യക്തമാണ്. Even Successful disinvestment at prices that appear reasonable requires that bank balance sheets & provisioning have to be repaired. വീട്ടാത്ത വായ്പകൾ കാരണം ലാഭം കുറയുകയും അത്തരം സാഹചര്യം തുടരുകയും ചെയ്താൽ മൂലധന ശോഷണം (infusion)ഒഴിവാക്കാനാവാത്തതാകും. അത് നിർണ്ണിത അതിരുവരെ തുടർന്നുകൊണ്ട് പോയാൽ public equity നേർപ്പിക്കേണ്ടതിന്റെ ആവശ്യകത അവ്യക്തമാകും.

ആദ്യ പടിയായി 80,000 കോടി രൂപ പുനർമൂലധനവല്ക്കരണത്തിനു ബോണ്ടുകൾ വഴി അനുവദിക്കുന്നത് ധനകാര്യ കമ്മി കണക്കുകളെ അലോസരപ്പെടുത്താതെ മൂലധനം നല്കുന്ന വിദഗ്ധ മാർഗ്ഗമാണെ ന്നാണ് ഗ്രാന്റിനായുള്ള സപ്ലിമെന്ററി ഡിമാന്റിൽ സർക്കാർ അവകാശ പ്പെടുന്നത്. ഇത് ആരെ വിഡ്ഢിയാക്കാനാണ്? ബാങ്കുകളിലെ അധിക നിക്ഷേപം ഗവൺമെന്റ് പുറത്തിറക്കുന്ന ബോണ്ടുകൾ വാങ്ങുന്നതിനു പയോഗപ്പെടുത്തുകയാണ് പരിപാടി. ഗവൺമെന്റിനാകട്ടെ. ഈ പണം വിനിയോഗിച്ച് ബാങ്കുകളിൽ പുതിയ ഇക്വിറ്റി വാങ്ങുകയും ചെയ്യാം. കവി ഞ്ഞൊഴുക്കോ അടിയൊഴുക്കോ ഇല്ലാത്തതിനാൽ, കണക്കുകൾ പൊരു ത്തപ്പെടുന്നതിനാൽ ഒരപകടമവുമില്ലെന്നും വാദിക്കാം. എന്നാൽ അത് ശരിയായ അക്കൗണ്ടിങ് പോലുമല്ല. ധനകാര്യ കമ്മി, സർക്കാർ റവന്യൂ വിന്റെ അമിത ചെലവഴിക്കൽ ആയതിനാൽ (റവന്യൂവും മൂലധനവും) പൊതുമേഖലാ ഇക്വിറ്റിയെയും കമ്മിറ്റിയിൽ ഉൾപ്പെടുത്തണം. രണ്ടാമ തായി ഈ സംഖ്യയെ കമ്മി കണക്കുകളിൽനിന്ന് ഒഴിവാക്കാൻ കഴിയി ല്ല. എന്തുകൊണ്ടെന്നാൽ it is being funded with "non debt creating capital receipts വായ്പ finance ചെയ്യുന്നതിനാണ് ഉപയോഗിക്കുന്നത്. മൂന്നാമതായി. ഈ ബോണ്ടുകൾക്കു നല്കുന്ന പലിശയും ഇക്വിറ്റിയുടെ

ലാഭവിഹിതവും ഭാവി ബഡ്ജറ്റുകളിൽ പ്രതിഫലിക്കും. വായ്പ മൂല
ധന ധനാർജ്ജനത്തിനാണ് ഉപയോഗപ്പെടുത്തുന്നതിന്റെ തെളിവായിരി
ക്കുന്നത്.

ചുരുക്കത്തിൽ, ഗവൺമെന്റ് കളങ്കരഹിതമായി പുറത്തുവിട്ട (2008
-09 ൽ ഏഴു വികസിത രാജ്യങ്ങളിലെ ഭരണകൂടങ്ങളും അനുവർത്തിച്ച
തുപോലെ) ഇതോടെ പ്രത്യേക സാഹചര്യമാണെന്ന് (Special situa-
tion) പ്രഖ്യാപിക്കും. കാലിക അവസ്ഥയെ സ്വകാര്യവല്ക്കരണം ശക്തി
പ്പെടുത്താനുള്ള അവസരമായി വിനിയോഗിക്കുകയാണവർ വാസ്തവ
ത്തിൽ. വ്യക്തമായും പ്രത്യയശാസ്ത്രപരമായും പ്രായോഗികവുമായ
സ്ഥിതിവിശേഷം (വിപണി, ആവശ്യമായ പണം ന്യായമായ ഇകിറ്റിയിൽ
പൊതുമേഖലാ ബാങ്കുകൾക്ക് നല്കുവാൻ സാദ്ധ്യതയില്ലാത്തതിനാൽ)
പ്രശ്നങ്ങൾക്ക് അടിയന്തര പരിഹാരം കണ്ടെത്താനുള്ള നിശ്ചയ ദാർഢ്യ
ത്തോടെയുള്ള ശ്രമങ്ങളെ നീട്ടിവെക്കുകയാണ് ചെയ്തത്. ഇത് ഉടനെ
തള്ളിക്കളയണം. ഇപ്പോൾ ബാങ്കിങ് പോളിസിയുടെ അനിവാര്യതയാണ്
ഇത് എടുത്തു കാട്ടുന്നത്.

ഇത് ഗവൺമെന്റിനും ഗുണകരമാകും. ഇന്ന് സമാഹരിക്കുന്ന ഓഹ
രികൾക്ക് മതിയായ പുനഃസംഘടനയിലൂടെ ക്രമേണ വില വർദ്ധിക്കും.
സ്വീഡനിലും ഇംഗ്ലണ്ടിലും അമേരിക്കയിലും സംഭവിച്ചത് ഇതാണ്. ബാങ്കു
കളെ രക്ഷിക്കുന്നതിനായി ഗവൺമെന്റുകൾ വാങ്ങിയ ഓഹരികൾ പിന്നീട്
ലാഭത്തിൽ വിറ്റു. ഇന്ത്യയിലും 1990 കളുടെ പുനർ മൂലധനവല്ക്കരണ
ത്തിനുശേഷം, പല പൊതുമേഖലാ ബാങ്കുകളുടെയും ഓഹരികൾക്ക്
ഗണ്യമായി വില കൂടി. (റാം ഫേലിൻ 2015)

സ്വകാര്യബാങ്കുകളുടെ പരാജയം

ഇതുവരെയുള്ള ചർച്ചകളിൽനിന്നും വ്യക്തമാകുന്നത് സ്വകാര്യ
വല്ക്കരണം NPA പ്രശ്നത്തിന് പരിഹാരമല്ല എന്നാണ്. നവലിബറൽ
ബാങ്കിങ് അജണ്ടയുടെ പരാജയം പൊതുമേഖലയിൽ NPA ഉയർച്ചയിൽ
മാത്രമല്ല. സ്വകാര്യ മേഖലയിലെ ബാങ്കുകളുടെ വളർച്ച, പ്രവർത്തനം
എന്നിവയിലും പ്രതിഫലിക്കുന്നു. പ്രത്യേകിച്ചും 1991 നുശേഷം സ്ഥാപി
ക്കപ്പെട്ട പുതിയ സ്വകാര്യ ബാങ്കുകളെ. 1991 നുശേഷമുണ്ടായ ഉദാരീക
രണ പുനഃക്രമീകരണ പരിപാടിയിൻകീഴിൻ മുതൽ സ്വതന്ത്ര പ്രവേ
ശനം എന്ന ലക്ഷ്യവുമായി പൊരുത്തപ്പെടുന്നില്ല ഈ പരിണാമത്തിന്റെ
പ്രതിഫലനങ്ങൾ.

ധനകാര്യ ഉദാരീകരണം മുന്നോട്ടുവച്ച നിരവധി വാദങ്ങളിൽ
രണ്ടെണ്ണം ഇവിടെ പ്രസക്തമാണ്. രണ്ടുഘട്ട (1969 ൽ 14, 1980 ൽ 6)
ദേശസാല്ക്കരണത്തിലൂടെ സംജാതമായ പൊതുമേഖലാ ആത്മഹത്യ
പ്രവണതയെ തിരിച്ചെടുക്കുകയാണ് ആദ്യത്തേത്. രണ്ടാമത്തേത്, ബാങ്കി
ങ്ങിൽനിന്ന് ധനകാര്യ മേഖലയെ വൈവിദ്ധ്യവല്ക്കരിക്കുക, ഒരുപറ്റം

ബദൽ നിക്ഷേപ ധനകാര്യ സാദ്ധ്യതകൾ സംജാതമാക്കുക എന്നതും. ഇത് ധനമേഖലയിലെ മൊത്തം ആസ്തികളിലും നിക്ഷേപം എടുക്കുന്ന ധനകാര്യ ഇടത്തട്ടുകാരുടെ ആകെ ആസ്തികളിലും ബാങ്ക് ആസ്തി കുറയും എന്നതാണ് മനസ്സിലാക്കപ്പെട്ടിരുന്നത്. ബാങ്കിങ് മേഖലയിൽ ആഭ്യന്തര-വൈദേശിക സ്വകാര്യ മൂലധനത്തിന് പുതിയ പങ്കാളിത്തം വാഗ്ദാനം ചെയ്ത ഉദാരീകരണം, മ്യൂച്ചൽ ഫണ്ടുകൾ പോലെ പുതിയ ധനകാര്യ പ്രവർത്തനങ്ങൾ തുറന്നു കൊടുത്തു. ഋണ വിപണി, ഉദാര മാക്കിയും സ്വകാര്യ തൊഴിലവസരങ്ങൾ സൃഷ്ടിച്ചും. സ്വകാര്യ ഇൻഷു റൻസുകളും പെൻഷൻ ഫണ്ട് മാനേജുമെന്റും തുറന്നു. നിക്ഷേപകർക്ക് കൂടുതൽ ആകർഷണീയമായ അവസരങ്ങൾ ഉണ്ടായി. ബാങ്കിങ് മേഖ ലയ്ക്കപ്പുറവും നിക്ഷേപ സാദ്ധ്യതകൾ യാഥാർത്ഥ്യമായി. ഈ ബാങ്കി തര ധനകാര്യ മദ്ധ്യവർത്തി സ്ഥാപനങ്ങൾ ഇടപാടുകൾക്ക് കൂടുതൽ സാമ്പത്തികനേട്ടം മാത്രമല്ല, വിവിധതരം റിസ്കുകൾ മറികടക്കാനുള്ള സാദ്ധ്യതകൾ കൂടി പ്രദാനം ചെയ്യുമെന്ന് പ്രതീക്ഷിക്കപ്പെട്ടിരുന്നു. ഇകി റ്റിക്കും കമ്മോഡിറ്റി ഡെറിവേറ്റീവ് വ്യാപാരത്തിനും പുറമേ ഈ രംഗത്ത് സ്വകാര്യമേഖല വളർച്ച പ്രാപിക്കുമെന്നും അഭിവൃദ്ധിപ്പെടുമെന്നും വിന്യ സിക്കപ്പെട്ടു.

എന്നാൽ ഇത് സംഭവിക്കില്ലെന്നാണ് നമുക്ക് കാണാൻ കഴിയുന്നത്. ഇന്ത്യൻ സാമ്പത്തിക രംഗത്ത് ബാങ്കുകളുടെ മേൽക്കൈ തുടർന്നു. ബാങ്കിങ് വിസ്ഫോടനത്തിൽനിന്ന് ഇതുവരെ സ്വകാര്യമേഖല കാര്യ മായി ഒന്നും നേടിയില്ല. ബാങ്കിങ് വ്യവസായത്തിന്റെ സംഘടനാപരമായ ഘടന മാറ്റാൻ നവ ഉദാരീകരണത്തിന്റെ ഭാഗമായി ഒരു ശ്രമവും നട ക്കാത്തതല്ല കാരണം. ധനകാര്യ വ്യവസ്ഥയുടെ സമഗ്രവശവും പരിശോ ധിക്കാൻ 1991 ജൂലൈ മാസത്തെ Balance of payment പ്രതിസന്ധിയെ തുടർന്ന് ഗവൺമെന്റ് ഒരു കമ്മിറ്റിയെ (എം നരസിംഹം കമ്മിറ്റിയുടെ അദ്ധ്യക്ഷതയിൽ) ഒരു സമിതിയെ നിയോഗിച്ചിരുന്നു. മിക്ക സർക്കാർ കമ്മിറ്റികളിൽനിന്നും വ്യത്യസ്തമായി നരസിംഹം കമ്മിറ്റി മൂന്നു മാസ ത്തിനുള്ളിൽത്തന്നെ റിപ്പോർട്ട് സമർപ്പിച്ചു. ധനകാര്യ വ്യവസ്ഥയിലേ ക്കുള്ള പ്രവേശനം സുഗമമാക്കുക, സ്വകാര്യ മേഖലയിൽ പുതിയ ബാങ്കു കൾക്ക് റിസർവ് ബാങ്ക് അനുമതി നല്കുക എന്നീ ശുപാർശകളാണ് കമ്മിറ്റി സമർപ്പിച്ചത്.

ബാങ്കുകളുടെ ഉടമസ്ഥാവകാശം സംബന്ധിച്ച് കുറേ ശുപാർശക ളുണ്ടായിരുന്നു. "കൂടുതൽ ബാങ്കുകൾ ദേശസാല്ക്കരിക്കുകയില്ലെന്ന് ഗവൺമെന്റ് പ്രഖ്യാപിക്കണം. ഇത് കൂടുതൽ സമർത്ഥരായ ബാങ്കുക ളുടെ വളർച്ച ത്വരിതപ്പെടുത്തും. പൊതു സ്വകാര്യ ബാങ്കുകൾക്കിടയിൽ വിവേചനം പാടില്ല" തുടങ്ങിയ നിർദ്ദേശങ്ങളും പ്രസ്തുത റിപ്പോർട്ടി ലുണ്ടായിരുന്നു.

ഇതിനെത്തുടർന്ന് 'ശ്രദ്ധാപൂർവ്വം, നീതിയുക്തം' ബാങ്കിങ് മേഖല യിലേക്ക് പുതിയ സ്വകാര്യ ബാങ്കുകൾക്ക് പ്രവേശിക്കാമെന്ന് 1993 ജനു

വരി 22 ന് റിസർവ്വ് ബാങ്ക് മാർഗ്ഗനിർദ്ദേശം പുറപ്പെടുവിച്ചു. ഉചിതമല്ലാത്ത Pre-emptionനും കടം കുന്നുകൂടുന്നതും സാമ്പത്തിക ശക്തി കുത്തക വല്ക്കരണവും വ്യവസായ ഗ്രൂപ്പുകളുമായി Cross- holdings ഉം ഒഴിവാ ക്കണം തീർച്ചയായും റിസർവ്വ് ബാങ്കിന് നരസിംഹ കമ്മിറ്റിയേക്കാൾ ജാഗ്രത ഇക്കാര്യത്തിലുണ്ടായിരുന്നു. ഏറ്റവും കുറഞ്ഞ പെയ്ഡ്-അപ്പ് മൂലധനം ഒരു ബില്യൺ രൂപയായിരിക്കണമെന്ന് അത് നിഷ്കർഷിച്ചു. ഒരു ഓഹരിയുടമയുടെ വോട്ടവകാശം നിലവിലെ 10 ശതമാനമായി തുട രുമെന്നും മറ്റു ബാങ്കുകളുടെയും ധനകാര്യ കമ്പനികളിലെയും നിക്ഷേപ സ്ഥാപനങ്ങളിലെയും Interlocking directership നിയന്ത്രിക്കുമെന്നും റിസർവ്വ് ബാങ്ക് വ്യക്തമാക്കി.

തുടർന്ന് അപേക്ഷ ക്ഷണിച്ച് 10 എണ്ണത്തിന് ലൈസൻസ് അനുവ ദിച്ചു. ഒമ്പതെണ്ണം ആരംഭിച്ചു - ഐ സി ഐ സി ഐ ബാങ്ക്, എച്ച് ഡി എഫ് സി ബാങ്ക്, യു ടി ഐ ബാങ്ക് (ഇത് പിന്നീട് ആക്സിസ് ആയി), ഗ്ലോബൽ ട്രസ്റ്റ് ബാങ്ക് (പരാജയപ്പെട്ടു. പിന്നീട് ഓറിയന്റൽ ബാങ്ക് ഓഫ് കൊമേഴ്സിൽ ലയിച്ചു). ടൈംസ് ബാങ്ക് (എച്ച് ഡി എഫ് സി ബാങ്കു മായി ചേർന്നു) ഇൻഡസ് ഇന്റ് ബാങ്ക്, സെൻചൂറിയൺ ബാങ്ക്, ബാങ്ക് ഓഫ് പഞ്ചാബ്, ഡെവലപ്മെന്റ് ക്രെഡിറ്റ് ബാങ്ക് എന്നിവ ഇതിലുൾപ്പെ ടുന്നു. ബാങ്ക് ഓഫ് പഞ്ചാബും ഡി സി ബി ബാങ്കും 1989 ൽ സ്ഥാപിത മായ പഴയ തലമുറ ബാങ്കുകളായിരുന്നു. ലൈസൻസ് ഇപ്പോഴാണ് ലഭി ച്ചതെന്നു മാത്രം. ബാങ്ക് ഓഫ് പഞ്ചാബ് 2005 ൽ സെൻചൂറിയൻ ബാങ്കിൽ ലയിച്ച് സെൻചൂറിയൻ ബാങ്ക് ഓഫ് പഞ്ചാബായി. അത് 2008 ൽ എച്ച് ഡി എഫ് സി ബാങ്കിൽ ലയിച്ചു. മറ്റു എട്ടുബാങ്കുകളിൽ ഗ്ലോബൽ ട്രസ്റ്റ് ബാങ്കിനെ നിർബ്ബന്ധിച്ച് ഓറിയന്റൽ ബാങ്ക് ഓഫ് കൊമേഴ്സിൽ ലയി പ്പിച്ചു (2004) ടൈംസ് ബാങ്ക് സ്വമനസ്സാലെ 2000 ൽ എച്ച് ഡി എഫ് സി ബാങ്കിൽ ലയിച്ചു.

രണ്ടാം ഘട്ട ഉദാരവല്ക്കരണ കാലത്ത് പുതിയ മാർഗ്ഗനിർദ്ദേശ ങ്ങൾക്കു വിധേയമായി സ്വകാര്യ ബാങ്കുകൾരംഗത്തുവന്ന 2001 ൽ പുറ ത്തിറക്കിയ ഈ മാർഗ്ഗനിർദ്ദേശങ്ങൾ, ആദ്യവട്ട അനുഭവങ്ങൾ വിലയി രുത്തി ജയം നല്കിയവരാണ്. കുറഞ്ഞ പെയ്ഡ് അപ്പ് മൂലധനം ആദ്യ സ്റ്റേജിൽ 2 ബില്യനും മൂന്നു വർഷത്തിനുശേഷം മൂന്നു ബില്യനായും ഉയർത്തി. പ്രൊമോട്ടർമാർക്ക് ചില മൂലധന പ്രതിബദ്ധതയും ലക്ഷ്യമി ട്ടിരുന്നു; and the need to have diversified ownership of an entity that was to be allowed to mobilise deposits from the public പ്രൊമോട്ടർമാ രുടെ കുറഞ്ഞ വിഹിതം പെയ്ഡ് അപ്പ് മൂലധനത്തിന്റെ അഞ്ചാമനായി നിജപ്പെടുത്തി (അഞ്ചു വർഷത്തേക്ക് ലോക് ഇൻ) ഇക്വിറ്റി വിഹിതം എൻ ആർ ഐ നിക്ഷേപമാക്കാം (40 ശതമാനത്തിൽ കവിയരുത്) അല്ലെ ങ്കിൽ വിദേശ ബാങ്കോ ധനകാര്യ കമ്പനിയോ സാങ്കേതിക പങ്കാളിയായി പ്രവർത്തിക്കുന്ന (technical collaborates) ബഹുപാർശ്വ (multi lateral) സ്ഥാപനമോ എല്ലാ വിദേശ എൻ ആർ ഐ സ്ഥാപനനിക്ഷേപങ്ങളു

ടെയും 40 ശതമാനം പരിധിയിലായിരിക്കണം. കൂടാതെ എൻ ആർ ഐ നിക്ഷേപം 40 ശതമാനത്തിൽ കുറവാണെങ്കിൽ designated multilateral institution ന് ആ വിടവ് നികത്താം. പുതിയ ആഭ്യന്തര സ്വകാര്യ ബാങ്കിങ് മേഖലയിൽ വിദേശ നിക്ഷേപകർക്ക് ചവിട്ടുപടി ഒരുക്കുകയായിരുന്നു. സത്യത്തിൽ ഇതുവഴി ചെയ്തത്. വൻകിട വ്യവസായ സ്ഥാപനത്തിന് ബാങ്ക് പ്രൊമോട്ട് ചെയ്യാനാവില്ലെന്ന നിലപാട് ഈ നിർദ്ദേശങ്ങൾ വ്യക്ത മാക്കി. എന്നാൽ individual കമ്പനികൾക്കോ പരസ്പരബന്ധിത കമ്പ നികൾക്കോ, (വൻകിട വ്യവസായ സ്ഥാപനവുമായി ബന്ധമുണ്ടെങ്കിലും ഇല്ലെങ്കിലും) ഇക്വിറ്റിയുടെ 10 ശതമാനംവരെ നിക്ഷേപമായി മാറ്റി നല്കു ന്നതിലൂടെ ബാങ്കിൽ താല്പര്യ നിയന്ത്രണം സാദ്ധ്യമല്ലാതാക്കി. വായ്പ യായും നിക്ഷേപങ്ങളായും ഡെപ്പോസിറ്റുകൾ വൈവിദ്ധ്യവല്ക്കരിക്കു ന്നതിനായി ബാങ്കുകൾ പ്രൊമോട്ടർമാരുമായി (10 ശതമാനം ഓഹരിയുള്ള ഗ്രൂപ്പുകളും വ്യക്തികളും അന്തർബന്ധിതകമ്പനികളും) കൈയകലം പാലിക്കണമെന്നതാണ് അടുത്ത നിർദ്ദേശം. ബാങ്കേതര ധനകാര്യ സ്ഥാപനങ്ങളെ (NBFC) ഉപാധികൾക്കു വിധേയമായി ബാങ്കുകളായി മാറ്റാനുള്ള അനുമതിയാണ് അടുത്തത്. മുൻഗണനാ മേഖലയിൽ 40 ശതമാനം വായ്പ നല്കണമെന്നും ശാഖകളിൽ 25 ശതമാനം ഗ്രാമീണ മേഖലയിൽ ആയിരിക്കണമെന്നുമാണ് ഒടുവിലത്തെ നിബന്ധന.

ഇതനുസരിച്ച് രണ്ടു അപേക്ഷകൾക്കു മാത്രമാണ് ലൈസൻസ് അനുവദിച്ചത്. 2003 ൽ കോട്ടക്ക് മഹീന്ദ്രയ്ക്കും 2005 ൽ യെസ് ബാങ്കിനും 2013 ൽ മൂന്നാം റൗണ്ടിൽ പുതിയ ഏതാനും മാർഗ്ഗനിർദ്ദേശങ്ങൾ റിസർവ്വ് ബാങ്ക് പുറപ്പെടുവിക്കുമ്പോൾ 7 പുതിയ സ്വകാര്യ ബാങ്കുകളാണ് നില നിന്നിരുന്നത്. പൊതുമേഖലാ ധനകാര്യ സ്ഥാപനമായ ഇൻഡസ്ട്രിയൽ ഡെവലപ്മെന്റ് ബാങ്ക് ഓഫ് ഇന്ത്യ (IDBI) 2004 ൽ ബാങ്കായി മാറി IDBI Ltd മായി ചേർന്നുകൊണ്ട് അത് പിന്നെ അതിന്റെ സബ്സിഡി യാക്കി IDBI ബാങ്കിൽ ലയിച്ചു. ചുരുക്കത്തിൽ പുതിയ സ്വകാര്യബാങ്കു കളുടെ വളർച്ച പരിമിതമായിരുന്നു. ദേശസാല്ക്കരണത്തിനു വിധേയ മാകാത്ത പഴയ സ്വകാര്യ ബാങ്കുകളിൽ പലതും മികച്ച നിലയിൽ പ്രവർത്തിച്ചിരുന്നുമില്ല. തൽഫലമായി ചാർട്ടർ വ്യക്തമാക്കുന്നതുപോ ലെ, പൊതുമേഖലാ ബാങ്കുകളുടെ ആസ്തി സ്വകാര്യ ബാങ്കുക ളുടേതിനേക്കാൾ കൂടുതലായും വേഗതയിലും വർദ്ധിച്ചു.

സ്വകാര്യ ബാങ്കുകളുടെ മൂന്നാം ഘട്ട പ്രോത്സാഹനത്തിൽ (2015) ഐ ഡി എഫ് സി ബാങ്കും ബന്ധൻ ബാങ്കുമാണ് ലൈസൻസ് നേടി യത് (അപേക്ഷകൾ 25), പുതിയ നിബന്ധനകളിൽനിന്ന് സവിശേഷ ശ്രദ്ധയാകർഷിക്കുന്നു. റസിഡന്റ്സുകളുടെ ഉടമസ്ഥതയിലുള്ളതോ അവർ നിയന്ത്രിക്കുന്നതോ ആയ സ്വകാര്യ മേഖലയിലെ സ്ഥാപന ങ്ങൾക്കും ഗ്രൂപ്പുകൾക്കും ബാങ്കിങ് രംഗത്തേക്ക് അനുമതി നല്കുന്ന താണിത്. ബിസിനസ് ഗ്രൂപ്പുകൾക്കും മറ്റ് സ്വകാര്യ കോർപ്പറേറ്റ് സ്ഥാപ നങ്ങൾക്കും ബാങ്കിൽ ഉപാധികളോടെ പ്രവേശനം അനുവദിച്ചിരുന്നു

എന്നു ചുരുക്കം. ഈ കാര്യത്തിന് മാത്രമായി രൂപവല്ക്കരിച്ച കമ്മിറ്റി ലേലം കൊള്ളാൻ തയ്യാറായ ബിസിനസ് ഗ്രൂപ്പുകൾക്ക് ഓഫർ നല്കേണ്ടതില്ലെന്നു തീരുമാനിച്ചു. നിയമങ്ങൾ കോർപ്പറേറ്റുകൾക്ക് അനുകൂലമാണ്. തുടർച്ചയായ 'ഒൺ ടാപ്' ലൈസൻസ് (ഒൺ-കോർ ലേലാധിഷ്ഠിത ലൈസൻസിങ്ങിനു പകരം) റിസർവ്വ് ബാങ്ക് നടപ്പാക്കുന്നത് അവർ കാത്തിരുന്നു.

ഉദാരവല്ക്കരണ നയം അതിന്റെ ഉദ്ദേശ്യ ലക്ഷ്യങ്ങൾ നേടുന്നതിൽ പരാജയപ്പെട്ടുവെന്ന് 25 വർഷത്തിനുശേഷം സ്ഥിതിഗതികൾ വിളിച്ചോതുന്നു. ഏതാനും ചില പുതിയ സ്വകാര്യ ബാങ്കുകളെ പ്രവർത്തനരംഗത്തിട്ടു. 1993 നുശേഷമുള്ള സ്വകാര്യ ബാങ്കുകളുടെ അനുഭവം മൂന്ന് ശ്രദ്ധേയ പാഠങ്ങൾ നല്കുന്നുണ്ട്. 1. സ്ഥാപനങ്ങൾ നേരത്തേ വലിയ ധനകാര്യ സ്ഥാപനങ്ങളായി പ്രവർത്തിച്ചതു മാത്രമേ (ഉദാ. ഐ സി ഐ സി ഐ, എച്ച് ഡി എഫ് സി ബാങ്കുകൾ) ഗണ്യമായ വളർച്ച കൈവരിച്ചുള്ളൂ. 2. തുടക്കത്തിൽ നൂതന സംരംഭങ്ങൾ കാഴ്ചവെച്ചവയെയും (ഉദാ. ഗ്ലോബൽ ട്രസ്റ്റ് ബാങ്ക്) പിന്നീട് ഓഹരി വിപണിയിലെ വർദ്ധിച്ച ഇടപെടൽ പോലെയുള്ള പ്രവർത്തനങ്ങളാൽ ദുർബ്ബലമായി. 3. പുതിയ സ്വകാര്യ ബാങ്കുകളിൽ ഏതാനും ചിലതു മാത്രമേ രൂപത്തിലും പ്രവർത്തനങ്ങളിലും സേവനത്തിലും മതിയായ വളർച്ച നേടിയുള്ളൂ.

നവ സ്വകാര്യ ബാങ്കുകൾ വലുതാകാനുള്ള (large) മാർഗ്ഗങ്ങൾ ആരായണമെന്ന് ഗവൺമെന്റ് റിസർവ്വ് ബാങ്കിനെ പ്രേരിപ്പിച്ചിരുന്നു. ഒരു മാർഗ്ഗം പ്രവേശന മൂലധനം 200 കോടിയിൽനിന്ന് 1000 കോടിയായി വർദ്ധിപ്പിക്കുകയായിരുന്നു. ഇടക്കാല നാണയപ്പെരുപ്പം കണക്കിലെടുക്കുമ്പോൾ അഞ്ചിരട്ടി വർദ്ധന അത്ര വലുതല്ല. വൻകോർപ്പറേറ്റുകൾക്ക് അതിനി നല്കുകയായിരുന്നു രണ്ടാമത്തേത്. ആർ ബി ഐയുടെ ഓൺ-ടാപ് ലൈസൻസ്, കോർപ്പറേറ്റുകൾക്കും പുതിയ ബാങ്കിൽ 10 ശതമാനം സ്റ്റോക്കാണ് അനുവദിക്കുന്നത്. പ്രമുഖ ബിസിനസ് ഗ്രൂപ്പുകളുടെ ബാങ്കിതര ധനകാര്യ കമ്പനികൾ ബാങ്ക് ലൈസൻസിനായി അപേക്ഷ നല്കിയിരുന്നു. ആദിത്യ ബിർള നുവോ, എൽ ടി ഫിനാൻസ്, റിലയൻസ് കാപ്പിറ്റൽ, ടാറ്റ സൺസ് എന്നിവ നേരത്തേ അപേക്ഷകരിൽ ഉൾപ്പെടുന്നു. ടാറ്റാ സൺസ് പിന്നീട് പിന്മാറി. ആദിത്യ ബിർള നുവോക്ക് പെയ്മെന്റ് ബാങ്ക് തുടങ്ങാൻ അനുമതി ലഭിച്ചു. ബജാജ് ഫിനാൻസസ് എസെൽവെയ്സ്, ഐ എ പ് സി ഐ ഇന്ത്യ ബുൾഡ് ഇന്ത്യ ഇൻഫോലൈൻ, ജെ എ ഫിനാൻഷ്യൽ, എൽ ഐ സി ഹൗസിങ്, മാഗ്ന ഫിൻകോർപ്പ് മുത്തൂറ്റ്, റെലിഗെയൽ എന്റർപ്രൈസസ്, സ്രീറാം കാപ്പിറ്റൽ, ഇൻഫ്രാസ്ട്രക്ചർ ടൂറിസം ഫിനാൻസ് കോർപ്പറേഷൻ, യു എ ഇ എക്സ്ചേഞ്ച് തുടങ്ങി വൻകിട വ്യവസായ വാണിജ്യ കുത്തകകളുടെ ഭാഗമായ നിരവധി ധനകാര്യ കമ്പനികൾ ബാങ്ക് ലൈസൻസിന് അപേക്ഷിച്ചിട്ടുണ്ട്.

വൻസ്വകാര്യ കളിക്കാർ നീണ്ട കീശകളുമായി വന്നാൽ നിബന്ധനകൾ അയവുവരുത്താൻ അനിവാര്യമായും സമ്മർദ്ദങ്ങളുണ്ടാകും. വോട്ട

വകാശനിയന്ത്രണം അയവു വരുത്തുക, പ്രൊമോട്ടർ സ്റ്റേറ്റ് നേർപ്പിനാ വശ്യമായ സമയ പരിധി നീട്ടിക്കൊടുക്കുക എന്നീ ഇളവുകൾ അക്കൂട്ട ത്തിൽ പെടും. "അമിത" നിയന്ത്രണമില്ലാതെ ലയനങ്ങളും ഏറ്റെടുപ്പു കളും നടത്താൻ സ്വകാര്യ ബാങ്കുകളെ ആഹ്വാനം ചെയ്യുന്നുമുണ്ട്. പുതിയ ശാഖകൾ സ്ഥാപിക്കുകയെന്ന ദുഷ്കരമായ പ്രക്രിയ ഒഴിവാക്കി 'വളർച്ച' കൈവരിക്കാൻ ഇതവരെ സഹായിക്കും. ഇതിനു സൗകര്യമെ ടുത്ത് ലയനം ഏറ്റെടുക്കൽ പ്രവർത്തനങ്ങൾ കോംപറ്റീഷൻ കമ്മീഷൻ ഓഫ് ഇന്ത്യ (CCI)യുടെ പരിധിക്ക് ചുമക്കാവുന്നതാണ്. പൊതു മേഖലാ ബാങ്കുകളുടെയും മേഖലാ ഗ്രാമീണ ബാങ്കുകളുടെയും ലയനവും കൂട്ടി ച്ചേർക്കലും കോമ്പറ്റിഷൻ ആക്ടിന്റെ (2002) ബന്ധമുള്ള നിയമങ്ങളിൽ നിന്നൊഴിവാക്കിയിട്ടുമുണ്ട്.

ഡയറക്ടർമാർക്ക് പ്രത്യക്ഷമായോ പരോക്ഷമായോ താല്പര്യമുള്ള കമ്പനികൾക്ക് ലെന്റിങ് നല്കുന്നതിൽ ഇളവ് നല്കാനുള്ള അധികാരം ഗവൺമെന്റ് ആർ ബി ഐക്ക് നല്കുമെന്നും കേൾക്കുന്നു. പ്രാപ്ത രായ സ്വതന്ത്ര ഡയറക്ടർമാരെ കണ്ടെത്താൻ സ്വകാര്യ ബാങ്കുകൾക്ക് നിലവിലുള്ള പ്രയാസം ലഘൂകരിക്കുകയാണ് ഉദ്ദേശ്യം. എന്നാൽ മുൻകാല അനുഭവങ്ങൾ ഇത് സാധൂകരിക്കുന്നില്ല. ബാങ്ക് ദേശസാല്ക്ക രണത്തിനുമുമ്പുള്ള വർഷങ്ങളിൽ പ്രമുഖ ബാങ്കുകൾ ബിസിനസ് ഗ്രൂപ്പു കളുടെ ഭാഗമായിരുന്നപ്പോൾ, ഈ ബാങ്കുകളുടെ വായ്പകളുടെ വലുതും അസന്തുലിതവുമായ പങ്ക് ഡയറക്ടർമാർക്ക് താല്പര്യമുണ്ടായിരുന്ന സ്ഥാപനങ്ങൾക്കാണ് ലഭിച്ചത്. ഈ പങ്ക് മൂന്നിൽ രണ്ടു ഭാഗമാണെ ന്നാണ് ഒരു ഔദ്യോഗിക സമിതി കണ്ടെത്തിയത്. പ്രോജക്ട് സൂക്ഷ്മ പരിശോധനയേക്കാൾ സ്വാധീനം തന്നെയായിരുന്നു നിർണ്ണായകം. ഭദ്രത മാത്രമല്ല, നിക്ഷേപകരുടെ പണത്തിനും സുരക്ഷിതത്വമില്ലാത്ത അവ സ്ഥ. Nor was it inclusive since a corollary was that a miniscule share of total under was going to the agricultural sector. അങ്ങനെ ഡയറ ക്ടർമാർക്ക് വായ്പ നല്കുന്നതിൽ ഉദ്ദേശ്യം, സ്വകാര്യ നിക്ഷേപത്തിന് പൊതുവിഭവം സമാഹരിക്കുന്നതിനായി കോർപ്പറേറ്റ് ഗ്രൂപ്പുകളെ ബാങ്കി ങ്ങിലേക്ക് പ്രോത്സാഹിപ്പിക്കുക എന്നതു തന്നെയാകുന്നു. രാജ്യത്തെയും മറ്റു നാടുകളിലെയും അനുഭവങ്ങൾ ചൂണ്ടിക്കാണിക്കുന്നത് നീണ്ട കീശ യുള്ള കോർപ്പറേറ്റ് ഗ്രൂപ്പുകളെ ബാങ്കിങ്ങിലേക്ക് പ്രവേശിപ്പിച്ചാൽ അനി യന്ത്രിത ലയനം-ഏറ്റെടുക്കൽ തന്നെയുണ്ടാകുമെന്ന്. ഈ കളിക്കാർ അതിവേഗം തങ്ങളുടെ ശാഖ ശൃംഖല വികസിപ്പിക്കാൻ ശ്രമിക്കും. ഉഭയ -ബഹു-ആഗോളകരങ്ങളുടെ സഹായത്തോടെയാണെങ്കിൽ ഈ പ്രവ ണത കൂടുതൽ നാടകീയമാകും. വിദേശ ബാങ്കുകൾക്ക് താരതമ്യേന സ്വതന്ത്ര പ്രവേശനവും ദേശീയ പരിചരണവും ലഭിക്കും. Consolidation would than also be accompanied by greater contribution in credit allocation aided in this case by regulatory forbearance.

കൂടാതെ, ഉദാരവല്ക്കരണം നല്കിയ 'സ്വാതന്ത്ര്യം' ഭദ്രതയ്ക്ക്

ഹാനികരമായ ഊഹപ്രവർത്തനങ്ങളിൽ വ്യാപൃതരാകാൻ സ്വകാര്യബാ ങ്കുകൾ വിനിയോഗിക്കുന്നുവെന്ന് 1991 നുശേഷമുള്ള അനുഭവങ്ങൾ വ്യക്തമാക്കുന്നു. 90 കൾ മുതലുണ്ടാകുന്ന ഓഹരി വിപണിയിലെ തട്ടി പ്പുകളിലും സഹകരണ ബാങ്ക് പ്രതിസന്ധികളിലും നെടുങ്ങാടി ബാങ്ക്, ഗ്ലോബൽ ട്രസ്റ്റ് ബാങ്ക് തുടങ്ങിയവയുടെ നിർബ്ബന്ധിത അടച്ചുപൂട്ടൽ ലയ നങ്ങളിലും ബാങ്കുകളുടെ പങ്ക് സുവിദിതമാണ്. ചില അന്തർ ബന്ധിത ഓഹരി വിപണി സ്ഥാപനങ്ങളും ബാങ്ക് പ്രൊമോട്ടർമാരും/മാനേജർമാരും തമ്മിൽ "അധാർമ്മിക കൂട്ടുകെട്ട്" രൂപപ്പെട്ടുവരുന്നുണ്ടെന്ന് റിസർവ്വ് ബാങ്ക് പോലും ചൂണ്ടിക്കാട്ടിയതാണ്. അതിവേഗം അമിത ലാഭം കുന്നു കൂട്ടുവാനുള്ള അത്യാർത്തി ഉദാരവല്ക്കരണം സൃഷ്ടിച്ച അയഞ്ഞ നിബ ന്ധനകളും കർശന നടപടികളുടെ അഭാവവുമാണ് കാരണം.

ബാങ്കിങ്ങിൽ സ്വകാര്യപ്രവേശനം പ്രോത്സാഹിപ്പിക്കുന്നതിനു നിര ത്തുന്ന രണ്ടാമത്തെ ന്യായീകരണം അത് ധനകാര്യ ഉൾക്കൊള്ളൽ വർദ്ധിപ്പിക്കുമെന്നും സേവനങ്ങൾ വ്യാപിപ്പിക്കുമെന്നുമാണ്. എന്നാൽ മുൻഗണനാ മേഖല നല്കിയ വായ്പയും അവശവിഭാഗങ്ങൾക്കു നല്കിയ സേവനങ്ങളും പരിശോധിച്ചാൽ ഈ ന്യായീകരണവും പൊള്ള യാണെന്നു വ്യക്തമാകും. പരോക്ഷ ധനകാര്യ (indivocal finance) രൂപ ങ്ങളെക്കൂടി ഉൾപ്പെടുത്തി സർക്കാർ മുൻഗണനാ മേഖലയെ പുനർ നിർവ്വ ചിച്ചിട്ടുമുണ്ട്. ഉദാ: കാർഷിക വായ്പയിൽ ചിലയിനം ഭവന നിർമ്മാണവും വികസന കമ്പനികളും ഉൾപ്പെടും.

സ്വകാര്യ ബാങ്കുകളെ സംബന്ധിച്ചിടത്തോളം ഈ വായ്പാ കുറവ് അത്ഭുതകരമല്ല. വിദുരപ്രദേശങ്ങളിലെ വൻ ജനാവലിക്ക് താരതമ്യേന കുറഞ്ഞ സംഖ്യയാണ് നല്കുന്നത്. കൈമാറ്റ ചെലവ് കൂടുതലും ലാഭം കുറവുമായിരിക്കും. പൊതുമേഖലാ ബാങ്കുകൾക്ക് ഇത് സ്വീകരിക്കേ ണ്ടതായുണ്ട്. ആഭ്യന്തര-വിദേശ സ്വകാര്യബാങ്കുകൾ ഈ നഷ്ടം സഹി ക്കാൻ വിമുഖരാണ്. അതുകൊണ്ടുതന്നെ മുൻഗണനാ മേഖലയ്ക്കുള്ള ധനവിതരണത്തിൽനിന്ന് ഒഴിഞ്ഞു മാറുന്ന തങ്ങളുടെ സഹജസ്വഭാവം അവർ കാണിക്കുന്നു. പുതിയ സ്വകാര്യ ബാങ്കുകളുടെ രംഗപ്രവേശം ധനകാര്യ വ്യവസ്ഥയെ കൂടുതൽ പോഷിപ്പിക്കുമെന്ന വാദം യുക്തിക്കും അനുഭവത്തിനും എതിരാണെന്ന് തെളിഞ്ഞു കഴിഞ്ഞിരിക്കുന്നു.

അപ്രകാരം വർദ്ധിച്ച മത്സരം അല്ലെങ്കിൽ സാമ്പത്തിക ഉൾക്കൊ ള്ളൽ എന്നീ മാനദണ്ഡങ്ങളിൽ പരിശോധിച്ചാലും സ്വകാര്യ ബാങ്കുക ളുടെ പ്രവർത്തനങ്ങൾക്കായി നിബന്ധനകൾ ഇളവ് നല്കുന്നത്. ഗവൺമെന്റ് പ്രതീക്ഷകൾക്കു വിരുദ്ധമായി എന്നു കാണാവുന്നതാണ്. അതുകൊണ്ടുതന്നെ ആ രംഗത്തെ തുടർന്നുള്ള ആവേശത്തിനും പ്രോത്സാഹനത്തിനും ന്യായീകരണമില്ല.

പ്രോത്സാഹനം തുടർന്നിട്ടും ഷെഡ്യൂൾഡ് വാണിജ്യ ബാങ്കിങ് മേഖലയിലെ മൊത്തം ആസ്തിയിൽ സ്വകാര്യ ബാങ്കുകളുടെ പങ്ക് ഇന്നും നാലിലൊന്നു മാത്രമാണ്. (ചാർട്ട് 13) വികസ്വരമായ ബാങ്കിങ്

മണ്ഡലത്തിൽ മുന്നോട്ടു പോകുന്നതിൽ സ്വകാര്യ മേഖലയ്ക്കുണ്ടായ പരാജയത്തിനും രണ്ടു ഘടകങ്ങൾ ചൂണ്ടിക്കാട്ടാം. 1. ബാങ്കിൽ പ്രവർത്ത നങ്ങൾക്കുമേൽ ചുമത്തിയ നിയന്ത്രണങ്ങളും സാമൂഹ്യ ഉത്തരവാദിത്വ ങ്ങളും സ്വകാര്യ ഷെയർഹോൾഡിങ്ങിനും (കൂടുതൽ പ്രാധാന്യമുള്ള) വോട്ടവകാശത്തിനും ഏർപ്പെടുത്തിയ നിയന്ത്രണങ്ങൾ അവരുടെ വ്യാപ നത്തിനു തടയിട്ടു. 2. അതിസമ്പന്നരായ വൻതോക്കകൾ, ഇന്ത്യൻ കോർപ്പറേറ്റ് ഗ്രൂപ്പുകൾക്ക് പ്രവേശനമില്ലാത്തത്. ഈ പ്രശ്നങ്ങൾ പരി ഗണിച്ചാണ് 2013 ൽ പുതിയ അപേക്ഷകൾ ക്ഷണിച്ചത്. ബാങ്കിങ്ങിൽ സ്വകാര്യ മൂലധനപങ്കാളിത്തം വേണമെന്ന സമ്മർദവും ഭാഗികമായി കണ ക്കിലെടുത്തിട്ടുണ്ട്. പുതിയ നിബന്ധനകളിൽ, രണ്ടാമത്തെ ഘടകം ഒഴി വാക്കി. വെള്ളം ചേർത്ത പരുവത്തിലാണെങ്കിലും ഒന്നാമത്തെ ഘടകം നിലനില്ക്കുന്നു. ഇത് ഇപ്പോൾ വ്യക്തമായും നിലനില്ക്കുന്ന അവസര ങ്ങൾ വിനിയോഗിക്കുവാനുള്ള സ്വകാര്യ ബാങ്കിങ് തരംഗം സൃഷ്ടിക്കുമോ എന്നു കണ്ടറിയണം. ഇല്ലെങ്കിൽ നിലവിലുള്ള സാഹചര്യത്തിൽ ഉദാര വല്ക്കരണത്തിന്റെ ഒരുവട്ടം കൂടി പ്രതീക്ഷിക്കാം. പുതിയ അപേക്ഷ കൾ ക്ഷണിക്കുകയും ചെയ്യും.

പക്ഷേ, യഥാർത്ഥ പ്രവണത കൂടുതൽ ആഴത്തിലുള്ളതാണ്. ആർ ബി ഐയുടെ ഒരു ഡെപ്യൂട്ടി ഗവർണർ പറഞ്ഞു.

കഴിഞ്ഞ 25 വർഷത്തെ സ്വകാര്യ ബാങ്കിങ് മേഖലാ വളർച്ച നോക്കുക. അത് നിശ്ചലമാണ് (flat). 25 ശതമാനത്തിനപ്പുറം വളർന്നിട്ടില്ല. വാസ്തവത്തിൽ 2007-08 പ്രതിസന്ധിക്കുശേഷം കുറ യുകയാണുണ്ടായത്. പ്രത്യേകിച്ച് കോർപ്പറേറ്റുകൾ സ്റ്റേറ്റ് ബാങ്ക് ഓഫ് ഇന്ത്യയിലേക്കും മറ്റു പൊതുമേഖലാ ബാങ്കുകളിലേക്കും തിരിച്ചുപറന്നു.

(Deshi 2016) ഊഹ റിക്കാർഡുള്ള സ്വകാര്യ മൂലധനത്തേക്കാൾ പൊതുമേഖലയിലുള്ള വിശ്വാസമാണ് വ്യക്തമാകുന്നത്.

ഗ്യാൻ സംഗം, ഐ ഡി ബി ഐ

ഗവൺമെന്റ് ഫണ്ടോടെയുള്ള പുനർ മൂലധനവല്ക്കരണം സാദ്ധ്യ മല്ലെന്ന നിലപാടിൽ പൊതുമേഖലാ ബാങ്കുകളെ സ്വകാര്യവല്ക്കരിക്കാ നുള്ള ശ്രമം. സർക്കാരും പൊതുമേഖലാ ബാങ്കിന് സമ്പ്രദായവും തമ്മി ലുള്ള ബന്ധത്തെ വിചിത്ര ദിശകളിലേക്ക് തള്ളിയിരിക്കുന്നു. 2015 ൽ ബാങ്ക് മാനേജ്മെന്റും പ്രമുഖ സർക്കാർ ഉദ്യോഗസ്ഥരും തമ്മിൽ നടന്ന ചർച്ചയോടെ ആരംഭിച്ച ഒരുകൂട്ടം ഉന്നതതല യോഗങ്ങൾ ഉദാഹരണം. 2016 ൽ രണ്ടാം ഗ്യാൻ സംഘം. 2017 ൽ തിങ്ക് ഷോപ്പ് (Think shop) ഉന്നത പൊതുമേഖലാ ബാങ്ക് പ്രതിസന്ധികളും ധനകാര്യ വകുപ്പിലെയും മറ്റും ഉദ്യോഗസ്ഥരും തമ്മിൽ നടന്ന കൂടിയാലോചനകളുടെ ഉദ്ദേശ്യം.

പബ്ലിക് ബാങ്കുകളിൽ സർക്കാർ ഇടപെടൽ കുറച്ചുകൊണ്ടുള്ള പുനഃ സംഘടനയിലൂടെ പരിഹാരം കണ്ടെത്തുക എന്നതായിരുന്നു. കൂടിയാ ലോചനകൾ. നിരവധി വിഷയങ്ങൾ സ്പർശിച്ചു. വായ്പ തിരിച്ചു കിട്ടു ന്നതിന് നിയമ നടപടികൾ ശക്തിപ്പെടുത്തുക സാങ്കേതികത പ്രയോജ നപ്പെടുത്തൽ പോലെയുള്ള പതിവ് വിഷയങ്ങളും ചർച്ചകളിൽ ഉൾപ്പെ ട്ടു. കൂടുതൽ അടിസ്ഥാനപരമായ വിഷയങ്ങളിൽ പൊതുമേഖലാ ബാങ്കു കളുടെ എണ്ണം കുറച്ച് ശരാശരി വലിപ്പം വർദ്ധിപ്പിക്കുക എന്നതുൾപ്പെ ടുത്തി. ബാങ്കുകളെ പ്രത്യേകതലങ്ങളിൽ ഊന്നുന്നവയാക്കുക, ചിലത് നിക്ഷേപ സമാഹരണത്തിലും സർക്കാർ പുറത്തിറക്കുകയോ പിന്താങ്ങു കയോ ചെയ്യുന്ന സെക്യൂരിറ്റികളിലും ശ്രദ്ധിക്കുക, മറ്റുള്ളവ പതിവ് പ്രവർത്തനങ്ങളിൽ മറ്റൊരു വിഷയമായിരുന്നു. എണ്ണം കുറച്ച് ശക്തി പ്പെടുക തന്നെ ലക്ഷ്യം. ഭരണപരമായ നിയന്ത്രണം നിലനിർത്തുമ്പോൾ തന്നെ ബാങ്കിങ് രംഗത്ത് പൊതു പാർലമെന്ററി സ്വാധീനം കുറ ക്കുവാനുള്ള ഗവൺമെന്റിന്റെ നീക്കങ്ങളെ പിന്താങ്ങുവാനും ശ്രമമു ണ്ടായി.

പൊതുമേഖലാ ബാങ്കുകളെ പുനരുദ്ധരിക്കുവാനുള്ള തന്ത്രമായി ഘോഷിക്കപ്പെട്ട 'ഇന്ദ്രധനുഷ്' ഒടുവിൽ പറഞ്ഞ കാര്യത്തിനു ഉദാഹര ണമാണ്. ബാങ്ക് ബോർഡ്സ് ബ്യൂറോ (ഇപ്പോൾ തലവൻ മുൻ വിവാദ സി എ ജി, ശ്രീ വിനോദ് റായ്) സ്ഥാപിച്ചതിന്റെ ഉദ്ദേശ്യം ബാങ്ക് പുനർ മൂലധനവല്ക്കരണത്തിനുള്ള ഫണ്ട് കുറഞ്ഞ സർക്കാർ ഇടപെടലിലൂടെ ലഭ്യമാക്കുകയായിരുന്നു. ഭരണ പരിഷ്കാരങ്ങൾ നടപ്പാക്കുകയും അക്കൗ ണ്ടബിലിറ്റി ഉറപ്പാക്കുകയും ചെയ്യുമ്പോൾത്തന്നെ. ബാങ്ക് ബോർഡ് രൂപീ കരിക്കാനും ശക്തി ഉയർത്താനും വിദഗ്ദ്ധരെയും പ്രമുഖ ബാങ്കർമാ രെയും ഉൾപ്പെടുത്തിയാണ് ബ്യൂറോ (BBB) രൂപവല്ക്കരിച്ചത്. ബാങ്കു കളെ പ്രയോജനപ്പെടുത്തുകയും നിയന്ത്രിക്കുകയും ചെയ്യുവാനുള്ള എക്സിക്യൂട്ടിവിന്റെ മോഹം പക്ഷേ, പ്രവർത്തന പഥത്തിലെത്തിയില്ല. ബി ബി ബിയെ മറികടന്ന് പഞ്ചാബ് നാഷണൽ ബാങ്ക് എം ഡിയെ അലഹബാദ് ബാങ്കിലേക്കും ബാങ്ക് ഓഫ് ഇന്ത്യ എം ഡിയെ സിന്റി ക്കേറ്റ് ബാങ്കിലേക്കും, മാറ്റുവാനും അതുപോലെ ഐ ഡി ബി ഐ, ഇന്ത്യൻ ബാങ്ക് എം ഡിമാരെ ഇളക്കി പ്രതിഷ്ഠിക്കാനും ഗവൺമെന്റ് എടുത്ത തീരുമാനങ്ങൾ പ്രതിഷേധം ക്ഷണിച്ചുവരുത്തി. പ്രത്യക്ഷത്തിൽ ശക്തരായ ബി ഐ ബിയിലെ ചില അംഗങ്ങൾ താല്ക്കാലിക രാജി സമർപ്പിച്ചു.

പാർലമെന്റിനോടുള്ള ബാദ്ധ്യത കുറയ്ക്കുകയും എന്നാൽ ബാങ്കു കൾക്കു മേൽ എക്സിക്യൂട്ടീവ് നിയന്ത്രണം നിലനിർത്തുകയും ചെയ്യുന്ന ഈ പുനസംഘടനയ്ക്ക് കാരണം പ്രതിപക്ഷ ഇടപെടൽ കാരണം ഗവൺമെന്റിന് പൊതുമേഖല ബാങ്കുകൾ സ്വകാര്യവല്ക്കരിക്കാൻ കഴി യുന്നില്ല എന്നതാണ്. ഗവൺമെന്റ് പങ്കാളിത്തം 52 ശതമാനത്തിലും കുറയ്ക്കുന്ന സ്വകാര്യവല്ക്കരണത്തിന് പാർലമെന്റ് അംഗീകാരം ആവ

ശ്യമില്ലാത്തിടത്ത് അതിനുള്ള ശ്രമങ്ങൾ നടക്കുന്നുണ്ട്. ഐ ഡി ബി ഐ, ആക്സിസ് ബാങ്കുകൾ ഉദാഹരണം. വികസന ബാങ്കുകളെ (development banks) വാണിജ്യ ബാങ്കുകളാക്കി (Commercial banks) മാറ്റാനുള്ള വഴി പിഴച്ച തീരുമാനത്തിന്റെ ആദ്യ ഇരകളിലൊന്നാണ് ഐ ഡി ബി ഐ. ഇതിനായി ഒരുപാട് നടപടികൾ വേണ്ടിവന്നു. ആദ്യം പാർല മെന്റ് ഇൻഡസ്ട്രിയൽ ഡെവല്പമെന്റ് ബാങ്ക് (Transfer of undertaking and Repeal) ആക്ട് (2003) പാസാക്കി. ഇതനുസരിച്ച് നേരത്തേയുള്ള ഐ ഡി ബി യെ കമ്പനീസ് ആക്ടിനു കീഴിൽ പുതിയ ഗവൺമെന്റ് കമ്പനിയാക്കി ഐ ഡി ബി ഐ ലിമിറ്റഡ് ആക്കി മാറ്റി. കൂടാതെ. 2005 ൽ ഐ ഡി ബി ഐ ലിമിറ്റഡിനെ പൂർണ്ണ ഉടമസ്ഥതയിലുള്ള സബ്സി ഡിയറിയായി സ്ഥാപിതമായ ഐ ഡി ബി ഐ ബാങ്ക് ലിമിറ്റഡ് (വാ ണിജ്യ ബാങ്കിങ് പ്രവർത്തനങ്ങൾക്ക്) ബാങ്കിങ് റെഗുലേഷൻ ആക്ടിലെ വളണ്ടറി അമാൽഗമേഷൻ ചട്ടങ്ങൾ അനുസരിച്ച് ഐ ഡി ബി ഐ ലിമിറ്റഡിൽ ലയിച്ചു. ഒടുവിൽ 2008 ൽ കമ്പനിയുടെ പേര് (ഐ ഡി ബി ഐ ലിമിറ്റഡ്) ഐ ഡി ബി ഐ ബാങ്ക് എന്നാക്കി മാറ്റി. ബാങ്കിന്റെ മാറിയ പ്രവർത്തനങ്ങൾ പ്രതിഫലിപ്പിക്കുന്നതിനായിരുന്നു ഈ പേരു മാറ്റം.

സങ്കീർണ്ണമായ പ്രക്രിയയായിരുന്നുവെങ്കിലും ഒരു വികസന ബാങ്കിന്റെ വാണിജ്യ ബാങ്കിലേക്കുള്ള മടക്ക ലയനമായിരുന്നു അത്. 1969 ലും തുടർന്നുമുള്ള ബാങ്ക് ദേശസാൽക്കരണം പോലെയായിരുന്നില്ല സംഭവം. ഐ ഡി ബി ഐ ബാങ്ക്, ഗവൺമെന്റിന് പാർലമെന്റ് അനു മതി കൂടാതെ പങ്കാളിത്തം കുറയ്ക്കാൻ അവകാശമുള്ള കമ്പനിയായി രുന്നു. തീർച്ചയായും ഉടമസ്ഥത, നിയന്ത്രണം എന്നിവയിൽ റിസർവ് ബാങ്ക് ഓഫ് ഇന്ത്യയുടെ നിബന്ധനകൾ പാലിക്കണമായിരുന്നു. ഈ പശ്ചാത്തലത്തിൽ വേണം ഓഹരിവായ്പയുടെയോ Strategic disinvestment ലൂടെയോ ഉള്ള ഐ ഡി ബി ഐ സ്വകാര്യവൽക്കരണ തീരു മാനം വീക്ഷിക്കേണ്ടത്. പൊതു ബാങ്കിങ് സമ്പ്രദായത്തിലെ ഏറ്റവും ദുർബ്ബലമായ കണ്ണിയെ പ്രഹരിക്കുകയായിരുന്നു വ്യക്തമായും നേരത്തേ സൂചിപ്പിച്ചതുപോലെ ഇപ്പോഴും. ഗവൺമെന്റിന് എല്ലാ ദേശവല്കൃതബാ ങ്കുകളിലെയും ഓഹരി 52 ശതമാനംവരെ മാത്രമേ കുറയ്ക്കുവാൻ കഴി യൂ. എന്നാൽ ഐ ഡി ബി ഐയുടെ കാര്യത്തിൽ സ്വകാര്യവൽക്കരണം ഈ നിബന്ധന ലംഘിക്കുന്നു. ഭൂരിപക്ഷം ഗവൺമെന്റ് ഉടമസ്ഥതയ്ക്കു കീഴിൽ അതൊരു ബാങ്കായി തുടരുന്നുവെങ്കിലും ചരിത്രപരമായ കാര ണങ്ങളാൽ അത് ഇനി ഉടമസ്ഥത സ്വകാര്യമേഖലക്കു കൈമാറുന്നതിന് പാർലമെന്റിന്റെ അനുമതി ആവശ്യമുള്ള സ്ഥാപനമല്ല.

നേരത്തേ യു ടി ഐ ബാങ്കിനും സംഭവിച്ചത് ഇതാണ്. ആ ബാങ്ക് ആക്സിസ് ബാങ്കായി. യഥാർത്ഥ പ്രൊമോട്ടർമാരായ യു ടി ഐ (പിന്നീട് SUUTI) ലൈഫ് ഇൻഷുറൻസ് കോർപ്പറേഷൻ, മറ്റു ഗവ. ഉടമയിലുള്ള ഇൻഷുറൻസ് കമ്പനികൾ എന്നിവയ്ക്ക് സുപ്രധാന ഉടമസ്ഥാവകാശ

മുണ്ടെങ്കിലും ഈ ബാങ്കിനെ പുതുതലമുറ സ്വകാര്യബാങ്കായി പരിഗ
ണിച്ചു. ക്രമേണ ഈ പൊതുസ്ഥാപനങ്ങളുടെ പങ്കാളിത്തം ഒഴിവാക്കി
ആക്സിസ് ബാങ്കിനെ യഥാർത്ഥ സ്വകാര്യ ബാങ്കാക്കി മാറ്റി. ഇപ്പോൾ
ഓറിജിനൽ പൊതു ഉടമസ്ഥതയിലെ പ്രമോട്ടർമാർക്കും 30 ശതമാന
ത്തോളം ഓഹരിയാണുള്ളത്. 46 ശതമാനവും വിദേശ നിക്ഷേപകരുടേ
താണ്.

ഐ ഡി ബി ഐ ബാങ്കിന്റെ വക്രഗതിയും ഇതു പോലെയാണ്
എന്നാൽ ഇത്തവണ disinvestment ന്റെ പിറകിലെ ഉദ്ദേശ്യം വ്യക്തമാ
ണ്. ഇന്ത്യയിൽ ബാങ്കിങ് മേഖലയിൽ അപദേശവല്ക്കരണ പ്രക്രിയ
യുടെ തുടക്കമാണിത്. ഈ പദ്ധതി വിജയിക്കുകയാണെങ്കിൽ. ഇന്ത്യ,
that is not merely hugely exclusionary മാത്രമല്ല രാജ്യത്തിന്റെ വിക
സനാവശ്യങ്ങൾക്ക് തീർത്തും അനുയോജ്യമല്ലാത്ത ഒരു ബാങ്കിങ് ഘട
നയിലേക്കു മടങ്ങുകയായിരിക്കും. ഐ ഡി ബി ഐയിലെയും മറ്റു
ബാങ്കിങ് വ്യവസായത്തിലെയും ജീവനക്കാരുടെ എതിർപ്പ് വ്യാപകമായ
പിന്തുണയും ശക്തിയും ആർജ്ജിക്കാനിടയുണ്ട്.

ബാങ്കിങ്ങിൽ നേരിട്ടുള്ള വിദേശ നിക്ഷേപം (FDI in banking)

2005 ഫെബ്രുവരി 28 നു യൂണിയൻ ബജറ്റ് അവതരിപ്പിച്ച ദിവസം.
ധനകാര്യമന്ത്രിയുടെ നിർദ്ദേശപ്രകാരം റിസർവ്വ് ബാങ്ക് രാജ്യത്ത് വിദേശ
ബാങ്ക് സാന്നിധ്യത്തിന്റെ പ്രവർത്തന രേഖ (roundmap) പുറത്തിറക്കി.
മുൻഗവൺമെന്റ് 2004 മാർച്ച് 5 ന് പുറത്തിറക്കിയ മാർഗ്ഗനിർദ്ദേശങ്ങൾ
ഈ വിജ്ഞാപനം ഔപചാരികമായി അംഗീകരിക്കുകയായിരുന്നു. ഇതി
ലൂടെ സ്വകാര്യ ബാങ്കുകളിലെ FDI പരിധി 74 ശതമാനമാക്കി. മാർഗ്ഗ
നിർദ്ദേശങ്ങൾ പ്രവർത്തനക്ഷമമാക്കുന്നതിനുള്ള നടപടികളും വ്യക്ത
മാക്കി.

വ്യക്തിഗത FIIകൾക്ക് 10 ശതമാനവും എല്ലാ FII കൾക്കുമായി 24
ശതമാനവുമായി നിഷ്കർഷിച്ചു. ഇത് ബോർഡിന്റെയോ ജനറൽ ബോഡി
യുടെയോ അനുമതിയോടെ 49 ശതമാനമാക്കാം. വ്യക്തിഗത പോർട്ട്
ഫോളിയോ NRIകൾക്ക് 5 ശതമാനവും അവരുടെ മൊത്തം പരിധി 10
ശതമാനവുമാക്കി. ഇത് ബോർഡ് അനുമതിയോടെ 24 ശതമാനമായി
വർദ്ധിപ്പിക്കാം. എങ്കിലും സ്വകാര്യ ബാങ്കുകൾക്ക് വോട്ടവകാശം മൊത്തം
വോട്ടവകാശത്തിന്റെ 10 ശതമാനം വീതമെന്ന ബാങ്കിങ് റെഗുലേഷൻ
ആക്ട് സെലക്ഷൻ 12(2)ലെ നിബന്ധന നിലനിർത്തി ഒരു വിദേശ സ്ഥാപ
നത്തിന് ഇകിറ്റി ഉടമസ്ഥതയ്ക്ക് 10 ശതമാനം എന്ന പരിധി ഭാഗിക
മായി Geared to equity ownership guidlines with the rule on voting
rights കൂടാതെ, വ്യക്തിഗത നിക്ഷേപകർക്ക് വോട്ടവകാശം 10 ശതമാ
നവും പൊതുമേഖലാ ബാങ്കുകൾക്ക് ഒരു ശതമാനവുമെന്നു പിന്നീട്
യഥാക്രമം 26 ഉം 10 ഉം ശതമാനമാക്കി ഉയർത്തി.

ബാങ്കിങ് മേഖലയിൽ വിദേശ ഉടമസ്ഥത അനുവദിക്കുന്നതിൽ ആർ ബി ഐക്കു തന്നെ സന്ദേഹങ്ങളുണ്ടായിരുന്നിട്ടും ഈ മാറ്റങ്ങൾ നില വിൽ വന്നു. കഴിഞ്ഞ കുറേ മാസങ്ങളായി ഇക്കാര്യങ്ങളിൽ മുന്നറിയി പ്പുകൾ നല്കിയിരുന്നത് ഇത്തരുണത്തിൽ സ്മരണീയമാണ്. സ്വകാര്യ മേഖലാ ബാങ്കുകളുടെ FDI പരിധി വർദ്ധിപ്പിച്ച 2004 മാർച്ച് 5 ലെ വാണിജ്യ കാര്യ വ്യവസായ വകുപ്പിന്റെ (NDA സർക്കാർ) വിജ്ഞാപ നത്തെ തുടർന്ന് റിസർവ് ബാങ്ക് ഒരു കൂട്ടം നയ മാർഗ്ഗനിർദ്ദേശങ്ങൾ പുറപ്പെടുവിച്ചു. പെയ്ഡ് അപ്പ് മൂലധനത്തിന്റെ 10 ശതമാനത്തിൽ കൂടു തൽ ഓഹരികൾ കൈവശക്കാർ ഒരൊറ്റ സ്ഥാപനത്തെയോ ബന്ധ പ്പെട്ട ഗ്രൂപ്പുകളെയോ അനുവദിക്കുകയില്ലെന്ന നിബന്ധന ഈ നിർദ്ദേശ ങ്ങളിൽ ഉൾപ്പെടുന്നു. 2004 മാർച്ച് 5 ലെ കേന്ദ്ര ഗവൺമെന്റ് വിജ്ഞാ പനം സ്വകാര്യബാങ്കിങ്ങിലെ വിദേശ നിക്ഷേപം 74 ശതമാനമാക്കി വർദ്ധി പ്പിച്ചെങ്കിലും ഈ പരിധി സ്വകാര്യ ബാങ്കുകളിലെ എല്ലാ ഉറവിടങ്ങളിൽ നിന്നുമുള്ള മൊത്തം വിദേശ നിക്ഷേപവും (FDI വിദേശ institutional നിക്ഷേപകർ, വിദേശ ഇന്ത്യാക്കാർ)ത്തിനു ബാധകമാണെന്ന് ഈ മാർഗ്ഗ നിർദ്ദേശങ്ങൾ നിർവ്വചിച്ചു. വിഭിന്ന (diverted) ഉടമസ്ഥതയുടെ താല്പ ര്യസംരക്ഷണത്തിനുള്ളതായി ഒരൊറ്റ സ്ഥാപനത്തിന്റെയോ അനുബന്ധ സ്ഥാപനഗ്രൂപ്പുകളുടെയോ FDI ശതമാനം 10 ശതമാനത്തിൽ നിജപ്പെ ടുത്തുകയും ചെയ്തു. ഇത് വോട്ടവകാശം 10 ശതമാനമെന്ന നിബന്ധന യുമായി പൊരുത്തപ്പെടാനുതകി.

ഈ വിഷയത്തിൽ ആർ ബി ഐയുടെ വീക്ഷണം അന്നത്തെ ഡെപ്യൂട്ടി ഗവർണർ രാകേഷ് മോഹന്റെ വാക്കുകളിൽനിന്നും വ്യക്തമാ ണ്. CII മുംബൈയിൽ 2004 സെപ്തംബർ 9 നു നടത്തിയ 'സ്വകാര്യ മേഖല ബാങ്കുകളിൽ ഉടമസ്ഥതയും ഭരണനിർവ്വഹണവും' എന്ന വിഷ യത്തെ അധികരിച്ചു നടത്തിയ സമ്മേളനത്തിൽ അദ്ദേഹം പറഞ്ഞു. "ബാങ്കിങ് സമ്പ്രദായം ഒരു രാജ്യത്തിന്റെ സമ്പദ് ഘടനയുടെ സിരാകേ ന്ദ്രമാണ്. ബാങ്കുകൾ പ്രാദേശിക ഉടമസ്ഥതയിലോ വിദേശ ഉടമസ്ഥത യിലോ ആണെങ്കിലും ഉടമസ്ഥർക്കും ഓഹരിയുടമകൾക്കും നിസ്സാര സ്ഥാനമോ ബാങ്കുകളുടെ ഉത്തോലന (leaverging) ശേഷി, പരിഗണി ക്കുമ്പോൾ ഉള്ളൂ. (More than ten to one) അത് അവർക്ക് വലിയ പൊതു ഫണ്ടിന്മേൽ നിയന്ത്രണം നല്കുന്നു. ആ ഫണ്ടിൽ അവരുടെ പങ്ക് നിസ്സാ രമാണ്. അതുകൊണ്ട് അവർ ട്രസ്റ്റിമാരാണ്. നിക്ഷിപ്തമായ ഫണ്ട് വിന്യ സിക്കുന്നതിന് അവർ യോഗ്യരായിരിക്കണം. നിരന്തരം ദൗത്യവും തുടർച്ച യായ പ്രവർത്തനങ്ങളും പൊതു ബാങ്കുകളിലും ബാങ്കിന് വ്യവസ്ഥിതി യുള്ള പൊതു വികാസത്തെ ആശ്രയിച്ചിരിക്കുന്നു. ബാങ്കുകളുടെ പതന വേഗത മറ്റേത് സ്ഥാപനങ്ങളുമായും താരതമ്യം ചെയ്യാനാവില്ല. പ്രത്യേ കിച്ചു നമ്മുടേതുപോലെ ഒരേ വികസ്വര സമ്പദ് വ്യവസ്ഥയിൽ. നിക്ഷേ പകർ തങ്ങളുടെ ജീവിതകാലത്തെ മുഴുവൻ സമ്പാദ്യമാണ് ബാങ്കുക ളിൽ ഏല്പിക്കുന്നത്. അതു കൊണ്ടുതന്നെ ബാങ്കുകൾക്ക് കൂടുതൽ

ധാർമ്മിക, സാമൂഹിക, രാഷ്ട്രീയ, മാനവിക ഉത്തരവാദിത്വമുണ്ട്. ദശല ക്ഷക്കണക്കിന് നിക്ഷേപകർക്ക് തങ്ങളിൽ നിക്ഷേപങ്ങളുടെ പരിചരണ ത്തിൽ നിയന്ത്രണമില്ല.

Thus concentrated sharres/holding in banks controlling huge public funds does pose issues related to the risk of concentration of ownership beacuse of the moral hazard problem and linkage of owners with businesses.

അതുകൊണ്ട് ഉടമസ്ഥതയുടെ വൈവിധ്യവല്ക്കരണം അഭികാമ്യ മാണ്. അത്തരം ഉടമകളുടെയും ഡയറക്ടർമാരുടെയും യോഗ്യത ഉറപ്പ് വരുത്തുകയും വേണം.

ബാങ്കിങ് മേഖലയുടെ വ്യവസ്ഥാപകനായ ആർ ബി ഐക്ക് വൈവി ധ്യവല്ക്കരണം ഉറപ്പാക്കാൻ ബാങ്ക് ഉടമസ്ഥതയുടെ വിശദമായ മാർഗ്ഗ നിർദ്ദേശങ്ങൾ പുറപ്പെടുവിക്കേണ്ടതുണ്ട്. കാര്യങ്ങൾ പിന്നീട് മാറി. എന്നാൽ നയത്തിന്റെ സത്ത മാറ്റമില്ല. ഇപ്പോൾ, വിദേശ നിക്ഷേപകർക്ക് ഒരുമിച്ച് സ്വകാര്യ ബാങ്കുകളിൽ 74 ശതമാനം ഇക്വിറ്റി (പൊതു ബാങ്കു കളിൽ 20 ശതമാനം) കൈക്കലാക്കാം; വോട്ടവകാശം പെയ്ഡ് അപ്പ് ഇക്വിറ്റിയുടെ 26 ശതമാനത്തിനു വിധേയമായി.

ഉദ്യോഗസ്ഥ ഭരണശീലങ്ങൾക്കു പരിഷ്കാരം

ആവശ്യത്തിന് ജീവനക്കാർ, പ്രവർത്തനാന്തരീക്ഷം ആത്മവീര്യം എന്നിവ ഉറപ്പു വരുത്തേണ്ടതിന്റെ പ്രാധാന്യം

ഇന്ത്യയിൽ പൊതുബാങ്കിങ് സമുദായത്തിൽ ഉദാരവല്ക്കരണം വരുത്തിവെച്ച ദുരന്തങ്ങളിലൊന്ന് ജീവനക്കാരുടെയും ഓഫീസർമാരു ടെയും ആത്മവീര്യം തകർന്നതാണ്. പ്രമുഖ സാമൂഹ്യ ലക്ഷ്യങ്ങൾ സാക്ഷാൽക്കരിക്കുന്നതിന് (അവയിൽ പലതും നേടുകയും ചെയ്തു) നിയുക്തരായ ജീവനക്കാരോട് പൊടുന്നനെ പറഞ്ഞത് അവർ പരിഹാര മല്ല പ്രശ്നമാണ് എന്നാണ്. ഉയർന്ന വേതനം, കുറഞ്ഞ ഉല്പാദനക്ഷമത, അമിത ജീവനക്കാർ – ലാഭക്കുറവിന് കാരണം ഇവ മൂലമുള്ള അധിക ചെലവാണത്രെ. അതുകൊണ്ട് അവരുടെ എണ്ണം കുറയ്ക്കണം. പിന്നെ, സാങ്കേതിക വിന്യാസം കാരണം അധികമാവുന്ന ജീവനക്കാരെ പിരിച്ചു വിടണം. അതിനാണ് പരിഷ്കരണം. ജീവനക്കാരെയും ഓഫീസർമാ രെയും പരിഷ്കരണ നയ നിർമ്മിതിയിൽ പങ്കാളികളാക്കുന്നതിനു പകരം അവരെ പരിഷ്കരണത്തിന്റെ ഇരകളാക്കുകയാണെന്നാണ് അനുമാനം. കൂടാതെ അയുക്തവും വികലവുമായ പരിപാടികൾ (നോട്ട് റദ്ദാക്കൽ പോലെ) നടപ്പാക്കുന്നതിലെ ഭാരം ജീവനക്കാരുടെ മേൽ കെട്ടിവച്ചു. വിനാ ശകരമായ ശാരീരിക-മാനസിക പ്രത്യാഘാതങ്ങൾ പലർക്കുമുണ്ടായി. സ്വന്തം ഡെപ്പോസിറ്റിലെ പണം എടുക്കുന്നതിനു തടസ്സം. ജീവനക്കാ രാണെന്ന നിക്ഷേപകരുടെ ആരോപണത്തിൽനിന്ന് അവർക്ക് സംര ക്ഷണം നല്കിയുമില്ല.

പരിഷ്കരണത്തിന്റെ ദുരന്തഫലങ്ങൾക്കെതിരെ ബാങ്കുകളിലെ

തൊഴിലാളി സംഘടനകൾ പ്രചാരണം നടത്തിക്കൊണ്ടിരിക്കയാണ്. യുണൈറ്റഡ് ഫോറം ഓഫ് ബാങ്ക് യൂണിയൻസിന്റെ കുടക്കീഴിൽ അവർ നടത്തുന്ന പ്രക്ഷോഭണങ്ങൾ പ്രാഥമികമായും ബാങ്ക് സ്വകാര്യവല്ക്കര ണത്തിനും ബാങ്ക് ലയനങ്ങൾക്കും വിദേശ മൂലധനത്തിന്റെയും വിദേശ ബാങ്കുകളുടെയും കടന്നുവരവിനും എതിരെയാണ്. നിർണ്ണായക സാന്നി ദ്ധ്യമുള്ള വിഭാഗമെന്ന നിലയിൽ, തങ്ങൾക്ക് ബാങ്കിങ് വ്യവസായത്തിൽ നടപ്പാക്കിക്കൊണ്ടിരിക്കുന്ന മാറ്റങ്ങളിൽ അർഹിക്കുന്ന സ്ഥാനം ജീവന ക്കാർ പ്രതീക്ഷിക്കുന്നത് ന്യായയുക്തമാണ്. എന്നാൽ അത്തരമൊരുവാദം കൂടിയാലോചനാ പ്രക്രിയ ഉണ്ടാക്കുന്നില്ല; പ്രത്യേകിച്ചും നയവിഷയ ങ്ങളിൽ.

ഈ അഭാവം ഈ ബാങ്കിങ് വ്യവസായത്തിലെ പുതിയ മനുഷ്യ വിഭവപരിപാലനത്തിന്റെ സവിശേഷതയാണ്. ഒരു ദീർഘകാല പ്രക്രിയ ശക്തിപ്പെടുന്നതിന്റെ പ്രതിഫലനം കൂടിയാണിത്. മനുഷ്യമനോഭാവം. ശേഷി, വൈദഗ്ദ്ധ്യം എന്നിവ വിജയകരമായ ബാങ്കിങ് പ്രവർത്തന ങ്ങൾക്ക് അനിവാര്യമാണെന്ന് അംഗീകരിക്കാതിരിക്കൽ. ഈ വ്യവസാ യത്തിന്റെ മത്സരാധിഷ്ഠിത ശേഷികൾ വർദ്ധിക്കുന്നതിൽ ബാങ്ക് ജീവ നക്കാർക്കും ആഫീസർമാർക്കും നിർണ്ണായക പങ്കുണ്ടെന്ന യാഥാർത്ഥ്യം വേണം... ഗവൺമെന്റ് ഉദ്യോഗസ്ഥരും ബാങ്ക് മാനേജ്മന്റും ഉടമകളും പരിഗണിക്കുന്നില്ലെന്നു വിശ്വസിക്കാൻ കാരണമുണ്ട്. രാജ്യത്തിന്റെ തല ങ്ങും വിലങ്ങുമുള്ള അസംഖ്യം വ്യക്തിപര അക്കൗണ്ടുകൾ കണക്കി ലെടുക്കുമ്പോൾ (അവർ പൂർണ്ണമായും സാങ്കേതികോന്മുഖരല്ല) ശാഖ കളിൽ ധാരാളം ജീവനക്കാരെ ആവശ്യമുണ്ട്. അവർ ഇടപാടുകാരോട് സൗഹൃദത്തോടെ പെരുമാറുന്നവരുമാകണം. ധനകാര്യ ഉദാരവല്ക്കര ണത്തിന്റെ വരവോടെ ഇതംഗീകരിക്കാൻ തയ്യാറാകാതിരുന്നത് പര്യവ സാനിച്ചത് തൊഴിൽസേനയെ വെട്ടിമാറ്റുന്നതിലാണ്. സാങ്കേതികത അനു വദിക്കുന്നതിനും ഏറെ അപ്പുറമായിരുന്നു ഇത്.

ബിസിനസിൽ വൻ വളർച്ചയുണ്ടായിട്ടും മൊത്തം തൊഴിൽസേന ഏറക്കുറെ അതനുസരിച്ച് വളർന്നില്ല. മാത്രമല്ല, കുറയുകയും ചെയ്തു. ചില ബാങ്കുകളെ പ്രത്യേകമായി ബാധിച്ചു. പരിഷ്കരണ ഘട്ടത്തിൽ പല ബാങ്കിൽ പ്രവർത്തനങ്ങളും വ്യാപകമായി കമ്പ്യൂട്ടർവല്ക്കരിക്ക പ്പെട്ടു. പുതിയ നിയമങ്ങളെ അത് ബാധിച്ചു. ശാഖാ വികസനങ്ങൾ മന്ദ ഗതിയിലായി. 2000 ന്റെ ഒന്നാം ഘട്ട പരിഷ്കരണത്തിന്റെ അവസാനം. സ്വമേധയാ പെൻഷൻ പദ്ധതിയിലൂടെ (VRS) ഗണ്യമായ വിഭാഗം ജീവ നക്കാർ കൊഴിഞ്ഞുപോയി. കൂടാതെ പൊതുമേഖലാ ബാങ്കുകളിൽ മസ്തിഷ്ക ചോർച്ചയും പുതിയ ബാങ്കുകളും പ്രവേശനം ലഭിച്ച വിദേശ

ബാങ്കുകളും ഒട്ടേറെ നല്ല പരിശീലനം ലഭിച്ച ഒട്ടേറെ ഓഫീസർമാരും പൊതുമേഖലാ ബാങ്കുളിൽ നിന്ന് റിക്രൂട്ട് ചെയ്യുകയായിരുന്നു

2000 ൽ ധനകാര്യമന്ത്രാലയം പൊതുമേഖലാ ബാങ്കുകളിലെ മനുഷ്യ വിഭവ പരിപാലനത്തിന്റെ എല്ലാ വശങ്ങളും പരിശോധിക്കുവാനും ഈ വിഭവത്തെ ജീവനക്ഷമമായ ആസ്തിയാക്കി മാറ്റുവാനും ആവശ്യമായ നടപടികൾ നിർദ്ദേശിക്കുവാനുമായി കമ്മിറ്റി ഓൺ ഹ്യൂമൺ റിസോഴ്സ് മാനേജ്മെന്റ് ഇൻ പബ്ലിക് സെക്ടർ ബാങ്ക്സ് (CHRM) രൂപ വല്ക്കരിച്ചു. ഇന്ത്യൻ ബാങ്ക്സ് അസോസിയേഷൻ (IBA) അതിന്റെ 2010 ലെ കാഴ്ചപ്പാട് അനാവരണം ചെയ്യുന്ന രേഖയിലും ബാങ്കിങ് വ്യവസായത്തിന്റെ വിജയത്തിന് മനുഷ്യവിഭവം പരിപാലിക്കേണ്ടതിന്റെ ആവശ്യകത എടുത്തു പറഞ്ഞിരുന്നു. എന്നാൽ ഇതിന്റെ യുക്തിസഹത സാങ്കേതിക മാറ്റങ്ങൾക്ക് അനുരോധമായിരിക്കണമെന്നും ആഗോള വല്ക്കരണ വെല്ലുവിളികൾ നേരിടാൻ പ്രാപ്തമായിരിക്കണമെന്നും ആ രേഖ വ്യക്തമാക്കുകയുണ്ടായി. തൊഴിൽ- നിയമന നയങ്ങൾ താഴെപ്പറയുന്ന വിശാല ലക്ഷ്യങ്ങളോടെയായിരിക്കേണ്ടത് ബാങ്കിങ് വ്യവസായത്തിന്റെ ഉത്തമതാല്പര്യത്തിനു വേണ്ടിയാണ്. ഉന്നത നിലവാരമുള്ള മനുഷ്യവിഭവം വളർത്തിയെടുക്കുകയും നിലനിർത്തുകയും ചെയ്യുക. സമൂഹത്തിന്റെ ആവശ്യങ്ങളോടു പ്രതികരിക്കുന്നവരായിരിക്കുക. ജീവനക്കാരുടെ ആത്മവീര്യം ഉന്നത നിലയിലാക്കുക. MPAകൾ അഭിമുഖീകരിക്കുമ്പോൾ മാനേജ്മെന്റുകളെയും തൊഴിലാളികളെയും ഉൾപ്പെടുത്തി സഹകരണാത്മക തന്ത്രങ്ങൾ ആവിഷ്കരിക്കുക. ബാങ്കിങ് നയങ്ങൾക്ക് രൂപം നല്കുന്നതിന് തൊഴിലാളികളെയും ഓഫീസർമാരെയും ഉൾപ്പെടുത്തി കൂടിയാലോചന സംവിധാനങ്ങൾ രൂപവല്ക്കരിക്കുക (ഇതിൽ തൊഴിലാളികൾക്ക് അവരുടെ അനുഭവത്തിന്റെയും മൗലിക വീക്ഷണങ്ങളുടെയും അടിസ്ഥാനത്തിൽ സംഭാവന ചെയ്യാൻ കഴിയും).

നിലവിലുള്ള പ്രശ്നങ്ങളും സാദ്ധ്യമായ പരിഹാരങ്ങളും

ബാങ്കിങ് വ്യവസായത്തിൽ മനുഷ്യ വിഭവവുമായി ബന്ധപ്പെട്ട നിലവിലുള്ള പ്രശ്നങ്ങൾ, അതിക്രമിക്കപ്പെട്ട പുനർ വിന്യാസമില്ലാത്ത തൊഴിൽ ശക്തി വെട്ടിക്കുറയ്ക്കൽ, നിയമന നയങ്ങളിലെ സർക്കാർ ഇടപെടൽ, കുറഞ്ഞ പ്രോത്സാഹനം (low motivation) ഉത്തരവാദിത്വ ഭീതി മസ്തിഷ്ക ചോർച്ചാ ഭീഷണി എന്നിങ്ങനെ തിരിക്കാം.

ജീവനക്കാരുടെ എണ്ണം കുറയ്ക്കൽ വളണ്ടറിയായിരുന്നു. 2000 ൽ VRS മുന്നോട്ടുവെച്ചപ്പോൾ അത് സ്വീകരിക്കാൻ നിർബ്ബന്ധമൊന്നുമില്ലായിരുന്നു. വിശാല ചർച്ചകളിലൂടെ പദ്ധതി നടപ്പാക്കാനാണ് ബാങ്ക് മാനേജ്മെന്റുകൾക്ക് നിർദ്ദേശം നല്കിയത്. CHRM പദ്ധതി തയ്യാറാ

ക്കി. ഗവൺമെന്റ് അംഗീകരിച്ചു. പൊതുമേഖലാ ബാങ്കുകൾക്ക് നടപ്പാ ക്കാനുള്ള നിർദ്ദേശത്തോടെ വിതരണം ചെയ്തു. VRS കൊണ്ടു വരുന്ന തിനെ യൂണിയനുകൾ എതിർത്തു. എന്നിട്ടും 14 ശതമാനം പേർ (ഏക ദേശം 125084) അതിനു തയ്യാറായി. സബോർഡിനേറ്റ് സ്റ്റാഫ് ക്ലറിക്കൽ ജീവനക്കാർ, ഓഫീസർമാർ, എക്സിക്യൂട്ടീവുകൾ ഉൾപ്പെടെ ഏകദേശം 10 വർഷത്തെ സേവനവുമായി വിട്ടവരാണ് അധികവും. രണ്ട് വിഷയ ങ്ങൾ വ്യക്തമാണ്: ആനുകൂല്യങ്ങൾ ആകർഷകമായിരുന്നു. ജീവന ക്കാർക്കിടയിൽ പ്രചോദനമില്ലായ്മ (demotivation) ഗണ്യമായിരുന്നു. അത വരെ വിടപറയാൻ പ്രേരിപ്പിച്ചു. അങ്ങനെ പിരിഞ്ഞവരിൽ പലരും കരാ റടിസ്ഥാനത്തിൽ താരതമ്യേന ആകർഷകമായ വേതന വ്യവസ്ഥയിൽ സ്വകാര്യ ബാങ്കുകളിൽ കയറിയെന്നതാണ് രസകരം. പൊതുമേഖലാ ബാങ്കുകൾക്ക് ഇരട്ട തിരിച്ചടി. അവർക്ക് എക്സ് ഗ്രേഷ്യയായി 12500 കോടി രൂപ നല്കേണ്ടി വന്നു. പകരമില്ലാത്ത മസ്തിഷ്ക ചോർച്ചയും. ഒരു സീനിയർ ബാങ്കർ പറഞ്ഞു. "പദ്ധതി പ്രശ്നതസ്തികകൾ കൈകാര്യം ചെയ്യാൻ സീനിയൻ ഓഫീസർമാരുടെ അഭാവത്തിൽ കലാ ശിച്ചു. യോഗ്യരും കഴിവുള്ളവരുമായ മദ്ധ്യ-മുതിർന്ന മാനേജ്മെന്റ് തല ജീവനക്കാർ പല ബാങ്കുകളിലും ഇല്ലാതായി" (കുമാർ 2002). സാമ്പ ത്തികമായി വേതന ഇനത്തിലെ ലാഭം, കൊടുത്തു തീർത്തതിനേക്കാൾ കുറവും. എക്സാ ഗ്രേഷ്യ നല്കിയതിന്റെ ഭാരം ഗഡുക്കളായി കുറച്ചു വെങ്കിലും 2000-01 ൽ പൊതുമേഖലാ ബാങ്കുകളുടെ വേതന ബിൽ 4500 കോടിയായി വർദ്ധിച്ചു. മുൻവർഷത്തേക്കാൾ 28 ശതമാനം വർദ്ധനവ് (ഷെട്ടി 2002).

ജീവനക്കാരുടെ ക്ഷാമം സേവനത്തെയും ബാധിച്ചു. സേവനം വൈവിദ്ധ്യവല്ക്കരിക്കപ്പെടുകയും കാര്യക്ഷമത മെച്ചപ്പെടുകയും ചെയ്തെങ്കിലും തൊഴിലാളികളുടെ ചെറ്റമാടത്തിൽ നിരന്തരം പരാതി കളുയർന്നു. ഇതു സംബന്ധിച്ച് വിവിധ ഉപഭോക്തൃ തർക്ക പരിഹാര വേദികളിലും ബാങ്കിങ് ഓംബുഡ്സ്മാനിലും ലഭിക്കുന്ന പരാതികൾ വർദ്ധിക്കുന്നു. താഴ്ന്ന വിഭാഗക്കാരായ ഇടപാടുകാരോട് സഹായകരമ ല്ലാത്ത സമീപനം ജീവനക്കാർ പുലർത്തുന്നുവെന്ന് വിമർശനങ്ങളുണ്ട്. അമിത ജോലിയാണ് കാരണമെന്ന് ചൂണ്ടിക്കാണിക്കപ്പെടുന്നു

പരിശീലനം സിദ്ധിച്ച മനുഷ്യശക്തിയുടെ അഭാവം എന്ന ഭീഷണി യാണ് 'ബാങ്കിങ്' വ്യവസായം ഭാവിയിൽ അഭിമുഖീകരിക്കുക. കഴിഞ്ഞ 20 വർഷമായി റിക്രൂട്ട്മെന്റ് കുറഞ്ഞിരിക്കുന്നു. ജീവനക്കാരുടെ ശരാ ശരി പ്രായം ഉയർന്നു. കാര്യക്ഷമതയെ ബാധിക്കുന്ന ഒരു പ്രധാന പ്രശ്ന മാണിത്. പൊതുമേഖലാ ബാങ്കു ജീവനക്കാർക്ക് മത്സരിക്കേണ്ടത് പുതിയ സ്വകാര്യ മേഖലാ ബാങ്കുകളോടും വിദേശ ബാങ്കുകളോടുമാണ്.

അവയ്ക്ക് തീരെ ചെറുപ്പമായ തൊഴിൽ ശക്തിയാണുള്ളത്. ഈ സാഹ ചര്യം നേരിടുവാൻ തങ്ങളുടെ ബിസിനസ് തന്ത്രങ്ങൾക്ക് അനുപൂരക മായി ആവശ്യാധിഷ്ഠിത റിക്രൂട്ട്മെന്റ് നടത്താൻ പൊതുമേഖലാ, ബാങ്കു കളെ അനുവദിക്കണം. വാണിജ്യ സ്ഥാപനങ്ങളാകയാൽ, ഏതു സമ യവും മനുഷ്യശക്തി ആവശ്യകത കണക്കാക്കേണ്ട ഉത്തരവാദിത്തം ഓരോ ബാങ്കുകൾക്കും വിട്ടു കൊടുക്കണം. ഉടമസ്ഥനെന്ന നിലയിൽ ഗവൺമെന്റ് അതിന്റെ റോൾ വിശാല മാർഗ്ഗനിർദ്ദേശങ്ങൾ നല്കുന്ന തിൽ ഒതുക്കണം. ഏതുതരം ജീവനക്കാർ എത്ര എന്നൊക്കെ ബാങ്കു കൾ തന്നെ തീരുമാനിക്കണം.

ബാങ്കുകൾ പൊതു സ്ഥാപനങ്ങൾ ആയതിനാൽ റിക്രൂട്ട്മെന്റ് പ്രക്രി യക്ക് സുതാര്യമായ ചട്ടങ്ങൾ വേണം. കാംപസ് റിക്രൂട്ട്മെന്റ് സുതാര്യ തയെയും തുറന്ന മത്സരത്തെയും തൃപ്തിപ്പെടുത്തുകയില്ല. തെരഞ്ഞെ ടുപ്പ് നടപടിക്രമങ്ങളിൽ പങ്കെടുക്കാൻ യോഗ്യരായ ഉദ്യോഗസ്ഥന്മാർക്ക് അവസരമുണ്ടാകണം. സെലക്ഷൻ ഒരു ചെറിയ ഗ്രൂപ്പ് സ്ഥാപന ങ്ങൾക്കോ സർവ്വകലാശാലകൾക്കോ മാത്രമാക്കുന്നത് വിവേചനപരമാ ണ്. അങ്ങനെ നേരിട്ട് കാമ്പസിൽനിന്ന് തെരഞ്ഞെടുക്കപ്പെട്ടവർ പുതിയ മേച്ചിൽപ്പുറങ്ങൾ തേടി പോകുന്നു. ബാങ്കുകളിൽ കേന്ദ്രീകൃത റിക്രൂ ട്ട്മെന്റ് സമ്പ്രദായം. പുനരാരംഭിക്കേണ്ടിയിരിക്കുന്നു. BSRB കൾ നിർത്ത ലാക്കിയതിനുശേഷം ഓരോ ബാങ്കും സ്വന്തമായി റിക്രൂട്ട് ചെയ്യാൻ തുട ങ്ങി. ഉദ്യോഗാർത്ഥിക്ക് വ്യത്യസ്ത ബാങ്കുകളിലേക്കു വെവ്വേറെ അപേ ക്ഷിക്കേണ്ടതായി വരുന്നു. അപേക്ഷകളുടെ ബാഹുല്യവും ഉയർന്ന പരീ ക്ഷാഫീസും പരീക്ഷ എഴുതാനുള്ള ചെലവുകളും ബാങ്കുകൾക്കും ചെലവ് ഇരട്ടിയാക്കുന്നു. ബാങ്കുകൾ ഗവൺമെന്റ് ഉടമസ്ഥതയിലും. സേവന വ്യവസ്ഥകൾ ഏകീകൃതവും ആണെന്നിരിക്കെ പൊതു റിക്രൂ ട്ട്മെന്റ് പ്രക്രിയയാണ് അഭികാമ്യം. റിക്രൂട്ട്മെന്റ് പ്രക്രിയയിലെ കാല വിളംബമാണ് BSRB ക്കെതിരായ ഒരു വിമർശനം. നടപടിക്രമങ്ങൾ ബൃഹ ത്താകുമ്പോൾ അല്പം വൈകൽ തീർച്ചയാണ്. ഇത് കുറയ്ക്കാൻ നട പടികൾ എടുക്കുകയാണ് വേണ്ടത്. സാദ്ധ്യമായ ഏറ്റവും കുറഞ്ഞ സമയം കൊണ്ട് ബാങ്കുകൾക്ക് ഉദ്ദേശിച്ച മനുഷ്യശക്തി ലഭ്യമാക്കണം. പ്രത്യേക (Specialised) അറിവും പ്രാഗത്ഭ്യവും ആവശ്യമായ ചില ജോലികളുണ്ട്. സാമ്പത്തിക വിദഗ്ദ്ധർ സെക്യൂരിറ്റി ഓഫീസർമാർ, അഗ്രിക്കൾച്ചറൽ ഫീൽഡ് ഓഫീസർമാർ, എഞ്ചിനീയർമാർ, ലോ ഓഫീ സർമാർ തുടങ്ങിവർ. സാധാരണ ഓഫീസർമാർക്ക് ഇവരുടെ ജോലി ചെയ്യാനാവില്ല. അവിടെ ബാങ്കുകൾ പ്രത്യേക നടപടിക്രമങ്ങളിലൂടെ നേരത്തേ പറഞ്ഞ റിക്രൂട്ടിങ് ഏജൻസിയുടെ മേൽനോട്ടത്തിൽ റിക്രൂട്ട് ചെയ്യുന്നത് തുടരാവുന്നതാണ്.

ചില ജോലികൾക്ക് പല ബാങ്കുകളും പുറംപണി (outsourcing) ആശ്രയിക്കുന്നുണ്ട്. ക്രെഡിറ്റ് അപ്രൈസൽ, ലീഗൽ ഓഡിറ്റ് തുടങ്ങിയ ജോലികളും ഇങ്ങനെ ചെയ്യിപ്പിക്കാൻ ശ്രമമുണ്ട്. മനസ്സ് നന്നായി പ്രയോ ഗിക്കേണ്ട ജോലികളാണിവ. എന്നാൽ അതിനപ്പുറം വിശ്വാസങ്ങളും രഹ ത്യാത്മകതയും ബാങ്ക് ജോലിയുടെ ആധാരഘടകങ്ങളാണ്. ഈ സാഹ ചര്യം ജീവനക്കാർക്കു തന്നെ കൈകാര്യം ചെയ്യാവുന്നതേയുള്ളൂ. തൊഴി ലാളികൾക്ക് പ്രാഗത്ഭ്യവും താല്പര്യവും ഇല്ലെങ്കിൽ മതിയായ പരിശീ ലനം നല്കണം. ബാങ്കിന്റെ തന്നെ ഭാഗമാണെന്ന ബോദ്ധ്യമുള്ള ജീവ നക്കാർ കൂടുതൽ വിശ്വസ്തരും സ്ഥാപനത്തിന്റെ ഉന്നമനത്തിൽ പ്രതി ബദ്ധതയുള്ളവരും ആയിരിക്കും. അതിനാൽ വിശ്വാസം, രഹസ്യാത്മക ത, തീരുമാനമെടുക്കൽ എന്നിവ ആവശ്യപ്പെടുന്ന ജോലികൾ പുറംപ ണിയാക്കരുത്.

ഈ തത്ത്വമനുസരിച്ച് ബാങ്കുകളെ വിന്യാസം (Alacome) സ്ഥലംമാറ്റം, സ്ഥാനക്കയറ്റം എന്നിവ പൊതു ചട്ടക്കൂടിനകത്തു നിന്നു കൊണ്ടു നടത്താൻ ഗവൺമെന്റ് അനുവദിക്കണം. ബാങ്കുകളുടെ പൊതു സേവന സ്വഭാവത്തിനനുസൃതമായിരിക്കണം. ഉടമയുടെ ഇടപെടൽ എത്ര നല്ല ഉദ്ദേശത്തോടെയാണെങ്കിലും പ്രാവർത്തിക പ്രയാസങ്ങൾ സൃഷ്ടി ക്കും. ഉദ്ദേശ്യ ലക്ഷ്യങ്ങൾ കൈവരിക്കുകയുമില്ല. ഉദാഹരണത്തിന് ഉയർന്ന തലത്തിലേക്കുള്ള സ്ഥാനക്കയറ്റത്തിനു മുമ്പ് ഓഫീ സർമാർക്കുള്ള നിർബ്ബന്ധിത ഗ്രാമീണ അർദ്ധ നഗര സേവനം. ഏറെ ആവശ്യമായ ഗ്രാമീണോന്മുഖത നല്കി ജീവനക്കാരെ ഗ്രാമങ്ങളിലെ ശാഖകളിൽ ലഭ്യമാക്കുകയുമാണ് ഉദ്ദേശ്യം. എന്നാൽ സത്യത്തിൽ ഓഫീ സർമാർ ഈ നിയോഗത്തെ യാന്ത്രികമായി എടുക്കുന്നു. വിമുഖതയോടെ ഈ കാലഘട്ടം കഴിച്ചു തീർക്കുന്നു. താമസം മെഡിക്കൽ സൗകര്യങ്ങൾ, കുട്ടികളുടെ വിദ്യാഭ്യാസം തുടങ്ങിയ അടിസ്ഥാന സൗകര്യങ്ങളുടെ അഭാ വം, സ്ഥാനക്കയറ്റം വേണ്ടെന്നുവെക്കാനും നഗരകേന്ദ്രങ്ങളിൽ തുടരാനും പലരെയും നിർബ്ബന്ധിതരാക്കുന്നു. ഗ്രാമങ്ങളിലേക്ക് ഓഫീസർമാരെ ആകർഷിക്കാനും കുടുംബത്തെയും കുട്ടികളെയും വിട്ട് താമസിക്കുമ്പോ ഴുണ്ടാകുന്ന അധികച്ചെലവുകൾക്കായും ഏതെങ്കിലും തരത്തിലുള്ള സാമ്പത്തിക പ്രോത്സാഹനം ബാങ്ക് മാനേജ്മെന്റുകൾക്ക് ആരംഭിക്കാ വുന്നതാണ്. സ്കൂൾ സൗകര്യമില്ലാത്തിടത്തേക്ക് കുടുംബത്തെയും കുട്ടി കളെയും കൂട്ടാനാവില്ലല്ലോ. ഇത്തരം വിഷയങ്ങളുമായി ബന്ധപ്പെട്ട തീരു മാനങ്ങൾ ബാങ്കുകൾ തന്നെ എടുക്കുന്നതാണ് ഉചിതം.

നിലവിൽ സ്ഥാനക്കയറ്റങ്ങൾ ഒഴിവുകളുമായി ബന്ധപ്പെട്ടാണിരിക്കു ന്നത്. ഒഴിവുകൾ ബിസിനസ് സൈസ് അനുസരിച്ച് ശാഖകളുടെ ക്രമീ കരണവുമായും (Gradation) ബന്ധപ്പെട്ടിരിക്കുന്നു. ഓഫീസേഴ്സ്

സർവ്വീസ് റെഗുലേഷൻ (OSR) പ്രകാരം ഗവൺമെന്റ് പുറപ്പെടുവിക്കുന്ന മാർഗ്ഗനിർദ്ദേശങ്ങളനുസരിച്ചാണ് ക്രമീകരണം. ഈ നടപടി യുക്തമായ (resonable) സമയത്ത് സ്ഥാനക്കയറ്റം ലഭിക്കുന്നതിനുള്ള അവസരം കുറയ്ക്കുന്നു. ഉയർന്ന ഗ്രേഡിൽ മതിയായ ഒഴിവുകൾ ഇല്ലാത്തതിനാൽ ജൂനിയർ, മിഡിൽ തലത്തിൽ ഏറെക്കാലമായി ഉറച്ചുപോയ ഓഫീ സർമാർ അനവധിയാണ്. നല്ലപ്രവർത്തനത്തിനുശേഷവും സ്ഥാനക്കയറ്റം നടക്കുന്നില്ലെങ്കിൽ നൈരാശ്യവും ആത്മവീര്യം നഷ്ടപ്പെടുകയുമായി രിക്കും ഫലം. It can also have a demonstrative effect on the aspirants. ഇതു പരിഹരിക്കുന്നതിനുള്ള ആദ്യനടപടി, ഒഴിവുകളെ ക്രമീക രണ നടപടികളിൽ നിന്നൊഴിവാക്കുകയും സ്വന്തം പ്രക്രിയകളിലൂടെ ഒഴിവുകൾ കണ്ടെത്താൻ ബാങ്കുകൾക്ക് സ്വാതന്ത്ര്യം നല്കുകയുമാണ്. കൂടുതൽ ഉത്തരവാദിത്വം ഏല്പിക്കുന്നതിനുള്ള പ്രധാന മാനദണ്ഡമായി സീനിയോറിറ്റി അംഗീകരിക്കുകയാണ് രണ്ടാമത്തെ നടപടി. ജൂനിയർ തലത്തിൽ തെരഞ്ഞെടുപ്പ്, സീനിയോറിറ്റി-കം-മെറിറ്റ് അടിസ്ഥാനത്തി ലാക്കാം. ബാങ്കിന്റെ ആദ്യ സെലക്ഷൻ തന്നെ കഠിനമായ റിക്രൂട്ട്മെന്റ് പ്രക്രിയയിലൂടെയാണല്ലോ. മുകളിലേക്കുള്ള പടവുകൾ കയറുമ്പോൾ. ഉദാഹരണത്തിന് എക്സിക്യൂട്ടീവ് കേഡർ, സെലക്ഷൻ മെറിറ്റ്-കം-സീനി യോറിറ്റി അടിസ്ഥാനത്തിലാക്കാം. സ്ഥാനക്കയറ്റം പ്രചോദനാത്മക ഘട കമായതിനാൽ ജൂനിയർ ഓഫീസർമാർ സ്ഥാനക്കയറ്റത്തെ മാനേ ജ്മെന്റിന്റെ അംഗീകാരമായി വിലമതിക്കും. വിന്യാസത്തിന്റെ (Placement) കാര്യത്തിൽ സ്വന്തം നയങ്ങൾ ആവിഷ്കരിക്കാൻ ബാങ്കുകൾക്ക് സ്വയംഭരണാധികാരം നല്കണം. എന്നാൽ ആ നയങ്ങൾ സുതാര്യവും വിവേചനരഹിതവും മാന്യവുമായിരിക്കണം. ഇടപാടുകാരുമായി ഇടപെ ടൽ പതിയെ കീഴ്തലങ്ങളിൽ. ഓഫീസറുടെ ഭാഷാ പരിചയം, പ്രാദേ ശിക രീതികൾ, സ്ഥലത്തിന്റെ പ്രത്യേകതകൾ എന്നിവ അറിയാൻ തുട ങ്ങിയ കാര്യങ്ങൾ പരിഗണിക്കണം.

തുടർപരിശീലനം ബാങ്കുകൾക്ക് ദീർഘകാല മെച്ചം നല്കുന്ന നിക്ഷേപമാണെന്ന് ഓർക്കേണ്ടത് ആവശ്യമാണ്. അതൊരു തുടർ പ്രക്രി യയാണ്. തങ്ങളുടെ അറിവും പ്രാഗത്ഭ്യവും നവീകരിക്കാൻ സീനിയർ ജീവനക്കാർക്ക് കാര്യമായ ഇടവേളകളിൽ പരിശീലനം നല്കണം. വ്യക്തിതലത്തിലുള്ള അസംഖ്യം ഇടപാടുകാരുമായി സൗഹൃദാന്തരീ ക്ഷത്തിൽ ഇടപഴകുന്ന സമീപനത്തിനാണ് ഊന്നൽ നല്കേണ്ടത്. ഉന്നത ശ്രേണിയിലുള്ള വ്യക്തികളുടെ പ്രാധാന്യം അംഗീകരിക്കപ്പെടു മ്പോൾത്തന്നെ ലക്ഷക്കണക്കിന് ചെറിയ അക്കൗണ്ടുകളിൽ തങ്ങളുടെ ധനകാര്യ വിനിമയങ്ങളിൽ മാർഗ്ഗ നിർദ്ദേശത്തിനും സഹായത്തിനും ബാങ്കുകളെ ഉറ്റുനോക്കുന്നുവെന്ന് വിസ്മരിക്കരുത്. അവരെ പരിചരിക്കു

ന്നതിൽ ജീവനക്കാർക്ക് വ്യത്യസ്ത സമീപനങ്ങൾ വേണ്ടിവരും.

പ്രധാന നയതീരുമാനങ്ങളിൽ ജീവനക്കാരെ ഉൾപ്പെടുത്തേണ്ടതിന്റെ ആവശ്യകത പരിഗണിച്ചുവെന്ന് ബാങ്ക് മാനേജ്മെന്റുകൾ ബാങ്കുകളിൽ പങ്കാളിത്ത സംസ്കാരം വളർത്തിയെടുക്കുന്നതിൽ കൂടുതൽ ശ്രദ്ധ നല്കണം. പങ്കാളിത്ത മാനേജ്മെന്റ് സംബന്ധിച്ച് ഇപ്പോഴത്തെ സങ്ക ല്പനം ബോർഡ് തല പ്രാതിനിദ്ധ്യത്തിൽ മാത്രം ഒതുങ്ങി നില്ക്കുന്നു. വ്യവസായ തലത്തിലും യൂണിയനുമായുള്ള ചർച്ചകൾ അഞ്ചുവർഷത്തി ലൊരിക്കൽ നടക്കുന്ന വേതന ചർച്ചകളിലേക്ക് പരിമിതപ്പെടുത്തിയിരി ക്കുന്നു. ബാങ്കിന്റെ നയങ്ങൾ പ്രാവർത്തികമാക്കേണ്ട ഉപാധികൾ തൊഴി ലാളികളായതുകൊണ്ടും ബാങ്കിന്റെ ആരോഗ്യപരമായ സ്ഥിതി സംര ക്ഷിക്കാൻ അവർക്ക് ആകുമെന്നതുകൊണ്ടും അവർക്ക് ബിസിനസ് നയ ങ്ങൾ ആവിഷ്കരിക്കുന്നതിൽ പങ്കാളിത്തം ഉണ്ടാകുന്നത് തികച്ചും ഉചി തമാണ്. ബാങ്കുകളെ ബാധിക്കുന്ന എല്ലാ വിഷയങ്ങളിലും ഒരു സഹക രണാത്മക സമീപനം സ്വീകരിച്ചുകൊണ്ട് ഇത് യാഥാർത്ഥ്യമാക്കാവുന്ന താണ്.

ബാങ്കുകളിലോ ബാങ്കിങ് വ്യവസായത്തിലോ ഇതുവരെ ഔപചാ രിക വ്യാവസായിക ബന്ധ ഘടന ഇല്ല. IR പ്രതിസന്ധി ഉണ്ടാകുമ്പോൾ ഒക്കെ ബാങ്കുകൾ സ്വയമോ ഗവൺമെന്റ് ഇടപെടലോ ആണ് പരിഹാര ത്തിനിറങ്ങുന്നത്. ബാങ്കിങ് വ്യവസായത്തിൽ പണിമുടക്കമോ മെല്ലെ പ്പോക്കോ പണിയെടുക്കാതിരിക്കലോ Wild cat strike വിവേചനമില്ലാതെ ഒരിക്കലും പ്രഖ്യാപിക്കലോ അതിന്റെ ബഹുമതി തൊഴിലാളികൾക്കു ള്ളതാണ്. ജോലി മുടങ്ങലിൽ അവസാനിക്കുന്ന അവസ്ഥ ഏറ്റവും കുറ വാണ്. ഇതിലൂടെ പ്രകടമാകുന്നത് ബാങ്കുകളോട് ജീവനക്കാർക്കുള്ള പ്രതിബദ്ധതയാണ്. ഔപചാരിക IR സമിതിയും രൂപവല്ക്കരിക്കുന്നത് ബാങ്ക് തലത്തിൽ ദ്വികക്ഷി സംഭാഷണങ്ങൾ മെച്ചപ്പെടുന്നതിന് സഹാ യകമാകും. ഈ കൗൺസിലിൽ യൂണിയൻ പ്രതിനിധികളുടെ പങ്കാളി ത്തമുണ്ടാകണം. ജീവനക്കാർക്കിടയിൽ സഹകരണാത്മക മനോഭാവം വളർത്തിയെടുക്കാൻ ഇത്തരം പങ്കാളിത്തം സഹായിക്കും.

ഓരോ ഓഫീസർക്കും അപാരമായ അറിവും പ്രാഗത്ഭ്യവുമുണ്ട്. ഈ ശക്തി ഇപ്പോൾ പ്രയോജനപ്പെടുന്നില്ല. യൂണിയൻ പ്രതിനിധികളെ ഉൾപ്പെടുത്തി ബിസിനസ് ഉപദേശക സമിതികൾ (BAC) രൂപവല്ക്ക രിച്ച് ഈ കഴിവുകൾ ഉപയോഗപ്പെടുത്താൻ ബാങ്കുകൾ നടപടിയെടുക്ക ണം. അപ്പെക്സ് തലത്തിൽ BAC ക്ക് ഇടപാടുകാർക്കുള്ള സേവനം, ഉല്പന്നങ്ങൾ കണ്ടുപിടിക്കൽ, വായ്പ തിരിച്ചുപിടിക്കൽ, മത്സരം നേരി ടൽ, തന്ത്രങ്ങൾ, കോർപ്പറേറ്റ് ലക്ഷ്യങ്ങളും തത്ത്വശാസ്ത്രവും തുടങ്ങിയ വിഷയങ്ങളിൽ ചർച്ച ചെയ്യാനും കഴിയും. അത്തരം നടപടികൾ ജീവന

ക്കാരുടെ പങ്കാളിത്ത മനോഭാവം ശക്തിപ്പെടുത്തുകയും വിവിധ തലങ്ങ ളിലെ അപാകതകൾക്കെതിരെ ജാഗ്രത പുലർത്താൻ അവസരമൊരു ക്കുകയും ചെയ്യും.

കൂടാതെ, മിക്ക ബാങ്കുകൾക്കും ഡയറക്ടറായി ഒരു ഓഫീസർ/ തൊഴിലാളി ഇല്ല. സ്ഥാപനത്തിന്റെ ആന്തരിക പ്രവർത്തനം കൂടുതൽ നന്നായി മനസ്സിലാക്കുവാനും തൊഴിലാളികളുടെ ബുദ്ധിമുട്ടുകൾ അറി യുവാനും ഇത് നല്ലതാണെന്ന് ആഗോളതലത്തിൽ തന്നെ അംഗീകരി ക്കപ്പെട്ടിട്ടുണ്ട്. HRD യുടെ പ്രാധാന്യം പരിഗണിച്ച് ആ വിഭാഗം മാത്രം കൈകാര്യം ചെയ്യുന്നതിനായി ഒരു എക്സിക്യൂട്ടീവ് ഡയറക്ടർ വേണം. ബാങ്ക് ബോർഡുകളിലെ ഡയറക്ടർമാർ ബാങ്കിങ് ഫിനാൻസ് വിവര സാങ്കേതികത നിയമം എന്നിവയിൽ പ്രാഗത്ഭ്യമുള്ള പ്രൊഫഷണലുക ളായിരിക്കണം. ബാഹ്യസമ്മർദ്ദങ്ങളില്ലാതെ ഒരു സ്വതന്ത്ര ഏജൻസിയി ലൂടെ അവരെ തെരഞ്ഞെടുക്കണം. ഒരു സ്വതന്ത്ര അതോറിറ്റിയായിരി ക്കണം മത്സരാധിഷ്ഠിത പ്രക്രിയകളിലൂടെ സി ഇ ഒ മാരെയും എക്സി ക്യൂട്ടീവ് ഡയറക്ടറെയും തെരഞ്ഞെടുക്കേണ്ടത്. ഈ രണ്ട് വിഭാഗങ്ങ ളുടെയും ഒരു വർഷത്തിനുശേഷം വിലയിരുത്തുവാൻ സംവിധാനം വേണം. പ്രവർത്തനം മോശമായവരും പൊതുവെ പ്രവർത്തനം താഴോട്ടു പോകുന്നവർക്കും കണക്കു ബോധ്യമാക്കേണ്ടതായി (accountability) വരണം. പ്രവർത്തനം തൃപ്തികരമല്ലെങ്കിൽ വലിയ ബാങ്കിലേക്കോ ഉയർന്ന തസ്തികയിലേക്കോ മാറ്റരുത്.

ബോർഡുകൾ സ്വതന്ത്രമായിരിക്കണമെന്നാണ് വിവക്ഷയെങ്കിലും തീരുമാനമെടുക്കൽ പ്രക്രിയ സി ഇ ഒ, റിസർവ്വ് ബാങ്ക് ഡയറക്ടർ, ഗവൺമെന്റ് ഡയറക്ടർ എന്നിവരാൽ സ്വാധീനിക്കപ്പെടാറുണ്ട്. അപേ ക്ഷിക്കുന്ന മറ്റു ഡയറക്ടർമാർ ഇവരേക്കാൾ തുല്യത കുറഞ്ഞവരാണ്. നടപടികൾ ഭാവി സൂക്ഷ്മ പരിശോധനയിലേക്കു നീങ്ങുന്നിടത്ത് തീരു മാനമെടുക്കൽ പ്രക്രിയ ബോർഡിന്റെ വിവിധ ഉപസമിതികളിലേക്ക് മാറ്റ പ്പെടുന്നു. ഈ ഉപസമിതികൾ രൂപവല്ക്കരിക്കുമ്പോഴും എല്ലാ ഡയറ ക്ടർമാർക്കും തുല്യപരിഗണനയില്ല. ഉദാഹരണത്തിന്, ഓഡിറ്റ് കമ്മിറ്റി. കൃത്യമായ ഇടവേളകളിൽ ബാങ്കിന്റെ ഉൾപ്രവർത്തനങ്ങൾ പരിശോധി ക്കുന്ന ഈ കമ്മിറ്റിയിൽ തൊഴിലാളി ഡയറക്ടർക്കും ഓഫീസർ ഡയറ ക്ടർക്കും ഇടമില്ല. ആർ ബി ഐ യുടെ പരിശോധനാ റിപ്പോർട്ടും ഇന്റേ ണൽ ഓഡിറ്റ് ഡിപ്പാർട്ടുമെന്റിന്റെ ഓഡിറ്റ് റിപ്പോർട്ടുകളും എല്ലാ ഡയറ ക്ടർമാരും വിതരണം ചെയ്യുന്നില്ല. വിവിധ ഡയറക്ടർമാരോടുള്ള ഇത്തരം വിവേചന നയം കോർപ്പറേറ്റ് ഭരണകൂടത്തിന്റെ തത്ത്വങ്ങൾക്കെ തിരാണ്. കോർപ്പറേറ്റ് ഭരണകൂടം ബോർഡുകൾക്ക് സ്വയംഭരണവും തുല്യപെരുമാറ്റവും അനിവാര്യമാക്കുന്നു. കൂട്ടായ തീരുമനങ്ങളിൽ ഡയ

റക്ടർമാർക്ക് ഉത്തരവാദിത്വമുണ്ടായിരിക്കണം.

ബോർഡിന്റെയോ ഉന്നത മാനേജ്മെന്റിനെയോ തീരുമാനങ്ങൾ പ്രാവർത്തികമാക്കുന്ന ഉപകരണങ്ങളാണ് തൊഴിലാളികളെന്നതിനാൽ ഓരോ ബാങ്കിന്റെയും പ്രവർത്തനം ജീർണ്ണിക്കുന്നതിലേക്കു നയിക്കുന്ന വ്യതിചലനങ്ങളെക്കുറിച്ച് അവർക്ക് നല്ല അറിവുണ്ട്. ഇപ്പോൾ, ഒരു തൊഴി ലാളി അത്തരമൊരു അപാകത ചൂണ്ടിക്കാട്ടുകയോ അത്തരം തീരുമാന ങ്ങൾ നടപ്പാക്കാൻ വിസമ്മതിക്കുകയോ ചെയ്താൽ അവൻ/അവൾ കടുത്ത നടപടിക്കിരയാവുകയോ എക്സിക്യൂട്ടീവിന്റെ ശത്രുവായി മുദ്ര കുത്തപ്പെടുക്കയോ ചെയ്യുന്നു. മാനേജ്മെന്റിന്റെ ഭാഗത്തുനിന്നുള്ള ചില വീഴ്ചകൾ യൂണിയനുകൾ ഉന്നയിച്ചാൽ ബന്ധം വഷളാകുന്നു. പിന്നെ സംഘർഷം പുകയുകയായി. ബാങ്കുകളിൽ തെറ്റുകൾ വിളിച്ചുപറയുന്ന വരെ സംരക്ഷിക്കാനുള്ള കുറ്റമറ്റ സംവിധാനം ആവശ്യമാണ്. ബാങ്കുക ളുടെ ആരോഗ്യ സംരക്ഷണത്തിനും അതാവശ്യമാണ്.

മുന്നിലെ വഴിത്താര

അതായത് കഴിഞ്ഞ മൂന്നു കൊല്ലക്കാലത്തിനടുത്ത് മേധാവിത്തം വഹിക്കുന്ന പൊതുമേഖലാ ബാങ്കിങ് സംവിധാനത്തെയും അതിന്റെ ഭാഗ മായി ധനസഹായമെത്തിച്ചുവന്ന സാമ്പത്തിക ചട്ടക്കൂടിനെയും മാറ്റി അതിന്റെ സ്ഥാനത്ത് സ്വകാര്യ ധനകാര്യ സ്ഥാപനങ്ങളെ (സ്വദേശിയും വിദേശിയുമായ) പ്രതിഷ്ഠിക്കാൻ നടന്നുവന്ന പരിശ്രമം പരാജയപ്പെട്ടു എന്ന് ചുരുക്കിപ്പറയാം. സാമ്പത്തിക വളർച്ചയും സാമ്പത്തിക സ്ഥിര തയും സാമ്പത്തിക ഉൾച്ചേർക്കലും ലക്ഷ്യമിട്ട് 1970 കളിലും 1980 കളിലും നടത്തിവന്ന മുന്നേറ്റത്തിന് ഈ പരിശ്രമം വൻതിരിച്ചടിയായി. ഉദാരവ ല്ക്കരണത്തിനു മുമ്പുണ്ടായിരുന്ന സാമ്പത്തിക സംവിധാനം പുനഃസം ഘടിപ്പിച്ച് ഇന്നത്തെ കാലത്തിന് അനുയോജ്യമായ വിധം അതിന് രൂപം നല്കലാണ് അടിയന്തരമായി ഏറ്റെടുക്കേണ്ട കടമ.

പൊതുമേഖലാ ബാങ്കിങ് ശക്തിപ്പെടുത്തുക

കോർപ്പറേറ്റ് കടങ്ങളിലെ തിരിച്ചടവ് വരാത്തതുമൂലം പ്രശ്നങ്ങൾ നേരിടുന്ന പൊതുമേഖലാ ബാങ്കിങ്ങിനെ ശക്തമാക്കലാണ് ഒന്നാമത്തെ ലക്ഷ്യമാകേണ്ടത്. ബഡ്ജറ്റിലെ വിഭവമുപയോഗിച്ചോ, കമ്മിയെ ബാധി ക്കാത്തവിധം ബോണ്ടുകളിലൂടെയോ മറ്റോ മതിയായ മൂലധനം എത്തി ക്കുക എന്നതാണ് സാമ്പത്തികമായി വിവേകപൂർവ്വം സ്വീകരിക്കാവുന്ന അടിയന്തര പരിഹാര മാർഗ്ഗം. ഇതു ഒറ്റയടിക്കുള്ള എഴുതിത്തള്ളലല്ല. പഴയ നയവൈകല്യങ്ങളുടെ ഭാഗമായി വന്നുഭവിച്ച തെറ്റുകൾ തിരുത്തി പുനഃസംഘടിപ്പിക്കുന്നതിന്റെ ഒരുവശം മാത്രമാണ്. സർക്കാരിന് റീകാ പ്പിറ്റലൈസേഷൻ മുടക്കുന്ന ഓഹരിക്ക് ഡിവിഡന്റ് ലഭിക്കും. പുനഃസംഘ ടന വിജയിച്ചാൽ ഓഹരിവിലയും വർദ്ധിക്കും. ബാങ്കിന്റെ പൊതു ഉടമ

സ്ഥത നിലനിർത്താൻ 51 ശതമാനം ഓഹരി സർക്കാരിന്റെ കൈവശം നിലനിർത്തി ബാക്കി ഓഹരിയിൽ ഒരു ഭാഗം വിറ്റാൽ മുടക്കിയ മൂലധന ത്തിൽ ഒരു ഭാഗം അങ്ങനെ തിരിച്ചുലഭിക്കും.

അതിനുമുപരി കിട്ടാക്കടത്തിനു വേണ്ടി വിലയിരുത്തുന്ന തുക മൂല ധനമായി നല്കുന്നതിലെ നഷ്ടം അന്തിമമല്ല. എഴുതിത്തള്ളൽ സാങ്കേ തികം മാത്രമാണ്. റിക്കവറിയുടെ അളവ് വർദ്ധിക്കുന്നതിനനുസൃതമായി നഷ്ടം കുറഞ്ഞുവരും. പണം തിരിച്ചടയ്ക്കാത്ത കോർപ്പറേറ്റുകളോട് സൗമൃത കാട്ടിയും 'ഹെയർകട്ട്' അനുവദിച്ചും കടമാകെ എഴുതിത്ത ള്ളിയും മറ്റുമാണ് നഷ്ടം വർദ്ധിച്ചത്. ഈ നിലപാട് തിരുത്തി കർശന നടപടിയിലൂടെ കിട്ടാക്കടം പിരിച്ചെടുക്കണം. മാത്രമല്ല അമ്പത് റീ കൺസ്ട്രക്ഷൻ കമ്പനികൾക്ക് (ARC) കിട്ടാക്കടം ചുളുവിലയ്ക്ക് വില്ക്കുന്ന രീതി ഉപേക്ഷിക്കണം. കിട്ടാക്കട പ്രശ്നം പരിഹരിക്കാൻ ARC കളെ സഹകരിപ്പിക്കേണ്ടി വരുന്ന കേസുകളിൽ വില്ക്കുന്ന മൊത്തം ആസ്തിയുടെ 50 ശതമാനത്തിൽ ആദ്യം പറഞ്ഞുറപ്പിച്ച തിൽനിന്ന് അധികം തുക ലഭിച്ചാൽ അതിന്റെ പങ്ക് ബാങ്കുകൾക്ക് ലഭ്യ മാക്കാൻ വ്യവസ്ഥപ്പെടുത്തണം.

ഇത്തരം നടപടികൾക്കൊപ്പം മൂലധന സമാഹരണത്തിനായി ബാങ്കു കൾ അവരുടെ സ്വന്തം മാർഗ്ഗങ്ങൾ തേടുകയില്ലെന്ന് പ്രഖ്യാപിക്കണം. പുറംവാതിലിലൂടെ സ്വകാര്യവല്ക്കരണം ഏർപ്പെടുത്താനുള്ള ഒരു കെണി അതിൽ ഒളിഞ്ഞിരിപ്പുണ്ട്. ഒന്നാമത് മതിയായ മൂലധനം നല്കാതെ ഓഹരി വിറ്റാൽ അതിന് ന്യായമായ വില ലഭിക്കില്ല. സ്വകാര്യ ഉടമസ്ഥത പൊതുമേഖലാ ബാങ്കുകൾ വിവക്ഷിക്കുന്ന വികസന ലക്ഷ്യ ങ്ങൾ നേടാൻ പര്യാപ്തവുമല്ല. പൊതുമേഖലാ ബാങ്കുകളുടെ പ്രവർത്തനം പ്രത്യേക വിഭാഗങ്ങളാക്കി മാറ്റി അതിലെ ആരോഗ്യകര മായവ സ്വകാര്യമേഖലയ്ക്ക് വില്ക്കുകയും അത് ഓഹരിയുടമകൾക്ക് പങ്കുവെക്കുകയും മോശം ആസ്തികൾ ഉപേക്ഷിക്കുകയും ചെയ്യാൻ പോകുന്നു എന്ന രീതി ബാങ്കുകളുടെ എക്സിക്യൂട്ടീവുകൾ തന്നെ പറഞ്ഞു നടക്കുന്ന രീതി അവസാനിപ്പിക്കണം. ഏറെ അദ്ധ്വാനിച്ച് കെട്ടി യുയർത്തിയ ബാങ്കിങ് ഘടനയെ അതു തകർക്കുക മാത്രമല്ല ജീവന ക്കാരുടെയും മാനേജ്മെന്റിന്റെയും ആത്മവിശ്വാസം ഇത്തരം രീതി തകർക്കുകയും ചെയ്യും.

പൊതുമേഖലാ ബാങ്കിങ്ങിന്റെ പൊതുലക്ഷ്യം തിരിച്ചുപിടിക്കുക

ബാങ്കുകളുടെ പൊതു ഉടമസ്ഥതയുടെ ലക്ഷ്യം സാമൂഹ്യ ബാങ്കി ങ്ങാണ്. അതിനാൽ അവ നല്ല രീതിയിൽ പ്രവർത്തിച്ചതുകൊണ്ട് മാത്ര മായില്ല. അവയെ ലാഭക്ഷമതയ്ക്കതീതമായി വൃത്യസ്തമായ ഇതര അളവുകോലുകൾ കൂടി ഉപയോഗിച്ച് വിലയിരുത്തപ്പെടണം. മനുഷ്യാ വകാശങ്ങളും പാരിസ്ഥിതിക ഉത്തരവാദിത്വങ്ങളും കൂടി അടിസ്ഥാനമാ

ക്കിയുള്ള പൊതു ബാങ്കിങ്ങിനു മാത്രമേ പൊതു ലക്ഷ്യങ്ങൾ തിരിച്ചുപി ടിക്കാൻ കഴിയൂ. അതിന് തീർച്ചയായും ബാങ്കിങ് സൗകര്യങ്ങൾ ലഭി ക്കാത്ത ജനവിഭാഗങ്ങളിലേക്കെത്താനും കൃഷി, ചെറുകിട, മീഡിയം സ്ഥാപനങ്ങൾ, സമൂഹത്തിലെ ചില പ്രത്യേക വിഭാഗങ്ങൾ, പ്രത്യേകിച്ചും നിർദ്ധനരായ ഗ്രാമീണർ, കൊലാറ്ററൽ, സെക്യൂരിറ്റി നല്കാൻ കഴിയാ ത്തവർ എന്നിവരെയൊക്കെ സഹായിക്കാനുള്ള സംവിധാനമുണ്ടായിരി ക്കണം. അതുപോലെ വായ്പ നല്കുന്ന പ്രോജക്ടുകൾ സൃഷ്ടിച്ചേക്കാ വുന്ന സാമൂഹ്യ, പാരിസ്ഥിതിക പ്രശ്നങ്ങൾ, അവ ഒഴിവാക്കാനുള്ള മാർഗ്ഗങ്ങൾ (വൻതോതിൽ ജനങ്ങളെ ഒഴിപ്പിക്കേണ്ടി വരിക, മലിനീക രണം, അന്തരീക്ഷനാശം തുടങ്ങിയവ പരിഹരിക്കാനുള്ള പ്രതിവിധികൾ) എന്നിവയൊക്കെ ആത്മാർത്ഥമായി പരിഗണിക്കപ്പെടണം. അതുപോലെ സുതാര്യതയും അക്കൗണ്ടബിലിറ്റിയും പ്രധാനമാണ്. ജനങ്ങൾ നല്കിയ പണം എവിടെയാണ് നിക്ഷേപിക്കുന്നതെന്നും ആരുടെയൊക്കെ ഉത്തര വാദിത്വത്തിലാണ് അത് നിർവ്വഹിക്കുന്നതെന്നും തികച്ചും സുതാര്യമായി അവർക്കറിയാൻ കഴിയണം. അത് പാർലമെന്റടക്കം ജനാധിപത്യ സംവി ധാനങ്ങളുടെ മേൽനോട്ടത്തിലായിരിക്കയും വേണം.

വായ്പയുടെ പുനഃക്രമീകരണവും ബാങ്കുകളുടെ റീകാപ്പിറ്റലൈ സേഷനും

ബിസിനസുമായി ബന്ധമില്ലാത്ത കാര്യങ്ങൾക്ക് പ്രൊമോട്ടർമാർ ഫണ്ട് തിരിച്ചുവിടുന്നതിനെതിരെ ശ്രദ്ധാപൂർവ്വം തുടർപരിശോധന നട ത്താൻ സാങ്ഷനിങ് ഓഫീസർമാർക്ക്, പലപ്പോഴും കഴിയാതെപോകുന്നു. അതിനാൽ വേണ്ട രീതിയിൽ ഡിലിജൻഡ് നിർവ്വഹിക്കാനുള്ള സംവി ധാനം ശക്തിപ്പെടുത്തുകയും വൻ വായ്പകൾ പ്രത്യേക വിഭാഗം വായ്പ ക്കാർ എന്നിവരുടെ കാര്യത്തിൽ ഫോറൻസി ഓഡിറ്റ് സംവിധാനം ഏർപ്പെ ടുത്തുകയും വേണം. എല്ലാ വായ്പക്കാർക്കും സമാനമാനദണ്ഡങ്ങളിൽ നിന്നു മാറി വായ്പത്തുക ഉപയോഗിച്ചു നടത്തുന്ന ബിസിനസിൽ നിന്നുള്ള വരുമാനം നോക്കി തിരിച്ചടവ് കാലാവധിയും മറ്റും തീരുമാനി ക്കണം. വായ്പക്കാരന്റെ സാമ്പത്തിക സ്ഥിതി മെച്ചപ്പെടുത്തുന്നതുമായി ബന്ധപ്പെടുത്തി വേണം വായ്പാ പുനഃക്രമീകരണത്തിന്റെ രീതി നിശ്ച യിക്കേണ്ടത്. ഇത്തരം കേസുകളിൽ അവസാന തീരുമാനമെടുക്കുന്ന തിന് ഒരു നിശ്ചിതകാല പരിധി വേണം (ഏകദേശം 6 മാസം) ഇതി നുള്ള ചർച്ച അനന്തമായി വർഷങ്ങളോളം നീണ്ടു പോകുമ്പോൾ പുനഃ ക്രമീകരണ സംവിധാനത്തിന്റെ ലക്ഷ്യം തന്നെ പരാജയപ്പെടും.

ബേസൽ വ്യവസ്ഥകൾ പാലിക്കാൻ നാം നിർബ്ബന്ധിതരല്ലെന്നും അതിനെ അടിസ്ഥാനപ്പെടുത്തിയ ഒരു കരാറിലും ഇന്ത്യ ഒപ്പു വച്ചിട്ടി ല്ലന്നും പൊതുമേഖലാ ബാങ്കുകളെ സംബന്ധിച്ചിടത്തോളം മൂലധന പര്യാപ്തത സർക്കാർതന്നെ ഉടമസ്ഥനായ ബാങ്കുകൾക്ക് സർക്കാർ ഗാര

ണ്ടിയുള്ളതിനാൽ അപ്രസക്തമാണെന്നും നിലപാടെടുത്താൽ എളുപ്പ
ത്തിൽ പരിഹരിക്കാവുന്നതേയുള്ളൂ. മൂലധന പ്രശ്നം പരിഹരിക്കാനുള്ള
ഒരു മാർഗ്ഗം സർക്കാർ റിസർവ്വ് ബാങ്കിൽനിന്ന് കടമെടുക്കലാണ്. ആവ
ശ്യമുള്ള തുക റിസർവ് ബാങ്കിൽനിന്ന് കടമെടുത്ത് അഡീഷണൽ ഓഹ
രിയായി ബാങ്കുകളിൽ സർക്കാരിന് നിക്ഷേപിക്കാം. ബാങ്കുകൾക്ക് അതേ
തുക അവരുടെ നിക്ഷേപമായി റിസർവ്വ് ബാങ്കിന് നല്കാം. അപ്പോൾ
അത് റിസർവ്വ് ബാങ്കിന്റെ കണക്കിൽ കേവലം ഒരു ബുക്ക് അഡ്ജസ്റ്റ്മെന്റ്
മാത്രമായി മാറും. യഥാർത്ഥ സമ്പദ്ഘടനയിൽ അത് ഒരു വ്യതിയാ
നവും സൃഷ്ടിക്കുന്നില്ല. ധനപരമായി ബാങ്കിന്റെ ക്യാഷ് റിസർവ്വ് റേഷ്യോ
(CRR) വർദ്ധിക്കും. (CRR നിശ്ചയിക്കപ്പെട്ട പരിധിക്കപ്പുറം പോകുമെ
ന്നർത്ഥം) അതിനു തത്തുല്യമായി ബാങ്കിന്റെ കൈവശമുള്ള പണവും,
അതിന്റെ ആസ്തിയും വർദ്ധിക്കും. ഈ ഇനത്തിൽ ബാങ്കിന് നല്കേണ്ടി
വരുന്ന പലിശ റിസർവ്വ് ബാങ്കിന്റെ ലാഭത്തിൽനിന്ന് ലഭിക്കയും ചെയ്യുന്നു.
അല്ലാത്തപക്ഷം ഈ തുക റിസർവ്വ് ബാങ്ക് സർക്കാർ കണക്കിൽ ഉൾപ്പെ
ടുത്തുകയാവും ചെയ്യുക.

ചുരുക്കത്തിൽ ദേശസാല്കൃത ബാങ്കുകളുടെ ഓഹരിക്കായി അഡീ
ഷണൽ തുക വകയിരുത്തുക എന്നത് ഇല്ലാത്ത പ്രശ്നമാണ്. ദേശ
സാൽകൃതബാങ്കുകൾക്ക് ഓഹരി നല്കാൻ റിസർവ്വ് ബാങ്കിൽ കടം
വാങ്ങുന്നത് തീർച്ചയായും കടലാസിലെ രേഖയനുസരിച്ച് ധനകമ്മി
വർദ്ധിപ്പിക്കും. അത് ധനക്കമ്മി കുറച്ചു നിർത്താൻ സൃഷ്ടിച്ച ഫിസ്കൽ
റെസ്പോൺസിബിലിറ്റി ആന്റ് ബഡ്ജറ്ററി മാനേജ്മെന്റ് നിയമത്തിന്റെ
(FRBM) വ്യവസ്ഥയ്ക്ക് വിരുദ്ധമാണ്. എന്നാൽ നേരത്തേ വിശദീകരിച്ച
പോലെ സമ്പദ്ഘടനയിൽ അത് ഒരു ചലനവും സൃഷ്ടിക്കുന്നില്ല. ഏറ്റവും
ഒടുവിൽ സർക്കാർ നടപ്പിലാക്കിയ റീകാപ്പിറ്റലൈസേഷൻ പദ്ധതിപ്രകാരം
സർക്കാർ ഇറക്കിയ ബോണ്ടുകൾ ബാങ്കുകൾ വാങ്ങുകയാണുണ്ടായത്.
ഈ നടപടിമൂലം ഫണ്ട് പുറത്തേക്കോ അകത്തേക്കോ പോയിട്ടില്ലെന്നും
ബഡ്ജറ്റിനെ അത് ബാധിച്ചിട്ടില്ലെന്നുമാണ് അവകാശപ്പെട്ടത്. അതിൽ
ആകെ വന്ന ഒരു കാര്യം ബാങ്കുകളുടെ നിലവിലുള്ള നിക്ഷേപ
ത്തിൽനിന്ന് ഒരു ഭാഗം വീണ്ടും വായ്പ നല്കാൻ വകമാറ്റി എന്നതു
മാത്രമാണ്. ഈ ജോലി റിസർവ്വ് ബാങ്കിനെക്കൊണ്ടു ചെയ്യിക്കുന്ന പക്ഷം
അത്തരം സ്ഥിതി ഒഴിവാക്കാൻ കഴിയും.

സർക്കാരിന്റെ ധനസ്ഥിതിയനുസരിച്ച് ദേശസാല്കൃത ബാങ്കുകളുടെ
ഓഹരി അടിത്തറ വികസിപ്പിക്കാൻ വിഭവങ്ങളില്ലാത്തതിനാൽ അവയെ
സ്വകാര്യവല്ക്കരിക്കണം എന്ന വാദത്തിന് ഒരു അടിസ്ഥാനവുമില്ലെന്ന്
ഇതിൽനിന്നും വ്യക്തമാണ്. അതിനാൽ ഈ നീക്കം സംശയാസ്പദവു
മാണ്. അത് നയരൂപീകരണ വിദഗ്ദ്ധർക്ക് അറിവുള്ള കാര്യവുമാണ്.
എന്നിട്ടും അവർ ഈ നിലപാടിൽ ഉറച്ചു നില്ക്കുന്നതിന് ഒറ്റക്കാരണമേ
യുള്ളൂ. അന്താരാഷ്ട്ര സാമ്പത്തിക സ്ഥാപനങ്ങളും അമേരിക്കൻ ഭര
ണകൂടവും ഇന്ത്യയിലെ പൊതുമേഖലാ ബാങ്കുകൾ സ്വകാര്യവല്ക്കരി

ക്കണമെന്ന് വാശി പിടിക്കുമ്പോൾ അതിന് ഇവർ വഴങ്ങിക്കൊടുക്കുക
യാണ്. ലാറൻസ് സമ്മേഴ്സ് മുതൽ തിമോത്തി ഗെയ്ഫ്നർ വരെയുള്ള
അമേരിക്കൻ ട്രഷറി സെക്രട്ടറിമാർവരെ എല്ലാ പൊതുമേഖലാ ബാങ്കു
കളല്ലെങ്കിൽ ഇവിടത്തെ സ്റ്റേറ്റ് ബാങ്ക് ഓഫ് ഇന്ത്യയെങ്കിലും സ്വകാര്യ
വൽക്കരിക്കണമെന്ന് സർക്കാരിന്റെ മേൽ സമ്മർദ്ദം കൊണ്ടു വന്നതായി
റിപ്പോർട്ടുകൾ വന്നിട്ടുണ്ട്. നവലിബറൽ നയങ്ങളോട് ആഭിമുഖ്യമുള്ള
സർക്കാർ അതിന് അനുകൂലമാണുതാനും. ഭരണത്തിലുള്ള രാഷ്ട്രീയ
വർഗ്ഗമടക്കം രാജ്യത്തിനുള്ളിൽനിന്ന് ഉയർന്നുവരുന്ന തീവ്രമായ രാഷ്ട്രീയ
ചെറുത്തുനില്പ് ഒന്നുകൊണ്ടുമാത്രമാണ് അവർ അതിനു മുതിരാത്ത
ത്.

കൺസോളിഡേഷൻ എന്ന മിഥ്യ

പൊതുമേഖലാ ബാങ്കിങ് ശക്തമാക്കാനാണ് കൂട്ടിച്ചേർക്കൽ അഥവാ
കൺസോളിഡേഷൻ അനിവാര്യമെന്ന ഒരു വാദമാണ് ഈയിടെയായി
ഉയർത്തിയിട്ടുള്ളത്. 2017 ൽ അസോസിയേറ്റ് ബാങ്കുകളെ സ്റ്റേറ്റ് ബാങ്ക്
ഓഫ് ഇന്ത്യയുമായി കൂട്ടിച്ചേർത്ത് ഈ ലക്ഷ്യം പൂർത്തീകരിക്കാൻ
എന്ന അവകാശവാദത്തിൻമേലാണ്. 1991 ലെ ഇന്ത്യൻ ബാങ്കിങ്ങിന്റെ
മുൻകാല പ്രവർത്തനം വിലയിരുത്തിയ കമ്മിറ്റി ഓൺ ഫിനാൻഷ്യൽ
സിസ്റ്റം ആ തന്ത്രത്തെ ആകെത്തന്നെ തള്ളിക്കളഞ്ഞ് പ്രവർത്തനം ശക്ത
മാക്കാനുള്ള ഒരു മാർഗ്ഗമായി ബാങ്കുകളുടെ കൺസോളിഡേഷൻ
മുന്നോട്ടുവച്ചു. പലപ്പോഴും ഇന്ത്യൻ 'പിഗ്മികളെ' വമ്പന്മാരാക്കി അന്താ
രാഷ്ട്ര ബാങ്കു കമ്പോളത്തിൽ മത്സരിക്കാൻ കഴിവുള്ളവരാക്കാനാണ്
കൺസോളിഡേഷനെ ഉയർത്തി കാണിക്കാറുള്ളത്. ഇവിടെ പറയുന്ന
അന്താരാഷ്ട്രതലത്തിലെ മത്സരംകൊണ്ട് യഥാർത്ഥത്തിൽ അവരുദ്ദേശി
ക്കുന്നത് ഇന്ത്യക്കുള്ളിൽ വിദേശ ബാങ്കുകൾ കടന്നുവരുമ്പോൾ അവരു
മായി മത്സരിക്കാൻ ഇന്ത്യൻ ബാങ്കുകളെ തയ്യാറെടുപ്പിക്കുക എന്നാണ്.
നമ്മുടെ മുന്നിലുള്ള യഥാർത്ഥചിത്രം ഈ പറയുന്നതിൽനിന്ന്
വ്യത്യസ്തമാണ്. ഉദാരവല്ക്കരണത്തിന്റെ ഭാഗമായി നിയമങ്ങളിൽ ഇള
വുകൾ വരുത്തി സൗജന്യങ്ങൾ നല്കിയിട്ടും മൊത്തം ഷെഡ്യൂൾഡ്
കൊമേഴ്സ്യൽ ബാങ്കുകളിലെ മൊത്തം ആസ്തിയിൽ ഇന്ത്യയിൽ
വിദേശ ബാങ്കുകളുടെ വിഹിതം കേവലം 6.2 ശതമാനം മാത്രമാണ്.
ബാങ്കുകൾ ഏറ്റെടുക്കുന്ന നയം ലളിതവല്ക്കരിച്ച ശേഷവും വിദേശ
ബാങ്കുകളിൽനിന്ന് അത്തരം മത്സരം പൊതുമേഖലാ ബാങ്കുകൾ നേരി
ടുന്നില്ല. ഏറ്റെടുക്കൽ സംബന്ധിച്ച നിയമങ്ങളാകെ എടുത്തു മാറ്റുമ്പോ
ഴാണ് വിദേശബാങ്കുകൾ വലിയ അളവിൽ അവിടേക്ക് കടന്നുവരുന്ന
തെന്ന് ലാറ്റിനമേരിക്കയിലെയും (മെക്സിക്കോ) ഏഷ്യയിലെയും
(ജപ്പാൻ) അനുഭവം തെളിയിക്കുന്നു. ഭാവിയിൽ പ്രവർത്തനലാഭത്തിന്റെ
വളർച്ച ഒരുപരിധിവരെ ഉയർത്തുന്നതിന് കൺസോളിഡേഷൻ നടപടി

വിഘ്ലാതമാകാനാണ് സാദ്ധ്യത. അത്തരം നയം സാമ്പത്തിക വികസന ത്തിന് വൻനാശം വരുത്തിവയ്ക്കും. ശ്രദ്ധാപൂർവ്വം ഏറെ നാളുകളായി വളർത്തിക്കൊണ്ടുവന്ന ഭരണകൂടത്തിന്റെ നിയന്ത്രണത്തിലുള്ള ഇന്ത്യൻ ബാങ്കിങ്ങെന്ന വൻ സ്തൂപമാകെ തകർന്നു വീഴുമെന്നതാണ് ഏറെ പ്രധാന സംഗതി.

കൺസോളിഡേഷന് അനുകൂലമായി ഉയർത്തുന്ന മറ്റൊരു അവ കാശവാദം ഈ നടപടി വരുമാനം വർദ്ധിപ്പിക്കാനും ചെലവ് ചുരുക്കാനും കഴിയും എന്നതാണ്. ബാങ്കുകൾ വലുതായാൽ അതിനു കഴിയും എന്നാണ് ആ വാദത്തിന്റെ അടിസ്ഥാനം. വലുതായാൽ കാര്യക്ഷമത വർദ്ധിക്കും, കാര്യക്ഷമത വർദ്ധിച്ചാൽ മാനേജ്മെന്റ് രീതികൾ മാറിവരും, വളർച്ചാ സാദ്ധ്യതകൾ വർദ്ധിക്കും വൈവിദ്ധ്യമുള്ള വ്യത്യസ്ത ഉല്പ നങ്ങൾ (Proudct mix) ലഭ്യമാക്കും. പോരാത്തതിന് തൊഴിൽ ശക്തി യുടെ അളവും കുറയ്ക്കാം എന്നിങ്ങനെ പോകുന്നു ആ ന്യായവാദങ്ങൾ. അതായത് ആ വീക്ഷണ പ്രകാരം ബാങ്കുകളുടെ കേന്ദ്രീകരണവും അതിന്റെ കാര്യക്ഷമതയും, വികസനവും വർദ്ധിപ്പിക്കാനുള്ള നടപടി കളും പരസ്പരം ബന്ധപ്പെട്ടതാണ്. ഉല്പന്നത്തിന്റെയും സേവനത്തി ന്റെയും അളവ് വർദ്ധിപ്പിച്ചാൽ നേരത്തെ തന്നെ ഉല്പാദിപ്പിച്ചു വരുന്ന ഉല്പന്നങ്ങളുടെ ചെലവ് കുറയ്ക്കാൻ കഴിയും. അതിനോടൊപ്പം പുതിയ അതിർത്തികളിലേക്ക് കടന്നുചെല്ലാനും കൂടി അവസരം ലഭിക്കുമ്പോൾ ഇടപാടുകാരുടെ വ്യാപ്തി വർദ്ധിക്കയും ചെലവ് കുറയ്ക്കാൻ അതു മൂലം സാദ്ധ്യത കൂടുകയും ചെയ്യും.

വ്യത്യസ്തതയാർന്ന ബാങ്കിങ് പ്രവർത്തനങ്ങൾക്ക് ചെലവ് ചുരു ക്കുകയും ഇടപാടുകാർക്ക് ഒരേസമയം ഒട്ടനേകം സേവനങ്ങൾ ഒരു കുട ക്കീഴിൽ ലഭ്യമാക്കാനും അവസരം സൃഷ്ടിക്കും. അതു കൂടാതെ സാങ്കേ തിക വിദ്യ ആധുനികവല്ക്കരിക്കുന്നതിന്റെ നേട്ടവും വൻസ്ഥാപന ങ്ങൾക്ക് അനുഗ്രഹമാണ്. വിവര ശേഖരണത്തിന്റെ ചെലവിലും കുറവു ണ്ടാകും. ഏറെ അകലെയുള്ള ഇടപാടുകാർക്കുവരെ അവരുടെ എണ്ണം എത്ര വലുതാണെങ്കിലും ഉടനടി വിവരങ്ങളെത്തിക്കാം. കമ്പ്യൂട്ടർ നെറ്റ് വർക്കിലൂടെ ഉല്പന്നങ്ങളെക്കുറിച്ച് വിവരം നല്കാനും ഒരു പ്രത്യേക സ്ഥലത്ത് കേന്ദ്രീകരിച്ച് കുറഞ്ഞ ചെലവിൽ കാൾസെന്ററുകൾ വഴിയും ബ്രാഞ്ചുകൾ മാനേജ് ചെയ്യാൻ കഴിയും. ഇവയെല്ലാം ആപേക്ഷികമായി വലിയ ബാങ്കുകൾക്ക് കിട്ടാവുന്ന നേട്ടങ്ങളാണ്.

എന്നാൽ പ്രവർത്തനാനുഭവങ്ങൾ ഈ വാദത്തിന് നേർവിപരീത മാണ്. പല പശ്ചാത്തലത്തിൽ ബാങ്കുകളുടെ മെർജർ/അക്വിസിഷനിലൂ ടെയുള്ള കൂട്ടിച്ചേർക്കലുകളെപ്പറ്റി പരിശോധനയും ഏറെ പഠനങ്ങളും നടന്നിട്ടുണ്ട്. വലിപ്പം വർദ്ധിക്കുന്നതിനൊപ്പം കഴിവും വർദ്ധിക്കുമെന്ന ധാരണയ്ക്കു വിപരീതമായി അക്കാദമിക പഠനങ്ങൾ കാണിക്കുന്നത് ഇങ്ങനെ കഴിവു വർദ്ധിക്കുന്ന കാര്യം തെളിയിക്കപ്പെട്ടിട്ടില്ലെന്നാണ്. ബോയ്ഡും ഗ്രാമും (1998 പേജ് 133) ഗവേഷണഫലം അവലോകനം

ചെയ്ത് ഇങ്ങനെയാണ് പറഞ്ഞവസാനിപ്പിക്കുന്നത്. "അമേരിക്കൻ ബാങ്കിങ് വ്യവസായത്തിലെ കൺസോളിഡേഷൻ പ്രവർത്തനത്തിന്റെ ചക്രവാളം വികസിപ്പിക്കാൻ സഹായിച്ചതിന് തെളിവൊന്നുമില്ല." യൂറോ പ്പിൽ നിന്നുള്ള വിവരങ്ങളും വ്യത്യസ്തമല്ല. ഗോൾഡ് ബർഗും റായിയും (1996) ബാങ്കുകളുടെ കഴിവിന്റെ കേന്ദ്രീകരണവും യൂറോപ്യൻ ബാങ്കിങ്ങും തമ്മിൽ ചടുലമായ ബന്ധമൊന്നുമില്ല എന്നാണ് രേഖപ്പെടുത്തിയിട്ടു ള്ളത്."

അതിനാൽ മെർജറുകൾ സംഭവിക്കുന്നതു കൊണ്ടുമാത്രം ചെലവു കുറയുകയും കഴിവ് വർദ്ധിക്കയും ബാങ്കുകൾക്ക് ശക്തി വർദ്ധിക്കയും ചെയ്യുമെന്ന വാദത്തിന് നിലനില്പില്ല. അതുമൂലം അനേകം പേർക്ക് തൊഴിൽ നഷ്ടപ്പെടുകയും ബാക്കി വരുന്ന ജീവനക്കാർ ബ്രാഞ്ചു മാറ്റി യുള്ള നിയമനവും വർദ്ധിച്ച ജോലി സമ്മർദ്ദവും മറ്റം നേരിടേണ്ടിവരി കയും ചെയ്യും. ബാങ്കുകളുടെ മൊത്തം ആസ്തിയും ലാഭക്ഷമതയും തമ്മിലുള്ള ബന്ധത്തെപ്പറ്റി (അകലാഭവും ആസ്തിയും തമ്മിലുള്ള അനു പാതം) 1991-02 മുതൽ 2003-04 വരെയുള്ള ഒരു പഠനം ബാഗ്ചിയും ബാനർജിയും (2005) ചേർന്ന് നടത്തുകയുണ്ടായി. ആ അനുപാതം 10 ശതമാനമായി കണക്കാക്കിയാൽപോലും ആസ്തിയുടെ വലിപ്പത്തിന് ലാഭത്തെ കാര്യമായി സ്വാധീനിക്കാൻ ആവില്ലെന്ന് തെളിയിക്കുന്നു. അതി നാൽ ഷെഡ്യൂൾഡ് കൊമേഴ്സ്യൽ ബാങ്കുകളുടെ ആസ്തിവലിപ്പം ലാഭ ക്ഷമതയെ ബാധിക്കുമെന്ന വാദവും നിരർത്ഥകമാണ്.

മെർജറുമായി ബന്ധപ്പെട്ട് ചൂണ്ടിക്കാണിക്കുന്ന മറ്റൊരു കാര്യം ബാങ്കിന്റെ ഘടനയും ബാങ്ക് ഇടപാടുകളുടെ രീതിയും തമ്മിലുള്ള ബന്ധ മാണ്. വലിയ ബാങ്കുകൾ കൊയ്തെടുക്കുക മാത്രമാണ് ചെയ്യുന്നത്. അവ വിത്തുവിതയ്ക്കയോ കൃഷി പരിപാലിക്കയോ ചെയ്യുന്നില്ല (ഡിംസ്കി 2002) മറ്റൊരുവിധത്തിൽ പറഞ്ഞാൽ അവ ഇതര സ്ഥാപന ങ്ങൾ വിതയ്ക്കുന്നതും പരിരക്ഷിക്കുന്നതുമായ ഉല്പന്നങ്ങൾ അല്ലെങ്കിൽ സേവനത്തിനുള്ള ഫീസും മറ്റും തുടർച്ചയായ സേവനനടപടികളിൽ ഏർപ്പെടാനും അതിന്റെ ഫലങ്ങൾ മാത്രം കൊയ്തെടുക്കുന്നവരാണ്.

ഉല്പന്നങ്ങളും സേവനങ്ങളും ഒരേ രീതിയിൽ ക്രമീകരിക്കുന്നതു വഴി (Standardise) ചെലവ് കുറയ്ക്കാൻ കഴിയുന്നു എന്നതാണ് വലിയ ബാങ്കുകൾക്ക് അനുകൂലമാകുന്ന ഒരു സാമ്പത്തിക ഘടകം. മെർജറിന് അനുകൂലമായ വിവരവിതരണത്തിന്റെ ഐകരൂപ്യം സംഭവിക്കാത്ത പക്ഷം അത് സ്ഥാപനത്തിന്റെ കഴിവ് കുറയ്ക്കുകയാണെന്നു ചെയ്യുക. മെർജർ നടക്കുമ്പോൾ അത് ഏറ്റെടുക്കുന്നവർ പുതിയതായി വ്യത്യസ്ത ഉല്പന്നങ്ങളും ഒരു ഉല്പന്നത്തിന്റെ വിവിധ രൂപങ്ങളും കൊണ്ടുവന്നാൽ ചെലവ് വർദ്ധിക്കുകയേയുള്ളൂ. ഒരർത്ഥത്തിൽ അവിടെ ഇടപാടുകാര നെയും ബാങ്കിനെയും കൂട്ടിയിണക്കുന്ന ഊഷ്മളബന്ധം (Relationship Banking) അവസാനിക്കയാണ്. വ്യത്യസ്ത ഇടപാടുകാർക്ക് ആവശ്യ ങ്ങൾ വ്യത്യസ്തമായിരിക്കും. അവരുമായി ബന്ധപ്പെടുന്ന ഓഫീസർമാർ

അത്തരം ഓരോ വായ്പക്കാരന്റെയും ബിസിനസ് സാധ്യതകളും ആ സാധ്യതകൾ പ്രയോഗത്തിൽ വരുത്താനുള്ള അവസരവും അവ നടപ്പിൽ വരുത്താനുള്ള ഓരോരുത്തരുടെയും കഴിവും വിലയിരുത്തി കാര്യങ്ങൾ നീക്കുന്നതാണ്. റിലേഷൻഷിപ്പ് ബാങ്കിന്റെ അടിസ്ഥാന ശില. ഒരിക്കൽ ഇടപാടുകാരനെക്കുറിച്ചുള്ള വിവരങ്ങൾ തൃപ്തികരമെങ്കിൽ അയാളുമായുള്ള ബന്ധം വികസിപ്പിക്കയും പല കരാറുകളായി അത് പടരുകയും ചെയ്യും. ഇന്ത്യയിൽ നാം ഇടപഴകുന്നത് ചെറുകിട ഇടപാടുകാരുമായിട്ടാണ്. അതിനാൽ റിലേഷൻഷിപ്പ് ബാങ്കിങ്ങിന് വർദ്ധിച്ച പ്രാധാന്യമുണ്ട്. വ്യത്യസ്ത ബാങ്കുകൾ, വ്യത്യസ്ത കസ്റ്റമർ ഗ്രൂപ്പുകൾ പ്രസ്തുത പ്രവർത്തനരീതികളൊക്കെ ഇവിടെ അനിവാര്യമെന്നു വരുന്നു.

ഏകീകരിച്ച ബാലൻസ് ഷീറ്റുകളും വലിയ ബാങ്കുകളുടെ ഒരേ രീതിയിലുള്ള വായ്പാ ഉല്പന്നങ്ങളുമായി മാറുമ്പോൾ ചെറുകിട വായ്പക്കാരൻ അവഗണിക്കപ്പെടുമോ എന്ന ആകാംക്ഷയ്ക്ക് അതീവ പ്രാധാന്യം നല്കേണ്ടതില്ല. എന്നാൽ ചെറുകിട ബാങ്കുകൾക്ക് വൻബാങ്കുകളേക്കാൾ ഇക്കാര്യത്തിൽ മികച്ച സേവനം നല്കാൻ കഴിയും. കമ്പനി ഉടമസ്ഥനും മാനേജർമാരുമൊക്കെയായി തുടർച്ചയായ ആശയവിനിമയം നടത്താൻ ബാങ്കുദ്യോഗസ്ഥർക്ക് അവസരം ലഭിക്കുന്നു എന്നതാണ് അതിലെ പ്രധാന ഘടകം. വലിയ ബാങ്കുകളുടെ മോണിറ്ററിങ് സംവിധാനത്തിൽ നിന്ന് മാറിയ വ്യത്യസ്ത രീതിയാണിത്. വലിയ ബാങ്കുകൾ ഇത്തരം ചെറിയ ബാങ്കുകളെ ഏറ്റെടുക്കുമ്പോൾ ചെറുകിട വായ്പക്കാർക്ക് ഇത്തരം അടിസ്ഥാനപരമായ, അനിവാര്യമായ സൗകര്യങ്ങൾ നഷ്ടപ്പെടുകയും അവർ പിടിച്ചുപറി പലിശക്കാരന്റെ കൈയിൽ ചെന്ന് വീട്ടാൻ നിർബ്ബന്ധിതരാകുകയും ചെയ്യും.

വൻകിട ബാങ്കുകളെ സംബന്ധിച്ച മറ്റൊരു പ്രത്യേകത, അവ വായ്പ നല്കുന്നതിൽ നിന്നുമാറി ഫീസ് അടിസ്ഥാനപരമായ പ്രവർത്തനങ്ങളിലേക്കു നീങ്ങുന്നതാണ്. ദേശീയവും ബഹുദേശീയവുമായ വൻകിട സാമ്പത്തികമില്ലാത്ത സ്ഥാപനങ്ങൾ അവരുടെ മൂലധന ആവശ്യങ്ങൾ ഓഹരിക്കമ്പോളത്തിൽനിന്ന് സമാഹരിക്കുന്ന രീതിയുണ്ട്. അത്തരം വൻകിടക്കാർക്ക് അണ്ടർ റൈറ്റിങ് സർവ്വീസ് ക്ലിയറിങ് സർവ്വീസ്, ട്രേഡിങ് സർവ്വീസ്, അഡ്വൈസറി, അസറ്റ് മാനേജ്മെന്റ് തുടങ്ങിയ സേവനങ്ങൾക്ക് ഫീസും കമ്മീഷനും ലഭ്യമാക്കുന്ന രീതി വളരെ വ്യാപകമായി ബാങ്കിങ് പ്രവർത്തനങ്ങളിൽ കടന്നുവന്നിട്ടുണ്ട്.

മെർജറുകളുടെ ഭാഗമായി അവഗണിക്കപ്പെടുന്ന മറ്റൊരു ഘടകമാണ് കൂട്ടിച്ചേർക്കപ്പെടുന്ന സ്ഥാപനങ്ങളിലെ സംവിധാനങ്ങളും സംസ്കാരവും തമ്മിലുള്ള പ്രശ്നങ്ങൾ. തൊഴിൽ ശക്തിയിൽ എത്ര വെട്ടിക്കുറവു വരുത്തിയാലും അവശേഷിക്കുന്ന ജീവനക്കാരെ സംബന്ധിച്ച ഇത്തരം പ്രശ്നങ്ങൾ മുന്നിലേക്ക് വരികതന്നെ ചെയ്യും. ഇതേപ്പറ്റി മുന്നറിയിപ്പ് റിസർവ്വ് ബാങ്കിന്റെ ഉദ്യോഗസ്ഥർ തന്നിട്ടുണ്ട്.

മുമ്പെല്ലാം നാം അഭിമുഖീകരിച്ചതുപോലെ ഏറ്റെടുക്കുന്ന ബാങ്കിലെ തൊഴിൽശക്തിയുടെ സംസ്കാരവും അവരെ സ്വീക രിക്കുന്ന ബാങ്കിലെ തൊഴിൽശക്തിയുടെ സംസ്കാരവും ഒരു വലിയ വെല്ലുവിളി ഉയർത്തുന്നുണ്ട്. ഇവയൊക്കെ ഫലപ്രദമായി സംയോജിപ്പിക്കുമ്പോൾ മാത്രമേ ഈ കൂട്ടിച്ചേർന്ന ഊർജ്ജസ്വ ലതയെ പ്രയോഗവല്ക്കരിക്കാൻ കഴിയൂ. തൊഴിൽ ശക്തിയും സാംസ്കാരിക സവിശേഷതകളും അടക്കം സമഗ്രമായ മെർജ റിൽ കൂടി മാത്രമേ, പ്രത്യേകിച്ചും ഇന്ത്യൻ സാഹചര്യത്തിൽ ഈ ഉദ്യമം വിജയിപ്പിക്കാൻ കഴിയൂ.

വായ്പ നല്കുന്നതിലെ പുരോഗതി

എസ് സ്റ്റീനും (2005) ചന്ദ്രശേഖരും (2010) നേരത്തേ വിശദീകരി ച്ചിട്ടുള്ളതുപോലെ ഈ നടപടികൾക്കൊപ്പം വികസനത്തിനുള്ള വിശാല സാമ്പത്തിക തന്ത്രങ്ങൾ ഇതിന്റെ തുടർച്ചയായി നടപ്പിലാക്കണം. അതിൽ വർദ്ധിച്ച അപകടസാധ്യത കണ്ട് കൊമേഴ്സ്യൽ ബാങ്കുകൾ പൊതു വിൽ ഒഴിവാക്കിയ ഇടപാടുകളിൽ വർദ്ധിച്ച ചെലവു വരുന്ന സ്ഥാപന ങ്ങൾക്കുള്ള സാമ്പത്തിക സഹായ (ഇൻസ്റ്റിറ്റ്യൂഷണൽ ഫിനാൻസ്) ത്തിന് സംവിധാനമൊരുക്കണം. അതിനു അനുയോജ്യമായ നയങ്ങളാ വിഷ്കരിച്ചും പലിശനിരക്ക് കുറച്ചു നിർത്തിയും ആവശ്യമായ മൂലധന ലഭ്യത ഉറപ്പുവരുത്തിയും മറ്റും ഈ കൃത്യം നിർവ്വഹിക്കാൻ റിസർവ്വ് ബാങ്ക് തയ്യാറാകണം (തീർച്ചയായും അവർ അങ്ങനെ ചെയ്ത ചരിത്ര മുണ്ട്)

പലരും മുൻപ് ചൂണ്ടിക്കാണിച്ചിട്ടുള്ളതുപോലെ (ആംസ്ഡൻ 2001, 2012, ചന്ദ്രശേഖർ 2010) വികസന ധനകാര്യ സ്ഥാപനങ്ങൾ എന്ന് പൊതു വിൽ വിശേഷിപ്പിക്കുന്ന സ്ഥാപനങ്ങൾ മനഃപൂർവം വികസിപ്പിച്ചെടുക്കൽ വികസ്വര രാജ്യങ്ങൾ അടിയന്തരമായി നടപ്പാക്കേണ്ടതാണ്. കൊമേ ഴ്സ്യൽ ബാങ്കുകൾക്ക് ഏറ്റെടുക്കാൻ കഴിയാത്തവിധം അപകട സ്വഭാ വമുള്ളതും ദീർഘസമയം നീണ്ടുനില്ക്കുന്നതുമായ പ്രോജക്ടുകളാണ് ഇതിൽ മിക്കവയും. സർക്കാർ നയമനുസരിച്ച് നടപ്പിൽ വരുത്തുന്ന സാമൂഹ്യ സാമ്പത്തിക ലക്ഷ്യങ്ങളോടെ ആവിഷ്കരിക്കുന്ന ദീർഘ കാലയളവിലുള്ള അപകട സാധ്യതയുള്ള വായ്പകൾ പദ്ധതിക്ക് മുടക്കം വരാത്തവിധം ലഭ്യമാക്കാൻ ഇത്തരം സ്ഥാപനങ്ങൾക്ക് കഴിയും. നേരിട്ട് വായ്പ നല്കുന്നതിനൊപ്പം ഇത്തരം സ്ഥാപനങ്ങൾ അണ്ടർ റൈറ്റിങ്, ഗ്യാരണ്ടി തുടങ്ങിയ സാമ്പത്തിക സേവനങ്ങളും എത്തിച്ചു കൊടുക്കേണ്ടി വരും. ചന്ദ്രശേഖർ ചൂണ്ടിക്കാണിച്ചപോലെ (2010) വർക്കിങ് കാപ്പിറ്റൽ മാത്രമല്ല, ദീർഘകാല സഹായവും മൂലധനാധിഷ്ഠിത മേഖലകൾക്ക് നല്കേണ്ടി വരും. നീണ്ട സമയ പദ്ധതികളായതിനാൽ പലതരത്തിലുള്ള നിക്ഷേപവും ഉല്പാദനവും സംബന്ധിച്ച തീരുമാനങ്ങളും കോർപ്പറേറ്റ്

ഭരണത്തിന്റെമേൽ ശ്രദ്ധയും പദ്ധതിയുടെ പുരോഗതിയുമൊക്കെ സൂക്ഷ്മമായി നിരീക്ഷിക്കേണ്ടിവരും. ഉദാരവല്ക്കരണശേഷം ഇന്ത്യ ഇവിടെയുണ്ടായിരുന്ന ഇത്തരം വികസന ധനകാര്യ സ്ഥാപനങ്ങളിൽ വലിയ പങ്ക് പൊളിച്ചടുക്കി. ഇന്ന് പൊതുമേഖലാ ബാങ്കുകൾ നേരിടുന്ന പ്രശ്നങ്ങൾക്ക് ഒരു കാരണം ഇതാണ്. അതിനാൽ സ്ഥാപനങ്ങളായും സഹായം നല്കുന്ന സംവിധാനമെന്ന നിലയിലും വികസന സാമ്പത്തിക സംവിധാനം പുനഃസൃഷ്ടിക്കേണ്ടത് അനിവാര്യമാണ്.

വികസന ബാങ്കുകളെ സംബന്ധിച്ച ആശങ്കകൾ പൊതുവിൽ കാർഷിക ബാങ്ക്, ഹൗസിങ് ബാങ്ക് (പ്രത്യേകിച്ചും പാവപ്പെട്ടവർക്കും മിഡിൽ ക്ലാസിനും വായ്പ നല്കുന്നവ) ചെറുകിടക്കാരുടെ ആവശ്യങ്ങൾ നിറവേറ്റുന്ന വികസന സ്ഥാപനങ്ങൾ എന്നിവിടങ്ങളിൽ നില നില്ക്കുന്നുണ്ട്. അതുപോലെ സഹകരണ ബാങ്കുകളെയും നല്ല അളവിൽ പ്രോത്സാഹിപ്പിക്കണം (അവയെ രാഷ്ട്രീയനിയന്ത്രണത്തിൽനിന്ന് ഒഴിവാക്കുകയും വേണം) വിവിധ വിഭാഗങ്ങളിൽ പെട്ട ചെറുകിട ഉല്പാദകർക്ക് കുറഞ്ഞ ബാദ്ധ്യതയിൽ ലഭ്യമാക്കാൻ അതുമൂലം കഴിയും. ഇക്കാര്യത്തിൽ ഗ്രൂപ്പിനു വായ്പ നല്കുന്ന രീതി എപ്പോഴും വേണ്ടിവരില്ലെന്ന് യൂറോപ്യൻ രാജ്യങ്ങളിലെ സഹകരണ ബാങ്കിങ് മേഖലയിലെ അനുഭവം തെളിയിച്ചിട്ടുണ്ട്. ഏകരീതിയിലുള്ള ജാഗ്രതാ രീതികൾ (Predential norms) ഇത്തരം സ്ഥാപനങ്ങൾക്ക് നിശ്ചയിക്കപ്പെട്ട കൃത്യ നിർവ്വഹണത്തിന് പ്രതിബന്ധം സൃഷ്ടിക്കും. റഗുലേറ്ററി സ്ഥാപനങ്ങൾ ഇവയുടെ പ്രവർത്തനങ്ങൾക്ക് ഇൻസന്റീവ് നിശ്ചയിക്കുന്നത് അവയുടെ പ്രാഥമിക ലക്ഷ്യത്തിൽനിന്നു വ്യതിചലിച്ച് ലാഭത്തിൽമാത്രം ശ്രദ്ധയുന്നാൻ പ്രേരകമാകും. റഗുലേറ്റർമാർ വ്യത്യസ്ത ബാങ്കുകൾക്ക് വ്യത്യസ്ത സമീപനം (നിയന്ത്രണത്തിലും മേൽനോട്ടത്തിലും) പാലിക്കണം.

വ്യത്യസ്തമായ ഇത്തരം നയവ്യതിയാനം ഇപ്പോൾ മൈക്രോ ഫിനാൻസിനെ വിലയിരുത്തുന്നതിലും പ്രതിഫലിക്കും. സാമ്പത്തിക നയത്തിൽ ഇപ്പോൾ സ്വീകരിക്കുന്ന രീതിയനുസരിച്ച് മൈക്രോ ഫിനാൻസിനെ സ്ഥാപനവല്കൃത വായ്പയുടെ ഒരു ബദൽ രൂപമായാണ് കണക്കാക്കുന്നത്. (ഔദ്യോഗിക വായ്പകൾ പണക്കാർക്കും കമ്പനികൾക്കും മൈക്രോ ഫിനാൻസ് പാവങ്ങൾക്കും സ്ത്രീകൾക്കും) നേരത്തേ നടന്ന ചർച്ചകളിൽനിന്ന് സ്ഥാപനവല്കൃത വായ്പയിൽനിന്ന് വിവക്ഷിക്കപ്പെടുന്ന സാമ്പത്തിക ഉൾച്ചേർക്കലിന് മൈക്രോഫിനാൻസ് പകരമാവില്ലെന്നും അത് ഉല്പാദന ആസ്തികൾ സൃഷ്ടിക്കാനോ സാമ്പത്തിക പ്രവർത്തനങ്ങൾകൊണ്ട് ജീവിതം കരുപ്പിടിപ്പിക്കാനോ സഹായകമല്ലെന്നും തെളിഞ്ഞതാണ്. ഗ്രൂപ്പ് വായ്പകൾ ഈട് നല്കണമെന്ന് നിർബ്ബന്ധിക്കാതെ വായ്പാ വിതരണം സുഗമമാക്കുമെങ്കിലും ഉയർന്ന പലിശയും കുറഞ്ഞ തിരിച്ചടയ്ക്കൽ കാലയളവും തിരിച്ചടവിന് ചെലുത്തുന്ന സന്ദർഭവും ദാരിദ്ര്യം കുറച്ചുകൊണ്ടുവരുന്നതിനും പാവങ്ങൾക്ക് ആസ്തി സമ്പാദിക്കുന്നതിനും സഹായകമല്ല. ഉപഭോഗാവശ്യങ്ങൾ നിറവേറ്റുന്ന

തിൽ അത് ഒരു പങ്കുവഹിക്കുന്നു എന്നത് വസ്തുതയാണ്.

വിവിധ തരം ബാങ്കുകളുടെ കാര്യത്തിൽ (കമേർഷ്യൽ കോ ഓപ്പ റേറ്റീവ്, ഡെവലപ്മെന്റ് എന്നിങ്ങനെ, സ്ഥാപനത്തിന്റെ സാമ്പത്തിക ഉൾച്ചേർക്കൽ നടത്തുമ്പോൾ റിസർവ് ബാങ്കിന്റെയും ഇതരറഗുലേറ്ററി സ്ഥാപനങ്ങളുടെയും ഭാഗത്ത് നിന്നും ഒരളവിൽ സബ്സിഡിയും സൃഷ്ടി പരവും ആകർഷകവുമായ സമീപനം ഉണ്ടാകണം. ചെറുകിട മൈക്രോ സംരംഭങ്ങൾ, സ്വയം തൊഴിലിൽ ഏർപ്പെട്ടവർ, കർഷകർ, സ്ത്രീകൾ, ഭൂമിക്ക് കൈവശ രേഖയില്ലാത്തവർ, കൊലാറ്ററൽ സെക്യൂരിറ്റി നല്കാൻ കഴിയാത്തവർ തുടങ്ങിയവരുടെയെല്ലാം ആവശ്യങ്ങൾ പരിഗണിക്കപ്പെ ടണം. മിൻസ്കി (1993) അടക്കമുള്ളവർ ചൂണ്ടിക്കാട്ടിയപോലെ സാമാ ന്യനിലയിൽ ഓരങ്ങളിലേക്ക് തള്ളിമാറ്റപ്പെട്ട വിഭാഗങ്ങൾക്കുവേണ്ടി കമ്മ്യൂ ണിറ്റി ബാങ്കുകൾ വികസിപ്പിച്ചെടുത്ത് അവർക്ക് ഒരു ദേശീയ നെറ്റ്‌വർക്ക് ഉണ്ടാകുന്നത് ക്രോസ് സബ്സിഡി നല്കാനും സ്ഥാപനങ്ങൾക്കിടയിൽ വളർച്ചയ്ക്കുള്ള തുര വികസിപ്പിക്കാനും സഹായിക്കും.

പാവപ്പെട്ടവർക്ക് ഭദ്രതയുള്ള ഒരു സമ്പാദ്യരീതിയും ആവശ്യമാണ്. അതിന് കമ്മ്യൂണിറ്റി ബാങ്കിലോ, മറ്റേതെങ്കിലും സേവിങ് ബാങ്കിലോ മറ്റോ ഗ്യാരന്റിയോടെ നിക്ഷേപം നടത്താൻ കഴിയേണ്ടതാണ്. ഡയറക്റ്റഡ് ക്രെഡിറ്റ് സമ്പ്രദായം പോലെ ഒരു വ്യവസ്ഥയുടെ സമ്മർദ്ദമില്ലാതെ കൊമേഴ്സ്യൽ ബാങ്കുകൾ അതിനു തയ്യാറെന്നുവരില്ല. ചില ആകർഷ ണങ്ങളില്ലാതെ ഒരു സമ്മർദം കൊണ്ടുവരിക പ്രയാസമാണ്. ഡോളജിൻ, ഗിനിൻജി, ഹൈൻഡ് (2008) എന്നിവർ ചേർന്നും പൊള്ളിനും (2008) മറ്റുള്ളവരും പ്രത്യേകിച്ചും മുന്നോട്ടുവെച്ച ആശയങ്ങൾ ഈ പശ്ചാത്തല ത്തിൽ പ്രസക്തമാണ്. ചെറുകിട വായ്പയുടെ തിരിച്ചടവിലെ അപകട പരിഹാരത്തിന് ലോൺ ഗ്യാരന്റി (വായ്പത്തുകയുടെ 50 അല്ലെങ്കിൽ 75 ശതമാനം) അധികബാധ്യതയ്ക്ക് വായ്പ നല്കിയവർക്ക് സബ്സിഡി, ചെറുകിട വായ്പയുടെ മോണിറ്ററിങ് എന്നിവ ഈ നിർദ്ദേശങ്ങളിലുൾപ്പെ ടുന്നു.

അതായത് ഫലപ്രദവും നീതിപൂർവ്വകവും സുസ്ഥിരവുമായ സാമ്പ ത്തിക ഉൾച്ചേർക്കലും സാമ്പത്തിക നയത്തിന്റെ വികാസവും ഉറപ്പി ക്കാൻ റിസർവ് ബാങ്കും സർക്കാരും വൈവിധ്യപൂർണ്ണമായ സ്ഥാപന ങ്ങൾ, പൊതു വികസന ബാങ്കുകൾ കമ്മ്യൂണിറ്റിബാങ്കുകൾ സഹകരണ ബാങ്കുകൾ കൂടാതെ കൊമേഴ്സ്യൽ ബാങ്കുകൾ ഇൻസെന്റീവ് നല്കി തയ്യാറെടുപ്പിക്കണം. രാജ്യമാകെയും സംസ്ഥാനത്തും നെറ്റ് വർക്കുള്ള കമ്മ്യൂണിറ്റി ഡെവലപ്മെന്റ് ബാങ്കുകളും അവഗണിക്കപ്പെട്ട, അർഹത പ്പെട്ടവർക്ക് വായ്പ നല്കാനും മറ്റും സജ്ജമാകണം. മുൻഗണനാ വായ്പാ വിതരണത്തിന് ഫലപ്രദമായ നടപടികൾ സ്വീകരിക്കുകയും മൊത്തം ബാങ്ക് വായ്പയിൽ ഒരു ഭാഗം ചെറുകിട വായ്പക്കാർക്ക് വ്യക്ത മായി ആ വിഭാഗത്തെ നിർവ്വചിച്ച് മാറ്റിവയ്ക്കുകയും അതുവഴി തന്നെ എത്തുമെന്ന് ഉറപ്പാക്കാൻ കർശന സമീപനമെടുക്കുകയും ചില

മുൻഗണനാ വായ്പയ്ക്ക് ഡിസ്കൗണ്ട് അനുവദിക്കയും വേണം. മൈക്രോ ലൈൻസിങ്ങിന് ആവശ്യമുള്ളിടത്ത് ഇടപാടുകൾ നടത്താൻ വേണ്ടിവരുന്ന ചെലവിന് സബ്സിഡിയോ, ഗ്യാരന്റിയോ നല്കുകയും വേണം. അതുപോലെ 'താഴ്ന്ന മുൻഗണന' നല്കേണ്ട വിഭാഗങ്ങൾക്ക് സീലിങ്ങും മറ്റു നിയന്ത്രണനടപടികളും അതിനൊക്കെ പ്രത്യേകം റിസർവ്വുകളും നിശ്ചയിക്കണം.

നവലിബറലിസത്തിൽനിന്ന് പിന്മാറുക

നേരത്തേ സൂചിപ്പിച്ചതുപോലെ മുകളിൽ പറഞ്ഞ നടപടികളൊക്കെ ഭാഗികമായി നടപ്പിലാക്കിയാൽ പോലും ഒരു മാറ്റം കൊണ്ടുവരണമെ ങ്കിൽ നവ ലിബറലിസത്തിന്റെ അടിസ്ഥാന ചട്ടക്കൂട് വളർത്തപ്പെടണം. സർക്കാർ നയങ്ങൾമൂലം വളർച്ച താഴേക്ക് പോകുകയും ബാങ്കുകൾ അവർ കടന്നു ചെല്ലേണ്ടാത്ത മേഖലകളിലും പ്രോജക്ടുകളിലും തരള തയുടെയും സർക്കാരിന്റെ സമ്മർദ്ദവും കാരണം ഇടപെട്ട് സ്വകാര്യമേ ഖലയുടെ വളർച്ച എന്ന അജണ്ടയിൽ കേന്ദ്രീകരിക്കയും ചെയ്താൽ, കിട്ടാക്കടം പ്രത്യേക പരിഗണനയ്ക്കാവും അത് പിന്നെയും തിരികെ വരും. പൊതു മേഖലയ്ക്കുള്ള നിരോധനം ശക്തമാകും. അവഗണിക്ക പ്പെട്ടവർക്ക് ആശ്വാസമെന്ന ലക്ഷ്യംതന്നെ പരാജയപ്പെടും. ഇത് പിന്നോ ട്ടുള്ള നടത്തമാണ്. രാജ്യത്തിന്റെ സമ്പാദ്യം സാമൂഹ്യ നിയന്ത്രണത്തിൽ കൊണ്ടുവന്ന് ഉണ്ടാക്കിയ നേട്ടങ്ങൾ വളർച്ചയ്ക്ക് വിനാശകരമായ ഫല ങ്ങൾ സൃഷ്ടിച്ച്, സാമ്പത്തിക സ്ഥിരതയും സാമ്പത്തിക ഉൾച്ചേർക്കലും ഉപേക്ഷിച്ച് വൻകിടക്കാരുടെ തേരോട്ടത്തിന് വിട്ടുനല്കലാണ്.

References

Amsden, Alice H 2012. *Grassroots war on poverty*, World Economic Review, Vol 1

Chandrasekhar C P 2010. *Development banks: Their role and importance for development*, www.networkideas.org.

Chavan, Pallavi and R Ramakuarnr. 2007. *Revival of Agricultural Credit in the 2000s: An Explanation*, Economic and Political Weekly, Vol 42, Issue 52, 29 december.

Copestake, J 2010. *Microfinance and development finance in India: Research implications*, CEB Working Paper No 10/028, Universite Libre de Bruxelles, Brussels, Belgium.

Doshi, Menaka. 2016 *Does India Need A Bad Bank To Clean Up The Bad Loan Mess?*, BllombergQuint, October 6,2016, available at, hrtps://www.bloombergquint.com/business/20 16/1 0/06/ does-india-need-a-bad-bank -to- unchoke-growth.)

Demirguc- Kunt, A, L Klapper, D Singer and P van Oudheusden.20 15. *The Global Findex Database 2014: Measuring Financial Inclusion around the World*. World Bank Policy Research Working Paper No. 7255. Washington, DC: World Bank Dymski, Gary P. 2002.

Epstein, Gerald E 2005. *Central banks of agents of economic development*, PERI Working Paper No 104, University of

Massachusetts at Amherst

Ghosh, J, C P Chandrasekhar and Prabhat Patnaik. 2017. *Demonetisation Decoded: A Critique of India's Currency Experiment*. London: RoutledgelTaylor and Francis

Indian Banks' Association. 2003, *Banking Industry*: Vision 2010, Mumbai

Kumar, Ranjana. 2002. *Building Organisational Effectiveness Through a Sound Human Resource Management (HRM)* IBA Bulletin, March 2002, Indian Banks Association, Mumbai

Minsky, Hyman P, Dimitri B Papadimitriou, Ronnie J. Phillips, andL. Randall Wray. 1993. *Community Development Banking: A proposal to establish a nationwide network of community development banks*. Levy Institute Policy Brief.

Mishra, Akhilesh. 2017. *Social Banking and Financial Sector Reform in India*, 1991-92 to 2011-12, Unpublished PhD thesis submitted to Jawaharlal Nehru University, New Delhi.

Poll in, R, M W Githinji and J Heintz. 2008.An Employment Targeted Economic Programme for Kenya, Cheltenham: Edward Elgar

Pollin, Robert E 2012. *Micro-Finance, Macro-Finance and Egalitarian Development*, in Phillip Arestis and John Eatwell eds., Finance and Industry: Essays in Honor of Ajit Singh, London: Palgrave Macmillan.

Ramkumar R 2013. *Lessons from Agricultural Debt Waiver and Debt Relief Scheme of 2008*, Review of Agrarian Studies, Vol 3 No 1.

Ram Mohan T T 2015. *Three myths about the recapitalization of public sector banks*, The Wire, 3 August, https://thewire.in/7775/three-myths-about-recapitalisation-of-public- sector -banks/.

Reddy C Rammanohar. 2017. *Black Money and Demonetisation.* Hyderabad: Orient Blackswan Publishers

Shetty V P 2002. *Voluntary Retirement in Banking Industry: An Introspection*, IBA Bulletin, March 2002, Indian Banks Association, Mumbai

Sonker, Akanksha. 2017. Cooperative Credit and the Cooperative

Credit Institutions: Before and After the Neo-Liberal Reforms in India, unpublished M. Phil Dissertation submitted to Jawaharlal Nehru University, 2016

Sriram M S 2010. *Commercialisation of microfinance in India: A discussion of the Emperor's apparel*, Indian Institute of Management Ahmedabad, Working Paper No 2010- 03-04.

Standing Committee on Finance. 2016. Twenty Seventh Report: Non-Performing Assets of Financial Institutions New Delhi: Lok Sabha Secretariat, Parliament of India.

Venkatesan, Jayshree, 2015. *Pradhan Mantri Jan Dhan Yojaila: An analysis of policy design and implementation gaps*, Policy Note No 11, The Hindu Centre for Politics and Public Policy, Chennai.

Vyas, Mahesh. 2017. '1.5 Million Jobs Lost in First Four Months of 2017'. Mumbai: CMIE.www.cmie.com/kommon/bin/sr.php?kall=warticle&dt=2017-07-11 %2011 :07:31 &msec=463